ॲज यू लाइक इट

विल्यम शेक्सपिअर

अनुवाद
मंजूषा आमडेकर

मेहता पब्लिशिंग हाऊस

AS YOU LIKE IT by WILLIAM SHAKESPEARE
Translated into Marathi Language by Manjusha Amdekar

अॅज यू लाइक इट / कुमारसाहित्य
अनुवाद : मंजूषा आमडेकर
१९, रेश्मा रेसिडेन्सी, लोकमान्य कॉलनी, पुणे ४११०३८.
मराठी अनुवादाचे व प्रकाशनाचे हक्क मेहता पब्लिशिंग हाऊस, पुणे.
प्रकाशक : सुनील अनिल मेहता, मेहता पब्लिशिंग हाऊस,
१९४१, सदाशिव पेठ, माडीवाले कॉलनी, पुणे – ४११०३०.
मुद्रक : स्पेक्ट्रम ऑफसेट, डी-२/४, सत्यम इस्टेट,
सीडीएसएसच्या मागे, एरंडवणे, पुणे - ४११००४.
मुखपृष्ठ व
आतील चित्रे : देविदास पेशवे
प्रथमावृत्ती : ऑक्टोबर, २०१८
संचाची किंमत : ₹ १५००
P Book ISBN 9789353170950
E Book ISBN 9789353170967
E Books available on : play.google.com/store/books
www.amazon.in/b?node=15513892031

ड्यूक फ्रेडरिक

यानं त्याच्या मोठ्या भावाकडून राज्याचे अधिकार हिरावून घेतलेले असतात. हा स्वभावानं अतिशय क्रूर असतो. संतापी असतो. तो रोझलिंडलाही हद्दपार करतो. तिच्या वडिलांवरच्या तिरस्कारापोटी तो तिला अर्डनच्या जंगलात हाकलून देतो.

• • •

ओरलँडो

हा एक देखणा तरूण असतो. मात्र तो शिकलासवरलेला नसतो. किंवा त्याला कोणतंही कलाकौशल्यही येत नसतं. तरीपण आपण एक सभ्य पुरुष असल्याचं तो सिद्ध करून दाखवतो. तो त्याच्या वयोवृद्ध नोकराची काळजी घेतो, आपल्या भावाचं सिंहिणीपासून रक्षण करतो आणि कुस्तीची स्पर्धाही जिंकतो.

रोझलिंड

हद्दपार करण्यात आलेल्या ड्यूकची ही मुलगी असते. ती दृढनिश्चयी, हुशार आणि स्वतंत्र वृत्तीची असते. ती आणि तिची चुलत बहीण सिलिया या सतत बरोबर असायच्या. ती तिच्या हद्दपारीचा वापर करून आपलं आयुष्य सावरते.

•••

ड्यूक सिनिअर

हा हद्दपार करण्यात आलेला ड्यूक असतो. याचे राज्यावरचे अधिकार बळकावण्यात आलेले असतात. हा आता अर्डनच्या जंगलात रहात असतो. त्याच्यासोबत त्याचे सल्लागार असतात. हा मनानं दयाळू असतो. उदार असतो. तो जंगलात राहूनही समाधानी, आनंदी असतो. आयुष्य मजेत जगत असतो.

ॲज यू लाइक इट

फ्रान्समधल्या एका छोट्याशा राज्यावर एक जुलमी राजा राज्य करत असतो. राज्यावर खरं तर त्याचा काहीच अधिकार नसतो. पण त्यानं आपल्या मोठ्या भावाकडून राजगादीवर बसण्याचा हक्क हिरावून घेतलेला असतो. खऱ्या वारसदाराकडून राज्य बळकावून घेतल्यानंतर हा जुलमी राजा स्वतःच ड्यूक बनतो. त्यानंतर तो आपल्या मोठ्या भावाला राज्यातून हद्दपार करून टाकतो.

आता या हद्दपार झालेल्या ड्यूककडे स्वतःचं म्हणावं असं काहीच उरलेलं नसतं. त्यामुळे तो जवळच्याच अर्डनच्या जंगलात आसरा घ्यायचं ठरवतो. पण चांगल्या माणसांच्या बाबतीत घडतं तसंच या ड्यूकच्या बाबतीतही घडतं. ड्यूकचे सरदार त्याच्यासोबत निघून जायचं ठरवतात. जंगलात जाऊन त्याच्या बरोबरच रहायचं ते ठरवतात. ड्यूकच्या या अज्ञातवासात त्याला सोबत करायचं ठरवतात.

ते तिथे अगदी स्वच्छंदी माणसांसारखं राहतात. स्वतःची करमणूक करून घेण्याचे नवे नवे मार्ग त्यांना तिथे सापडतात. सगळेजण तिथे अगदी धमाल करत रहात असतात. कविता म्हणतात. गार

वाऱ्याबद्दल बोलतात. तिथलं गार वारं हे किती का गारठून टाकणारं आणि बोचरं असेना; पण ते कपटी माणसांपेक्षा नक्कीच चांगलं आहे, असं म्हणतात. मैत्रीचं नाटक करून पाठीत खंजीर खुपसणाऱ्या घातकी माणसांपेक्षा त्यांना ते वारं कितीतरी पटीनं सुखद वाटत असतं.

या तडीपार ड्यूकला एक रोझलिंड नावाची मुलगी असते. ज्या वेळी ड्यूक फ्रेडरिक आपल्या मोठ्या भावाला राज्यातून हाकलून देतो तेव्हा तो रोझलिंडला तिच्या बाबांसोबत जायची परवानगी देत नाही. कारण त्याला स्वत:ला सिलिया नावाची एक मुलगी असते. तिला सोबत करण्यासाठी म्हणून त्याला रोझलिंड राजवाड्यात रहायला हवी असते.

सिलिया आणि रोझलिंड या अगदी घट्ट मैत्रिणी असतात. त्यांच्या वडिलांमध्ये असलेल्या कडवट नात्याचा कोणताही वाईट परिणाम त्या आपल्या मैत्रीवर होऊ देत नाहीत.

रोझलिंडवर झालेला अन्याय सिलियाला कळत असतो. त्यामुळे रोझलिंड उदास असली की सिलिया तिला धीर देत असे. एके दिवशी सिलिया अशाच प्रकारे रोझलिंडची समजूत घालत असते. त्यावेळी अचानक एक माणूस ड्यूकचा निरोप घेऊन येतो. लवकरच कुस्तीची एक स्पर्धा होणार असल्याचं त्यानं कळवलेलं असतं. मुलींना ही स्पर्धा पाहण्यात रस असेल तर त्यांनी तिथे येऊन बसायला आपली काही हरकत नाही असं त्यानं सांगितलेलं असतं. सिलियाच्या मनात येतं की स्पर्धा पहायला जायला काहीच हरकत नाही. त्या निमित्तानं रोझलिंड तिचं दु:ख विसरू शकेल. त्यामुळे ती ताबडतोब येत असल्याचं कळवते.

मात्र त्या जेव्हा कुस्तीच्या आखाड्याकडे जातात तेव्हा चांगल्याच निराश होतात. एक भलामोठा आडदांड माणूस आणि एक अगदी लुकडासुकडा माणूस यांच्यात आता कुस्ती होणार असते. त्या बारीक माणसाला तर कुस्तीचा काही अनुभव असेल

असंही वाटत नसतं. ड्यूक दोन्ही मुलींना बोलावून घेतो. त्या तरूण बारीक माणसाशी या दोघींनी बोलावं, असं तो सांगतो. ड्यूक म्हणतो, की बहुतेक तो तरूण मुलगा कुस्तीत मारला जाऊ शकेल. पण तसं होण्याआधीच त्यानं स्पर्धेतून अंग काढून घ्यावं, असं मुलींनी त्याला सांगितलं तर बरं होईल.

सिलिया आणि रोझलिंड ताबडतोब ड्यूकचं म्हणणं मान्य करतात. हे चांगलं काम करायला त्या लगेच एका पायावर तयार होतात. त्या चालत चालत त्या तरूण मुलाकडे जातात. आधी सिलिया त्याला समजावून सांगायचा प्रयत्न करते. पण त्याचा काही उपयोग होत नाही. पण जेव्हा रोझलिंड त्याच्याशी बोलते तेव्हा मात्र तिच्या बोलण्याचा त्याच्यावर वेगळाच परिणाम होतो. कुस्तीतून अंग काढून घेणं

तर दूरच; पण आता त्याला या सुंदर मुलीला आपलं सामर्थ्य दाखवून द्यायची खुमखुमी येते. तो अतिशय शांतपणे तिला उत्तर देतो, 'तुमच्यासारख्या सुंदर आणि हुशार तरुणींना नकार द्यायचं खरं तर माझ्या अगदी जिवावर येतं आहे. कदाचित मी या कुस्तीत मारलाही जाईन; आणि तसं झालंच, तर कदाचित तीच माझी लायकी असेल. कारण माझ्यामागं रडायला कुणीही नाहीये.'

मग लवकरच कुस्तीची स्पर्धा सुरू होते. तरुण मुलगा फारसा जखमी होऊ नये; त्याआधीच त्यानं त्या स्पर्धेतून लढून मोकळं व्हावं, याकरता सिलिया प्रार्थना करते. पण रोझलिंड मात्र त्या तरूण मुलाचे मृत्यूविषयीचे शब्द ऐकून गलबलून जाते. संपूर्ण जगात तो किती एकटा आहे हे तिच्या लक्षात येतं. तिला तो तिच्याइतकाच दुर्दैवी वाटतो. आणि मग त्याच क्षणी ती त्या तरूण कुस्तीगिराच्या प्रेमात पडते.

पण तिकडे कुस्तीच्या आखाड्यात जगावेगळंच काहीतरी घडत असतं. या दोन तरूण मुलींचे प्रेमळ शब्द ऐकून त्या तरूण मुलाला प्रोत्साहन मिळालेलं असतं. त्यामुळे तो चक्क त्या राक्षसी माणसावर मात करायला लागलेला असतो. मग काही मिनिटातच ती

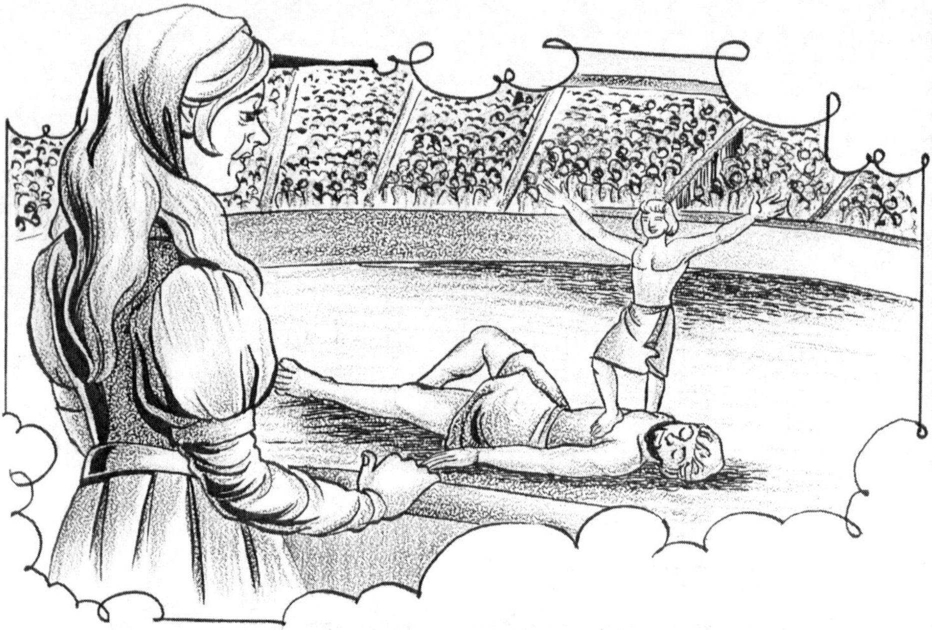

स्पर्धा संपूनही जाते. तरूण माणूस त्याच्या प्रतिस्पर्ध्याच्या अंगावर पाय रोवून उभा असतो. तो जिंकलेला असतो. ड्यूक फ्रेडरिकला त्या तरूण मुलाचं नाव माहीत करून घ्यायची इच्छा होते. त्याला त्याच्या कुटुंबाबद्दलही जाणून घ्यायचं असतं. म्हणजे मग त्याला आपल्या संरक्षणाखाली घेणं ड्यूकला शक्य झालं असतं.

आपलं नाव ओरलँडो असल्याचं तो तरूण मुलगा सांगतो. नुकत्याच वारलेल्या सर रोलँड डी बॉइजचा तो सर्वात धाकटा मुलगा असतो. हे ऐकून ड्यूक फ्रेडरिक चांगलाच वैतागतो. कारण सर रोलँड डी बॉइज हा हद्दपार ड्यूकचा प्रशंसक असल्याचं सर्वांनाच माहीत असतं. त्यामुळे ड्यूकचं त्या

मुलाबद्दलचं कौतुक लगेचच मावळून जातं. मग तो फक्त इतकंच म्हणतो की, 'अरेरे, तू दुसऱ्या कुणाचा तरी मुलगा असायला हवा होतास.'

पण रोझलिंड मात्र ओरलँडोच्या घराण्याचं नाव ऐकून आनंदित होते. तिला त्याच्याबद्दल जास्तच आपुलकी वाटायला लागते. त्या दोघांचे वडील एकमेकांचे चांगले मित्र होते ही किती छान गोष्ट होती! ड्यूक तिथून निघून गेल्यानंतर सिलिया आणि रोझलिंड चटकन ओरलँडोजवळ जातात. त्या त्याच्याशी गप्पा मारायला लागतात. मग एकमेकांचा निरोप घेण्यापूर्वी रोझलिंड आपल्या गळ्यातली सोन्याची चेन काढून त्याला आपली आठवण म्हणून भेट देते.

जेव्हा दालनात त्या दोघीच असतात, रोझलिंड सतत ओरलँडोबद्दल बोलायला लागते. त्या शूर तरूण मुलाबद्दल रोझलिंडच्या मनात खळबळ चालू झाल्याचं सिलियाच्या लगेच लक्षात येतं. मग ती रोझलिंडला विचारते की ती त्याच्या प्रेमाबिमात तर नाही ना पडलेली! त्यावर रोझलिंड फक्त इतकंच म्हणते की तिला तो आवडलेला आहे. कारण त्या दोघांचे वडील एकमेकांचे चांगले मित्र होते. त्यावर सिलिया म्हणते की, 'पण फक्त तेवढ्याच एका कारणामुळे तुला तो मुलगा इतका का बरं आवडावा? कारण तसं असेल तर मी त्याचा तिरस्कार करायला हवा. पण मला तर त्याचा मुळीच तिरस्कार वाटत नाहीये.'

पण तिकडे, सर रोलँड डी बॉइजच्या मुलाला भेटल्यामुळे फ्रेडरिकचा चांगलाच पारा चढलेला असतो. कारण त्याला त्यामुळे त्याच्या मोठ्या भावाची आठवण झालेली असते. खऱ्या वारसदारासोबत, जंगलात गेलेल्या ड्यूकसोबत जे जे सरदार जंगलात निघून गेलेले असतात त्यांचीही त्याला आठवण येते. कारण त्यांना फ्रेडरिकच्या दरबारात सरदार म्हणून राहण्यापेक्षा जंगल जवळ करणं जास्त पसंत पडलेलं असतं. मग पाहता पाहता त्याला रोझलिंडचा अतिशय राग येतो. त्याला तिचा तिरस्कार वाटायला लागतो. कारण तिच्यामुळे त्याला आज त्याच्या भावाची कधी नव्हे इतकी खूप जास्त आठवण येत असते. त्यामुळे मुली ओरलँडोबद्दल बोलत असतानाच ड्यूक फ्रेडरिक अचानक त्यांच्या दालनात घुसतो. तो रोझलिंडला ताबडतोब तिथून निघून जायला सांगतो. सिलिया मध्ये पडायचा प्रयत्न करून पाहते. पण तिचे बाबा काही केल्या त्यांचा हुकूम मागे घ्यायला तयार होत नाहीत.

अखेरीस आपले अन्यायी वडील आपलं मत बदलणार नाहीत अशी सिलियाची खात्री पटते. मग ती रोझलिंडसोबत जंगलात जायचं ठरवते. त्याच रात्री तिथून निघून जायचं त्या ठरवतात.

पण त्यांच्या बेतात एक अडचण असते. जंगलात दोघी मुलींनी एकटेपणानं भटकणं धोक्याचं ठरेल हे त्यांच्या लक्षात येतं. मग रोझलिंड मुलाचा वेष घालून फिरायचं ठरवते. तर, सिलिया खेडेगावातली एक साधीशी मुलगी बनून फिरायचं ठरवते. आपण दोघे बहीण-भाऊ आहोत, असं सांगायचं त्या ठरवतात.

म्हणजे मग त्या जंगलात सुरक्षित राहू शकल्या असत्या. रोझलिंड गॅनिमेड हे नाव घेते आणि सिलिया अलियाना असं स्वत:चं नाव ठरवते.

अखेरीस दोघी बहिणी घर सोडून जायला तयार होतात. त्या स्वत:बरोबर शक्य तितके पैसे आणि हाताला लागतील तितके दागिने घेतात. मग मजल-दरमजल करत अर्डनच्या जंगलात जाऊन पोचतात

एकदाच्या. इतका प्रवास केल्यानंतर आता भाऊ-बहीण म्हणून वावरत असलेल्या त्या दोघी बहिणींच्या लक्षात येतं की पुढचा प्रवास किती खडतर असणार आहे. कारण पुढे ना खायला प्यायला मिळणार होतं, ना राहण्याची सोय होणार होती.

सिलिया म्हणजे अलियाना इतकी थकून गेलेली असते की ती एकही पाऊल पुढे टाकवत नाहीये, असं सांगून टाकते. आणि रोझलिंड म्हणजेच गॅनिमेडही खरं तर अगदी गळून गेलेली असते. पण तिनं पुरुषाचा वेष परिधान केल्यानं तिला थकल्याचं जाहीर करता येत नव्हतं.

अखेरीस कितीतरी वेळ दिनवाण्या स्थितीत काढल्यानंतर त्यांना एक गुराख्याचा मुलगा भेटतो. तो तिथूनच चाललेला असतो. शक्य तितक्या पुरुषी आवाजात गॅनिमेडचं रूप धारण केलेली रोझलिंड त्याला आसपास एखादा आसरा मिळेल का, अशी चौकशी करते. त्यावर तो गुराखी मुलगा त्याच्या मालकाचं घर विकायला काढल्याचं सांगत अलियाना आणि गॅनिमेडला ते विकत घेता येऊ शकेल, असं सांगतो. मग तो त्या दोघींना खेड्यातल्या त्या घराकडे घेऊन जातो. मग त्या दोघी ते घर थोड्याफार सामानसुमानासह विकत घेतात. गुराख्याचा तो मुलगाही तिथेच त्यांचा मदतनीस म्हणून राहतो. त्या दोघी त्या घरात रहायला लागतात आणि दुसऱ्या दिवसापासून ड्यूकचा शोध घ्यायचं ठरवतात.

दरम्यान तिकडे शहरातही काही घटना घडलेल्या असतात. ख्रिस्तवासी सर रोलँड डी बॉइजचा मुलगा, ओरलँडोलाही त्याच्या स्वतःच्या अडचणी असतात. त्याचा मोठा भाऊ ऑलिव्हर हा आता वडिलांच्या माघारी घरातला मोठा माणूस झालेला असतो. खरं तर त्यानं ओरलँडोची काळजी घेणं गरजेचं असतं; पण तो तर त्याच्याकडे लक्षही देत नसतो. त्यानं त्याच्या शिक्षणाकडेही दुर्लक्ष केलेलं असतं. अगदी त्याला कुस्तीच्या स्पर्धेत भाग घेऊ नकोस, असंही सांगायचे ऑलिव्हर कष्ट घेत नाही. म्हणून ओरलँडोनं रोझलिंडला जगण्यासारखं आयुष्यात काहीच नसल्याचं सांगितलेलं असतं. फार काय, तो मेला तर त्याच्यासाठी रडणारंही कुणी नसतं.

पण त्या दिवशी ओरलँडोनं कुस्तीची स्पर्धा कशी जिंकली त्याची हकीकत ऑलिव्हरच्या कानावर जाते. पण आपल्या भावाबद्दल अभिमान वाटणं तर दूरच; त्याला त्याच्याबद्दल चक्क मत्सर वाटायला लागतो. त्यामुळे त्या रात्री ओरलँडोला गाढ झोप लागली की ऑलिव्हर त्याची खोली पेटवून द्यायचं ठरवतो.

पण मग सैतानी कारवाया करणाऱ्यांच्या बाबतीत नेहमी घडतं, तेच होतं. एका जुन्या नोकराला त्याच्या त्या दुष्ट बेताचा सुगावा लागतो. तो सर रोलँड डी बॉइज यांचा एकनिष्ठ नोकर असतो. त्याला ओरलँडोचाही लळा असतो. त्यामुळे संध्याकाळी ओरलँडो घरी आल्यावर नोकर त्याला सगळं सांगतो. ऑलिव्हरचा दुष्ट बेत त्याच्या कानावर घालून तो त्याला कळवळून विनवतो की त्यानं घरातून लांब

निघून जावं. इतकंच नाही तर, नोकरी करत असताना त्यानं जे काही पैसे साठवलेले असतात, ते सगळे पैसे तो नोकर ओरलँडोला देऊन टाकतो. तो ओरलँडोला सांगतो की त्यानं स्वत:सोबत त्या नोकरालाही घेऊन जावं. कारण त्याला ऑलिव्हरसोबत एकट्यानं राहण्याची मुळीच इच्छा नसते.

मग अजिबात वेळ न घालवता ओरलँडो आणि त्याचा तो विश्वासू नोकर घरातून सटकतात. ते दोघे अर्डनच्या जंगलाकडे जायला लागतात. तिथे आपण सुरक्षितपणे राहू शकू असं त्यांना वाटत असतं. पण जंगलात गेल्यानंतर मात्र ओरलँडोच्या लक्षात येतं की

नोकराकडच्या पैशांचा त्यांना तिथे काहीच उपयोग होण्यासारखा नसतो. कारण तिथे त्यांना कुठेही अन्न विकत घेता येणार नसतं. त्यामुळे थकलेल्या नोकराला तिथेच एका झाडाच्या सावलीत ठेवून ओरलँडो अन्नाचा शोध घ्यायचं ठरवतो. आसपास कुठे काही खायला मिळतं का ते पाहण्यासाठी तो तिथून निघतो. पण बरंच अंतर चालून गेल्यानंतरही त्याला काहीही मिळत नाही.

अचानक त्याच्या कानावर काही आवाज पडतात. त्यामुळे तो आवाजांच्या दिशेनं चालायला सुरुवात करतो. त्याला तिथे काही लोक दिसतात. ते रात्रीचं जेवण घेण्यासाठी गोळा झालेले असतात. आता समोर इतके गरमागरम अन्नपदार्थ पाहून ओरलँडोच्या तोंडाला पाणी सुटतं. त्याला स्वतःवर

ताबा ठेवता येत नाही. तो झटकन आपली तलवार उपसतो आणि एकाच झेपेत त्यांच्यापुढे जाऊन उभा राहतो. तलवार उग़ारून तो ओरडतो, ‘चला, फुटा इथून सगळे. ते पदार्थ सगळे इथेच ठेवा आणि चालते व्हा.’

तिथे जमलेले लोक म्हणजे दुसरे तिसरे कुणी नसून वृद्ध ड्यूक आणि त्याच्यासोबतची माणसंच असतात. त्याच्याबरोबरच हद्दपार झालेले मंत्री असतात. ते आता जेवणाला सुरुवात करणारच असतात. ओरलँडोकडे मिष्किलपणे पाहून ड्यूक त्याला म्हणतो की ते काही क्रूर, रानटी लोक नाहीत. त्यामुळे त्याला हवं तर तो त्यांच्यासोबत बसून जेवण करू शकतो. पण ओरलँडो त्यांना सांगतो की त्याच्यासोबत एक वृद्ध साथीदारही आहे. आणि त्याला खायला घातल्याशिवाय तो एकही घास खाऊ

शकणार नाही. ड्यूक आपल्या माणसांपैकी एक-दोघांना ओरलँडोसोबत जायला सांगतो. त्याच्या त्या मित्रालाही इथे घेऊन या असं सांगतो. ओरलँडोच्या वृद्ध आणि विश्वासू नोकराच्या अंगात हळूहळू त्राण येतो.

काही वेळातच ड्यूक आणि ओरलँडो यांचं एकमेकांशी चांगलं जमतं. मग ड्यूक त्याला विचारतो, की तू कोण आहेस. कुठला आहेस, इथे जंगलात काय करायला आला आहेस... त्याला कळतं की तो सर रोलँड डी बॉइजचा मुलगा आहे. मग ड्यूक ताबडतोब त्याला आपल्या संरक्षणाखाली घेतो. मग त्या दिवसापासून ओरलँडो आणि त्याचा म्हातारा नोकर ड्यूकच्या समूहाचाच भाग बनून राहतात.

एके दिवशी जंगलात गॅनिमेडला रोझलिंडचं नाव झाडांच्या खोडांवर कोरलेलं दिसतं. ते पाहून तिला आश्चर्यच वाटतं. संपूर्ण जंगलभर तिचंच नाव कोरलेलं असतं. आणि जिथे जिथे तिचं नाव असतं, तिथे तिथे प्रेमगीतंही कोरलेली दिसतात. ते पाहून दोघी चकित होतात. हे सगळं कुणी केलं असावं, याबाबत त्या विचार करत असतात. अचानक जंगलात त्यांची ओरलँडोशी गाठभेट होते.

रोझलिंडनं त्याला जी सोन्याची चेन दिलेली असते ती अजूनही त्याच्या गळ्यात लटकत असते. गॅनिमेडला ती दिसते.

मग ते तिघे एकमेकांचे मित्र बनतात. गॅनिमेड म्हणजेच रोझलिंड आहे, हे अर्थातच ओरलँडोच्या लक्षात येत नाही. जिनं त्याचं हृदय चोरलेलं असतं,

ती सुंदर मुलगी रोझलिंडच गॅनिमेड आहे हे त्याला ओळखता आलेलं नसतं. म्हणूनच तो गॅनिमेडला आपल्या स्वप्नातल्या राजकुमारीबद्दल सारखा सांगत राहतो. तो त्याला असंही सांगतो की त्याला जर का ती मिळाली नाही तर तो मरून जाईल. गॅनिमेडही नाटक चालूच ठेवतो आणि एक छोटीशी गंमत

करायचं ठरवतो. तो ओरलँडोला सांगतो की त्याच्याकडे एक कल्पना आहे. ती जर प्रत्यक्षात आणली तर सगळे प्रश्न सुटू शकतील. तो त्याला आपल्या घरी रोज यायला सांगतो. त्याची कल्पना अशी असते की, तिथे गेल्यावर गॅनिमेडलाच रोझलिंड समजून तो तिच्याशी प्रेमाच्या गोष्टी करत राहील. गॅनिमेड रोझलिंड असल्याचं नाटक करत राहील. मग गॅनिमेड त्याचं प्रेम धुडकावून लावेल. असं करता करता लवकरच ओरलँडो रोझलिंडला विसरून जाईल, असं गॅनिमेडला वाटत असतं.

पण ते जेव्हा हा खेळ सुरू करतात, तेव्हा मात्र गॅनिमेडला यश येईल असं दिसत नाही. ओरलँडो गॅनिमेडच्या घरी रोज जात असतो. आणि ठरलेला

खेळ खेळत असतो. पण तरीही त्याला काही रोझलिंडचा विसर पडत नाही. पण त्या निमित्तानं त्याच्या मनात जे जे काही असतं ते बोलून दाखवायची त्याला संधी मिळते. आणि गॅनिमेडच्या वेषातल्या रोझलिंडलाही स्वत:ची खात्री करून घेता येते की तीही ओरलँडोच्या प्रेमात पडलेली आहे.

पण हे सगळं घडत असताना गॅनिमेड आपली खरी ओळख ड्यूकला म्हणजे त्याच्या वडिलांना होऊन देत नाही. तिला ओरलँडोकडून ड्यूकबद्दल कळतच असतं. एकदा तर तो ड्यूकला भेटायलाही गेलेला असतो. पण आपण कोण आहोत हे सांगायचं तो तेव्हाही टाळतो. कारण या नव्या जगात आपले बाबा खुश आहेत, असं त्याला दिसतं.

एके दिवशी ओरलँडो गॅनिमेडच्या घराकडे जात

असतो. तितक्यात त्याला त्याचा भाऊ ऑलिव्हर दिसतो. ऑलिव्हर एका झाडाखाली गाढ झोपलेला असतो. अचानक ओरलँडोची नजर तिथे शेजारीच बसलेल्या एका सिंहीणीवर पडते. ऑलिव्हरला जाग आल्यावर त्याच्यावर हल्ला करण्यासाठी ती टपून बसलेली असते. आधी तर ओरलँडोच्या मनात येतं की आपल्या या दुष्ट भावाला त्याच्या नशीबावर सोडून देऊन निघून जावं. पण मग एकाएकी त्याच्या मनात भावाविषयीचं प्रेम जागं होतं. त्यामुळे तो सिंहीणीसोबत लढा द्यायला लागतो. त्या आवाजामुळे ऑलिव्हरला जाग येते. त्याला त्याचा भाऊ आणि सिंहीण दिसतात. आपला भाऊ स्वतःच्या जिवावर उदार होऊन आपल्याला वाचवण्याचा प्रयत्न करतो आहे हे त्याच्या लक्षात येतं. पण त्या सिंहीणीला हाकलून लावण्यापूर्वी ती ओरलँडोला फटकारा मारतेच. त्यामुळे ओरलँडोचा हात जखमी होतो. मग ऑलिव्हर ताबडतोब धावतो. आपल्या भावाला बरं करण्यासाठी धडपडतो. लवकरच दोन्ही भावांमध्ये एकी निर्माण होते.

ओरलँडो आपल्या भावाला गॅनिमेडच्या घरी जायला सांगतो. जखमी झाल्यामुळे आपल्याला येता येत नसल्याचं कळवायला सांगतो. ऑलिव्हर

ताबडतोब गॅनिमेडकडे जातो. त्याला तो सगळी हकीकत सांगतो. आपण ओरलँडोचा मोठा भाऊ आहोत, अशी स्वतःची ओळख करून देतो. मग तो त्यांना सगळीच हकीकत सविस्तर सांगतो. आता दोन्ही भाऊ एक झालेले आहेत असं गॅनिमेड आणि अलियानाच्या लक्षात येतं.

ऑलिव्हरला खराखुरा पश्चात्ताप झालेला आहे असं दिसतं. आपल्या भावाच्या बाबतीत आपण वाईट वागायला नको होतं असं त्याला आता मनापासून वाटत असतं. त्याचा अलियानाच्या मनावर खोल परिणाम होतो. ती लगेचच ऑलिव्हरच्या प्रेमात पडते. ऑलिव्हरलाही रहावत नाही. तो सुंदर अलियानाकडे एकटक पहायला लागतो. मग तो ही तिच्या प्रेमात पडतो.

पण गॅनिमेड मात्र ओरलँडो जखमी झाल्याचं

ऐकून चक्कर येऊन खाली पडतो. ते पाहून ऑलिव्हरला नवलच वाटतं. कारण अशा बातम्या ऐकल्यावर कुठलाही पुरूष चक्कर येऊन पडत नाही. शुद्धीवर आल्यावर गॅनिमेड ऑलिव्हरला काहीतरी थापा मारून सारवासारव करतो. आपण रोझलिंड असल्याचं नाटक करत होतो. त्यामुळे चक्कर आल्याचं आपण नाटकच केलं, असं तो सांगतो. पण तरीही ऑलिव्हरला काही ते पटत नाही.

तो ओरलँडोकडे परत जातो आणि त्याला गॅनिमेडबद्दल सांगतो. तो कसा चक्कर येऊन पडला, आणि आपण अलियानाच्या कसे प्रेमात पडलो आहोत तेही सांगतो. अलियानाशी लग्न झालं तर तो त्याच्या लाडक्या बायकोसोबत जंगलातच राहील.

आयुष्यभर अत्यंत साधेपणानं, गुराख्यासारखं जीवन जगेल अशी इच्छाही व्यक्त करतो.

ओरलँडो मग लगेचच लग्नाची तयारी करतो. दुसऱ्याच दिवशी लग्नाचा समारंभ ठेवायचं ठरवतो. तो जंगलात जाऊन ड्यूकला आणि त्याच्या सगळ्या मंत्र्यांनाही लग्नाचं आमंत्रण देतो. त्या दिवशी नंतर ओरलँडो गॅनिमेडला भेटतो. त्याला तो आपली इच्छा बोलून दाखवतो. ज्या दिवशी ऑलिव्हर आणि अलियाना लग्न करणार असतात, त्याच दिवशी त्याचीही रोझलिंडशी लग्न करायची इच्छा असते. त्याला जर असं अगदी मनापासून वाटत असेल तर आपण स्वत: जबाबदारी घेऊ आणि लग्नाच्या वेळी

रोझलिंडला घेऊन येऊ आणि ती ओरलँडोशी लग्न करेल, असं गॅनिमेड त्याला वचन देतो.

त्याचा तो विचार ओरलँडो लगेचच मान्य करतो. तो ड्यूककडे जातो आणि त्याला सगळी हकीकत सांगतो. मग ते दोघेही दुसरा दिवस उजाडण्याची वाट पहायला लागतात. कारण त्यांना त्यांच्या लाडक्या रोझलिंडला पुन्हा एकदा डोळे भरून पाहण्याची इच्छा असते.

दुसऱ्या दिवशी ऑलिव्हर आणि अलियानाचं लग्न होणार असतं. ड्यूक आणि ओरलँडो काहीतरी चमत्कार घडण्याची वाट पहात असतात. आणि तो चमत्कार घडून येतोच. गॅनिमेड आणि अलियानाच्या ऐवजी तिथे रोझलिंड आणि सिलिया येतात.

रोझलिंडला पाहून ड्यूक आणि ओरलँडोचा आनंद गगनात मावेनासा होतो. मग दोघेही पुरूष तिला घर सोडल्यापासून काय काय घडलं ते घाईगडबडीनं सांगायला लागतात.

अर्डनच्या जंगलात सगळे लोक पुन्हा एकमेकांना येऊन मिळतात. त्याच वेळी शहरातून एक निरोप्या

येतो. तो सांगतो की ड्यूक फ्रेडरिकनं राज्यावरचा आपला हक्क सोडून दिलेला असतो. त्यानं आता राज्याची गादी आपल्या मोठ्या भावाकरता रिकामी केलेली असते. कारण राज्याचा खरा वारस तोच असल्याचं त्याला पटलेलं असतं.

फ्रेडरिकची मुलगी जंगलात पळून गेल्यापासून त्याला आपल्या जंगलात हद्दपार केलेल्या भावाचा जास्तच संताप आलेला असतो, असंही त्यांना

कळतं. खरं तर तो मोठं सैन्य घेऊन जंगलाकडे यायला निघालेला असतो. तिथे येऊन तो सर्वांची कत्तल करून टाकणार असतो. पण वाटेत त्याला

एक साधू भेटतो. तो त्याच्या लक्षात आणून देतो की तो फार मोठी चूक करतो आहे. मग त्याच क्षणी तो आपल्या ड्यूक पदाचा त्याग करायचं ठरवतो.

सरतेशेवटी सगळीकडे आनंदीआनंद होतो. ड्यूकला आपलं राज्य परत मिळतं. ओरलँडो आणि रोझलिंड एकमेकांशी लग्न करतात. ऑलिव्हर आणि सिलियाचंही लग्न होतं. ओरलँडो आणि ऑलिव्हरमध्येही एकी निर्माण होते. अर्डनच्या जंगलातला तो खूप आनंदाचा दिवस ठरतो.

◆

ऑल इज वेल दॅट एन्ड्स वेल

विल्यम शेक्सपिअर

अनुवाद
मंजूषा आमडेकर

मेहता पब्लिशिंग हाऊस

Please contact us at **Mehta Publishing House,** 1941, Madiwale Colony, Sadashiv Peth, Pune 411030.
✆ +91 020-24476924 / 24460313
Email : production@mehtapublishinghouse.com
sales@mehtapublishinghouse.com
Website : www.mehtapublishinghouse.com

ALL'S WELL THAT ENDS WELL by WILLIAM SHAKESPEARE
Translated into Marathi Language by Manjusha Amdekar

ऑल इज वेल दॅट एन्ड्स वेल / कुमारसाहित्य
अनुवाद : मंजूषा आमडेकर
१९, रेश्मा रेसिडेन्सी, लोकमान्य कॉलनी, पुणे ४११०३८.
मराठी अनुवादाचे व प्रकाशनाचे हक्क मेहता पब्लिशिंग हाऊस, पुणे.
प्रकाशक : सुनील अनिल मेहता, मेहता पब्लिशिंग हाऊस,
१९४१, सदाशिव पेठ, माडीवाले कॉलनी, पुणे – ४११०३०.
मुद्रक : स्पेक्ट्रम ऑफसेट, डी-२/४, सत्यम इस्टेट,
सीडीएसएसच्या मागे, एरंडवणे, पुणे - ४११००४.
मुखपृष्ठ व
आतील चित्रे : देविदास पेशवे
प्रथमावृत्ती : ऑक्टोबर, २०१८
संचाची किंमत : ₹ १५००
P Book ISBN 9789353170950
E Book ISBN 9789353170967
E Books available on : play.google.com/store/books
www.amazon.in/b?node=15513892031

हॅलेना

ही एक अनाथ मुलगी असते. रूसिलॉनच्या सरदाराकडे ती त्यांच्या मुलीसारखीच रहात असते. सरदार पती-पत्नीच आता तिचे पालक असतात. हॅलेनाचं सरदाराचा मुलगा 'बर्ट्रॅम'वर प्रेम जडलेलं असतं.

•••

बर्ट्रॅम

एक अतिशय देखणा तरुण असतो. तो शूर लढवय्याही असतो. हा सरदाराचा मुलगा असतो. तो आपल्या मनाविरुद्ध हॅलेनाशी लग्न करतो. पण नंतर तिला तो सोडून निघून जातो.

डायना

ही एक तरूण स्त्री असते. बर्ट्रामचं तिच्यावर प्रेम असतं. तिला आपली पत्नी बनवायची त्याची इच्छा असते. पण ती मात्र हॅलेनाला मदत करते. तिला तिचा पती पुन्हा मिळवून देते.

•••

फ्रान्सचा राजा

फ्रान्सच्या राजाला हॅलेना आवडत असते. पण बर्ट्राम तिच्याशी चांगलं वागत नाही, म्हणून त्याला वाईट वाटत असतं.

ऑल इज वेल दॅट एन्ड्स वेल

रूसिलॉनच्या सरदाराच्या मृत्यूनंतर त्याचा मुलगा बर्ट्रामला त्याची जागा मिळते. त्याला नुकतंच वडिलांचं पद आणि संपत्ती मिळालेली असते. फ्रान्सचा राजा आणि बर्ट्रामचे बाबा यांची घट्ट मैत्री असते. आपल्या मित्राच्या मृत्यूची बातमी कळताच राजा ताबडतोब बर्ट्रामकडे आपला राजदूत पाठवून देतो. बर्ट्रामकडे तो खास लक्ष द्यायचं ठरवतो. त्याला आपल्या पंखाखाली घ्यायचं ठरवतो.

लाफेऊ, फ्रान्सच्या राजाच्या दरबारातला वयोवृद्ध मंत्री असतो. तो राजाची आज्ञा घेऊन बर्ट्रामला भेटायला येतो. तेव्हा फ्रान्सचा राजा हाच मुख्य सत्ताधारी असतो. फ्रान्समध्ये त्याचंच साम्राज्य असतं. त्याच्या आज्ञेचं पालन करावंच लागत असे. भले मग समोरचा माणूस किती का मोठ्या पदावरचा सरदार असेना. त्यामुळे लाफेऊसोबत राजाला भेटायला जावंच लागेल, हे बर्ट्रामला कळून चुकतं. नवऱ्याच्या मृत्यूचं दुःख ओसरण्यापूर्वीच आपला मुलगाही दूर चालल्यानं बर्ट्रामची आई उदास होते.

पण लाफेऊ तिला धीर देतो. तो म्हणतो की राजा खूपच दयाळू आहे. बर्ट्रामच्या बाबांच्या मृत्यूनंतर बर्ट्रामला तो आपल्या पंखाखाली घ्यायचा विचार करतो आहे. तो सांगतो की राजाला एक मोठा आजार

झाला आहे. त्या आजारावर औषधच नाही. बर्ट्रामची आई बोलता बोलता त्या मंत्र्याला हॅलेनाबद्दल सांगते. हॅलेनाचे वडील वारल्यामुळे ती बर्ट्रामच्या आईसोबतच राहत असते. गेरार्ड डी नरबॉन हे हॅलेनाचे वडील फार महान डॉक्टर होते. जवळपास कुठल्याही प्रकारचा आजार ते बरा करू शकत असत. त्यांनी मृत्यूपूर्वी शेवटची इच्छा बोलून दाखवलेली असते. हॅलेनानं बर्ट्रामच्या आईसोबत रहावं असं त्यांना वाटत असतं. हॅलेना आपल्या बाबांची इच्छा पूर्ण करते. हॅलेनामध्ये तिच्या बाबांचे सगळे गुण असल्याचे बर्ट्रामची आई त्या मंत्र्याला सांगते. तिचा स्वभावही तिच्या बाबांसारखाच असतो. बर्ट्रामची आई नरबॉनबद्दल सांगत असताना हॅलेना तिथेच असते. अचानक ती रडायला लागते.

लवकरच बर्ट्राम आपल्या आईचा निरोप घेतो. ती लाफेऊला आपल्या मुलाची काळजी घ्यायला सांगते. बर्ट्राम नवखा सरदार असतो. निघण्यापूर्वी बर्ट्राम हॅलेनाला आपल्या आईची काळजी घ्यायला सांगतो.

दरम्यान हॅलेना बर्ट्रामच्या प्रेमात पडलेली असते. पण तो तिच्यापासून लांब चाललेला असल्याने तिला आपल्या भावना आवरता येत नाहीत. त्याच्यात आणि आपल्यात खूप फरक आहे, हे तिला नक्कीच कळत असतं. बर्ट्राम हा रूसिलॉनचा सरदार असतो. तर हॅलेना ही फक्त एका साध्याशा डॉक्टरची मुलगी असते. त्यामुळे आपल्याला या घरात नोकरी करायची संधी मिळाली हेच खूप झालं, असं ती मानत असते. त्यामुळे ती बर्ट्रामकडे आपला मालक म्हणूनच पहात असते.

हॅलेनाचे डॉक्टर वडील तिच्यासाठी आपल्या ज्ञानाचा वारसा ठेवून गेलेले असतात. त्यांनी आयुष्यभर खूप अभ्यास आणि संशोधन केलेलं असतं. त्यांचा अनुभवही खूप मोठा असतो. त्यांच्याकडे औषधांची पुष्कळ माहिती असते. त्यांचे उपचार हमखास यशस्वी व्हायचेच. बर्ट्राम फ्रान्सच्या राजाकडे गेल्यावर हॅलेना बाबांनी लिहून ठेवलेली माहिती वाचत असते. वाचता वाचता तिला राजाच्या आजारपणावर एक रामबाण औषध सापडतं.

हॅलेना मनातल्या मनात एक गुप्त बेत आखते. पॅरिसला जाऊन राजाला बरं करायचं ठरवते. पण अचानक तिचं मन शंकेनं गोंधळून जातं. राजाकडे

त्याचे स्वत:चे उत्तम डॉक्टर्स असतीलच की. राजा त्याच्या आजारातून बरा होणार नसल्याचं त्यांनी त्याला सांगितलं नसेल का? असं असताना मग तो एका तरुण मुलीचं बोलणं ऐकून तरी का घेईल? पण मग तिला असं वाटतं की, तिच्या बाबांचे औषधोपचार हाच तिच्यापुढचा एकमेव मार्ग आहे. या मार्गानं गेलं तरच तिला रूसिलॉनच्या सरदाराची पत्नी होणं शक्य होतं.

हॅलेना आपल्याच विचारांच्या नादात हरवून स्वत:शीच मोठ्यानं बोलत असते. नेमका त्याच वेळी तिथून एक नोकर चाललेला असतो. तो तिचं बोलणं हळूच ऐकतो. तो ताबडतोब बर्ट्रामच्या आईकडे जातो. त्याच्या कानावर पडलेलं तिला सांगतो. पण ते ऐकल्यावर बर्ट्रामची आई हॅलेनावर

मुळीच रागवत नाही. त्याऐवजी ती फक्त हसते. तिला आपलेच तरुणपणातले दिवस आठवतात.

हॅलेना बर्ट्रामच्या आईच्या खोलीत येते. पण आपलं गुपित तिला कळलं आहे, हे मात्र तिला माहीत नसतं. बर्ट्रामची आई तिच्याशी अतिशय प्रेमानं बोलते. हॅलेना ही आपल्याला मुलीसारखीच असल्याचं ती सांगते. ते ऐकताच हॅलेनाचा चेहरा एकदम पडतो. आपलं गुपित आता गुपित राहिलेलं नाही, हे तिला कळून चुकतं.

तिला वाटतं की बर्ट्रामच्या आईसारखी मालकीण मिळाली, हेच तिचं मोठं भाग्य आहे. बर्ट्रामची आई तिला आईची माया देण्याबद्दल बोलत राहते. शेवटी हॅलेना बोलून जाते की, 'मला माफ करा, पण तुम्ही काही माझी आई नाही आहात; रूसिलॉनचे सरदार हे काही माझे भाऊ होऊ शकत नाहीत. आणि मी ही

तुमची मुलगी बनू शकत नाही.'

तेव्हा मात्र बर्ट्रामची आई चटकन म्हणते की, 'तू माझी मुलगी नाही तरी सून होऊ शकतेस की. असं घडलेलं तुला आवडणार नाही का?'

त्यावर काय बोलावं, तेच हॅलेनाला सुचत नाही. शेवटी ती आपल्या प्रेमाची कबुली देऊन टाकते. बर्ट्रामची आई तिला विचारते की तिला पॅरिसला जाऊन बर्ट्रामसोबत रहायचं आहे का? त्यावर हॅलेना हळूच सांगते की तिला फक्त बर्ट्रामकरताच तिकडे जायचं नसून राजालाही बरं करायची इच्छा आहे. राजाच्या आजारावरचा उपाय तिला माहीत आहे. तो उपाय तिच्या वडिलांनीच शोधून काढलेला होता. त्या उपायानं राजा नक्कीच बरा होऊ शकेल. ते ऐकल्यावर बर्ट्रामच्या आईच्या मनात येतं की, गेरार्ड

डी नरबॉनच्या मुलीनं जगासमोर आपलं कौशल्य सादर करण्याची ही उत्तम संधी आहे. त्यामुळे ती तिला ताबडतोब पॅरिसला जाण्याची परवानगी देते. ती तिच्यासोबत पैसे आणि नोकरचाकर देते.

पॅरिसला पोचल्यावर हॅलेना कनवाळू स्वभावाच्या लाफेऊला भेटते. राजाला नक्की बरं करू शकेल असा उपाय आपल्याकडे असल्याचं ती त्याला सांगते. खरं म्हणजे तिची आणि राजाची भेट होणं सोपं नसतं. किती झालं तरी ती एक तरुण, लहानशी मुलगी असते. तिच्या औषधांवर राजा कसा काय विश्वास ठेवू शकला असता? राज्यातल्या सगळ्या हुशार डॉक्टर्सना अपयश आलेलं असतं. पण हॅलेना त्याला कळवते की, ते काही असलं तरी ती शेवटी महान गेरार्ड डी नरबॉनची मुलगी आहे. राजाच्याही

मनात त्याच्याबद्दल आदर असतो. त्यामुळे राजा तिच्याकडून उपचार घेण्याचं मान्य करतो. पण औषधोपचार सुरू करण्यापूर्वी राजा तिला सांगतो की, तिच्या औषधाने त्याला दोन दिवसात बरं वाटलं नाही तर, तिचं संपूर्ण आयुष्य राजाच्या सेवेसाठी वाहून घ्यावं लागेल. पण तो बरा झाला, तर मात्र संपूर्ण फ्रान्समधल्या कुठल्याही तरुणासोबत लग्न करायची तिला परवानगी मिळेल.

आपल्या बाबांच्या उपचारांबाबतचा हॅलेनाचा अंदाज बरोबर ठरतो. दोन दिवस व्हायच्या आतच राजा बरा होतो. तो उठून आपल्या पायावर उभा राहतो. हिंडा-फिरायला लागतो. आपल्याला आत्ता जितकं बरं वाटतंय, तितकं यापूर्वी कधीच वाटलं नव्हतं, असं तो बोलूनही दाखवतो. आपण पैज

हरलो असल्याचं तो मान्य करतो.

एके दिवशी तो आपल्या सर्व सरदारांना दरबारात हजर रहायला सांगतो. हॅलेना सर्वांना पाहते आणि अखेरीस बर्ट्रामची निवड करते. आपली निवड ती राजाला सांगते. ते ऐकताच राजाला भलताच आनंद होतो. पण बर्ट्रामला मात्र मुळीच आनंद होत नाही. जे काही घडलेलं असतं ते आपल्याला पसंत नसल्याचं तो दाखवतो. हॅलेना एका सामान्य डॉक्टरची मुलगी असते. शिवाय ती त्याच्या घरात नोकरीही करत असते. अशा मुलीशी लग्न करायचं तो साफ नाकारतो.

राजाला बर्ट्रामचं वागणं मुळीच आवडत नाही. काही झालं तरी हॅलेनाची निवड ही राजानं लावलेल्या पैजेचा परिणाम असते. बर्ट्रामला

आपल्याबद्दल आदर वाटत नसल्याचं वाटून राजा त्याच्यावर लग्नाची सक्ती करतो. त्यामुळे लवकरच त्यांचं शुभमंगल होतं. पण बर्ट्रामचं हॅलेनावर प्रेम नसल्यानं त्यांचं लग्न काही आनंददायी ठरत नाही.

लग्नानंतर लगेचच बर्ट्राम मोहिमेवर जाण्यासाठी राजाची परवानगी घेतो. जाण्यापूर्वी तो हॅलेनाला अचानक लग्न झाल्यानं गोंधळून गेल्याचं सांगत त्या धक्क्यातून सावरायला थोडा अवधी मागतो. दरम्यान तिला त्याच्या आईकडे जाऊन तिची सेवा करायला सांगतो. त्यावर हॅलेना एकनिष्ठ नोकरासारखी त्याच्या आज्ञेचं पालन करायचं ठरवते. बर्ट्रामच्या इच्छेनुसार आपण नक्कीच वागू, असं ती त्याला सांगत असते. पण तिचं बोलणं पूर्ण व्हायच्या आतच बर्ट्राम निघूनही गेलेला असतो.

हॅलेना बर्ट्रामच्या आईकडे परत येते. पण ती फारच दुःखी झालेली असते. फ्रान्सला जाण्यामागचे दोन्ही हेतू तिनं पूर्ण केलेले असतात. राजाचा बरा न होणारा आजार तिला बरा करून दाखवता आलेला असतो. आणि तिच्या स्वप्नातल्या राजकुमाराशी तिचं लग्नही झालेलं असतं. तरीही परत जाताना तिच्याकडे आनंदाचा ठेवा मात्र नसतो. रूसिलॉनला पोचल्यावर तर ती आणखीनच दुखावली जाते. कारण तिला बर्ट्रामचं पत्र मिळतं. त्यानं तिला लिहिलेलं असतं की, 'तो स्वतःहून त्याच्या बोटातली अंगठी कधीच काढणार नाही. पण तिनं जर त्याच्या बोटातून अंगठी काढून दाखवली, तरच ती त्याला तिचा नवरा म्हणू शकेल.'

आपल्या सुनेची समजूत घालायचा बर्ट्रामची आई

खूप प्रयत्न करून पाहते. पण तिच्या प्रेमाचा हॅलेनावर काहीच परिणाम होत नाही. तिचं दु:ख दूर होत नाही. त्या पत्रातलं एक वाक्य तिला राहून राहून खटकत असतं. त्यात असं लिहिलेलं असतं की, 'मला बायको मिळेपर्यंत फ्रान्समध्ये येण्याचं काहीच कारण नाही.' बर्ट्रामनं पत्रात लिहिलेल्या या वाक्यावर हॅलेनाचा आणि बर्ट्रामच्या आईचा विश्वासच बसत नाही.

दुसऱ्या दिवशी सकाळी बर्ट्रामची आई जागी होते. उठल्यावर तिला कळतं की हॅलेना कुठेही दिसत नाहीये. शेवटी एक नोकर हॅलेनाचं पत्र घेऊन तिच्याकडे येतो. त्यात लिहिलेलं असतं की तिचा प्रेमभंग झाल्यानं तिनं रूसिलॉन सोडून यात्रेला जायचं ठरवलेलं असतं. तिनं संत जॅक्यूज ले ग्रँड यांच्या समाधीच्या दर्शनाला जायचं ठरवलेलं असतं. तिनं पत्रात आपल्या सासूची माफी मागितलेली असते. तिनं तिला विनंती केलेली असते की आपल्या मुलाला तिनं हे कळवावं. ज्या बायकोला तो सोडून गेला होता, ती आता कुठेतरी निघून गेलेली आहे; त्यामुळे आता त्याला घरी परत फिरायला काहीच हरकत नाही, असंही तिनं कळवायला सांगितलेलं असतं.

तिकडे बर्ट्रम फ्रान्स सोडून इटलीतल्या फ्लोरेन्स नावाच्या शहरात गेलेला असतो. तिथे एका ड्यूकच्या सैन्यात तो ऑफिसर म्हणून नोकरी करत असतो. अनेक घनघोर लढाया जिंकून त्यानं आपलं शौर्य गाजवलेलं असतं. त्याला तिकडे खूप मानसन्मान मिळत असतो. एके दिवशी बर्ट्रमला आपल्या आईचं एक पत्र मिळतं. त्यात तिनं लिहिलेलं असतं की त्याची बायको त्याला कायमची सोडून निघून गेलेली आहे. ते वाचल्यावर तो आपल्या घरी परत जायचं ठरवतो. पण अलिकडेच एक तरुण यात्रेकरू स्त्री फ्लोरेन्सला आलेली आहे; आणि ती दुसरी तिसरी कुणी नसून हॅलेनाच आहे, याची त्याला कल्पनाही नसते.

संत जॅक्यूज ले ग्रँड यांची समाधी असलेलं

ठिकाण हे फ्लोरेन्स शहरापासून थोड्याच अंतरावर असतं. हॅलेना त्या सुंदरशा शहरात जाऊन पोचते. तिथे एक दयाळू विधवा बाई यात्रेकरू स्त्रियांच्या राहण्याची सोय करत असते. अशा स्त्रिया फ्लोरेन्समध्ये असेपर्यंत ती त्यांना आसरा देत असते. हॅलेना तिच्याकडे जायचं ठरवते. ही विधवा हॅलेनाचं आपुलकीनं स्वागत करते. ती शहरातली प्रेक्षणीय स्थळं तिला दाखवून आणायचं ठरवते. इतकंच नाही तर, ड्यूकचं सैन्य दाखवायलाही ती तिला घेऊन जायचं ठरवते. आणि जमलं तर, तिथे कदाचित रूसिलॉनच्या सरदाराचीही भेट करुन देऊ शकेल, असं सांगते.

क्षणाचाही उशीर न करता हॅलेना सैन्य पाहण्यासाठी तयार होते. तिकडे गेल्यावर त्यांना

बर्ट्रॅम लांबूनच दिसतो. विधवा बाई अगदी सहजपणानं म्हणते की, 'कसा वाटतोय तो, आहे की नाही देखणा?' त्यावर हॅलेना तिच्याइतक्याच सहजपणानं म्हणते, 'आहे तर, मलाही आवडला.' मग ती बाई हॅलेनाला त्याच्या भूतकाळाबाबत

सांगायला लागते. तो त्याच्या बायकोपासून सुटका करून घेण्यासाठी कसा फ्लोरेन्सला पळून आलाय, तेही ती हॅलेनाला सांगते. मग ती बाई सगळी कहाणी सांगायला लागल्यावर हॅलेना दुखावली जाते. ती विधवा बाई हॅलेनाला सांगते की डायना नावाच्या

एका तरुणीवर बर्ट्रामचं प्रेम बसलेलं आहे. आणि ही डायना दुसरी तिसरी कुणी नसून या विधवा बाईची मुलगीच असते. रोज संध्याकाळी तिच्यासोबत फिरावं, प्रेमाची गाणी म्हणावीत, तिच्या सुंदरतेची स्तुती करावी असं त्याला वाटायचं. तो तिला भेटायचा प्रयत्न करायचा. पण डायनाला तो विवाहित आहे, हे माहीत असतं. त्यामुळे त्याच्या प्रेमाला ती प्रतिसाद देत नसे. हॅलेनाला आपल्या घरमालकिणीकडून हे ही कळतं की, बर्ट्राम दुसऱ्याच दिवशी फ्लोरेन्स कायमचं सोडून निघून जाणार असतो.

हॅलेना लगेच एक बेत आखते. ती आपल्या भटक्या नवऱ्याला जागेवर आणायचं ठरवते. ती सरळ त्या विधवा बाईकडे जाते आणि मोकळेपणानं कबुली देऊन टाकते की ती स्वतःच बर्ट्रामची बायको आहे. ते ऐकल्यावर विधवा बाई हॅलेनाला मदत करायचं ठरवते. त्याला तिच्याबद्दल प्रेम वाटावं, याकरता शक्य तेवढी मदत करण्याची तयारी दाखवते. मग तिची मुलगी, डायना बर्ट्रामला निरोप पाठवते. फ्लोरेन्स सोडून जाण्यापूर्वी त्यानं तिला शेवटचं एकदा भेटावं, असं ती त्याला कळवते.

हॅलेना बर्ट्रामला दुसरा एक निरोप पाठवते, ज्यात

यात्रेदरम्यान हॅलेनाचा मृत्यू झाल्याची बातमी असते. असा निरोप पाठवला तर त्याच्या मनात त्या रात्री कसलाही संशय येणार नाही, अशी त्यांची योजना असते. बर्ट्रीम जेव्हा डायनाच्या खोलीत जातो तेव्हा त्याला त्याच्या स्वप्नातली परी तिथे त्याची वाट पहात बसलेली दिसते. पण खोलीत बसलेली स्त्री डायना नसून, हॅलेना आहे याची त्याला कल्पनाच नसते. अंधारात त्याला दोघींमधला फरक ओळखता न आल्यामुळे तो डायनाला लग्नाचं वचन देतो. तो तिला सांगतो की तो तिच्यावर कायम प्रेम करत राहील.

हॅलेनाही त्याच्याशी प्रेमाबद्दल बोलायला सुरुवात करते. त्याच्याशी लग्न करायची तिचीही इच्छा असून दुसऱ्याच दिवशी तो जात असल्याबद्दल दुःख

झाल्याचं ती त्याला सांगते. एकदा का तो फ्रान्सला गेला की त्याला तिचा नक्की विसर पडेल, अशी तिची खात्री असल्याचंही ती सांगते.

पण आपल्या प्रेमाला डायनानं पहिल्यांदाच प्रतिसाद दिल्याचं पाहून बर्ट्राम तिला वचन देतो की परत येऊन तो नक्की लग्नाकरता तिचा हात मागेल. हॅलेना वाट पहात असलेली संधी तिला इथेच सापडते. ती त्याला त्याची आठवण म्हणून अंगठी द्यायला सांगते. ती म्हणते की अंगठी परत घ्यायला तो नक्कीच तिच्याकडे पुन्हा येईल. मग कदाचित त्या दोघांना लग्न करता येईल.

बर्ट्रामला तिचा हा प्रस्ताव खूपच आवडतो. उत्साहाच्या भरात तो लगेचच हॅलेनाला आपली अंगठी काढून देतो. तो अजूनही तिला डायनाच

समजत असतो. हॅलेनाही त्याला आपली अंगठी देते. तिथल्या अंधारात बर्ट्रामला काही ती ओळखता येत नाही. सकाळ व्हायच्या आत हॅलेना बर्ट्रामला परत पाठवून देते. मग डायनाला आणि तिच्या आईला सोबत घेऊन ती स्वत: पॅरिसला जाते. तिथे गेल्यावर तिला कळतं की फ्रान्सचा राजा तिच्या सासूबाईंना भेटायला रूसिलॉनला गेला आहे. हे कळल्यावर राजाच्या पाठोपाठ, हॅलेना आपल्या मैत्रिणींसोबत रूसिलॉनला जायला निघते.

तिकडे राजा रूसिलॉनला पोचतोही. तिथे बर्ट्रामच्या आईशी तो मृत हॅलेनाबद्दल अतिशय प्रेमानं कळवळून बोलत असतो. जिनं त्याला बरं केलं होतं आणि मूर्ख बर्ट्रामनं तिला नाकारलं होतं तिच्याबद्दल तो जिव्हाळा दाखवत असतो. लाफेऊ

तर अश्रूच ढाळायला लागतो. राजाशी भेट घडवून देण्यासाठी त्यानं त्या गोड मुलीला मदत केलेली असते.

पण तितक्यात बर्ट्रामि त्या खोलीत येतो. त्याच्या बोटात हॅलेनाची अंगठी असल्याचं राजा ताबडतोब ओळखतो. ती पाहून त्याच्या मनात शंका येते. फ्रान्स सोडताना बर्ट्रामनं ती काढून ठेवल्याचं त्याला आठवतं. त्याला संशय येतो की नंतर कधीतरी हॅलेनाला भेटून त्यानं तिची हत्या तर केली नसेल ना! आणि तिच्याकडून अंगठी काढून तर घेतली नसेल ना!

पाठोपाठ डायना आणि तिची आई पण खोलीत येऊन धडकतात. बर्ट्रामचं लग्न डायनाशी करून देण्यात यावं म्हणून त्या राजाला आग्रह करायला

लागतात. फ्लोरेन्समध्ये असताना त्यानं याच मुलीला लग्नाचं वचन दिलेलं असतं. आदल्या रात्री इटलीतल्या शहरात बर्ट्रामनं तिला दिलेली अंगठी डायना पुढे होऊन दाखवते. ते पाहून राजा आपल्याला जबरदस्त शिक्षा करेल की काय, असं वाटून बर्ट्राम घाबरतो. भीतीमुळे तो डायनाचं म्हणणं मान्यच करायला तयार होत नाही. पण राजा आता चांगलाच संतापलेला असतो. तो या दोघांना अटक करण्याची आपल्या रक्षकांना आज्ञा देतो. खरा प्रकार काय आहे त्याचा तपास लागेपर्यंत बर्ट्राम आणि डायनाला तुरुंगात डांबून ठेवायचा तो आदेश देतो.

त्याच क्षणी हॅलेना खोलीत पाऊल टाकते. तिथे असलेल्या सगळ्या लोकांसमोर जाऊन ती उभी राहते. ती जिवंत असल्याचं पाहून बर्ट्रामची आई, राजा आणि लाफेऊला प्रचंड आनंद होतो. मग अंगठ्यांची अदलाबदल कशी झाली, त्याची कहाणी ती त्यांना सांगते. शिवाय फ्लोरेन्समध्ये त्यांच्यात जे काही घडलं, तेही सांगते. मग ती बर्ट्रामकडे वळते. ती त्याला त्याचं पत्र दाखवते. त्यात असं लिहिलेलं असतं की, 'तिनं जर त्याच्या बोटातून अंगठी काढून दाखवली, तरच ती त्याला स्वतःचा नवरा म्हणू शकेल.'

हॅलेनाला आपल्याबद्दल किती प्रेम वाटतंय हे पाहून बर्ट्रामि थक्कच होतो. तो तिला म्हणतो की, आदल्या रात्री जिच्याशी त्याचं बोलणं झालं होतं, ती

डायना नसून हॅलेनाच होती, हे तिनं सिद्ध करून दाखवावं. त्याला ते पटलं, तर तो जगात कुणीही केलं नसेल इतकं प्रेम आयुष्यभर तिच्यावर करत

राहील. त्यावर डायना आणि तिची आई ताबडतोब पुढे होऊन हॅलेनाचं म्हणणं खरं असल्याची खात्री पटवतात. हा सगळा बेत त्या तिघींनी कसा आखला होता त्याबद्दलही त्या बर्ट्रामला सांगतात.

डायनानं केलेली मदत पाहून राजा खूपच आनंदित होतो. मग तिच्यासाठीही एक सरदार पती पाहून देण्याचं तो तिला वचन देतो. आता बर्ट्रामही हॅलेनाच्या प्रेमात पडतो. आपलं उरलेलं आयुष्य एकमेकांच्या सोबतीनं घालवण्यासाठी ते तयार होतात.

अखेर राजा म्हणतो,

'शेवट गोड, तर सगळंच गोड!'

◆

हॅम्लेट, प्रिन्स ऑफ डेन्मार्क

विल्यम शेक्सपिअर

अनुवाद

मंजूषा आमडेकर

मेहता पब्लिशिंग हाऊस

Please contact us at **Mehta Publishing House,** 1941, Madiwale Colony, Sadashiv Peth, Pune 411030.
✆ +91 020-24476924 / 24460313
Email : production@mehtapublishinghouse.com
sales@mehtapublishinghouse.com
Website : www.mehtapublishinghouse.com
** या पुस्तकातील लेखकाची मते, घटना, वर्णने ही त्या लेखकाची असून त्याच्याशी प्रकाशक सहमत असतीलच असे नाही.*

HAMLET, PRINCE OF DENMARK by WILLIAM SHAKESPEARE

Translated into Marathi Language by Manjusha Amdekar

हॅम्लेट, प्रिन्स ऑफ डेन्मार्क / कुमारसाहित्य

अनुवाद : मंजूषा आमडेकर
१९, रेश्मा रेसिडेन्सी, लोकमान्य कॉलनी, पुणे ४११०३८.

मराठी अनुवादाचे व प्रकाशनाचे हक्क मेहता पब्लिशिंग हाऊस, पुणे.

प्रकाशक : सुनील अनिल मेहता, मेहता पब्लिशिंग हाऊस,
१९४१, सदाशिव पेठ, माडीवाले कॉलनी, पुणे – ४११०३०.

मुद्रक : स्पेक्ट्रम ऑफसेट, डी-२/४, सत्यम इस्टेट,
सीडीएसएसच्या मागे, एरंडवणे, पुणे - ४११००४.

मुखपृष्ठ व
आतील चित्रे : देविदास पेशवे

प्रथमावृत्ती : ऑक्टोबर, २०१८

संचाची किंमत : ₹ १५००

P Book ISBN 9789353170950

E Book ISBN 9789353170967

E Books available on : play.google.com/store/books
www.amazon.in/b?node=15513892031

हॅम्लेट

हा डेन्मार्कचा राजकुमार आहे. नुकत्याच वारलेल्या राजा हॅम्लेट आणि राणी गर्ट्रूडचा हा मुलगा आहे.

•••

ऑफिलिया

ही पलोनियसची मुलगी आहे. पलोनियस हा क्लॉडियसचा विश्वासू मुख्य सल्लागार आहे. हिच्यावर हॅम्लेटचं प्रेम असतं.

क्लॉडियस

हा डेन्मार्कचा नवा राजा. वारलेल्या राजा हॅम्लेटचा हा भाऊ आहे. राणी गर्ट्रूडचा हा दुसरा नवरा आहे. आणि हॅम्लेटचा काका आहे.

•••

लायर्टिस

हा पलोनियसचा मुलगा आहे आणि ऑफिलियाचा भाऊ आहे.

हॅम्लेट, प्रिन्स ऑफ डेन्मार्क

हॅम्लेट हा डेन्मार्कचा राजकुमार होता. त्याला जेव्हा ती भयंकर बातमी कळली, तेव्हा तो विटेनबर्गमध्ये शिकत होता. त्याला त्याचे वडील, राजा हॅम्लेट, वारल्याचं समजलं. आपले वडील या जगात राहिले नाहीत, हे सत्य पचवायचा तो प्रयत्न करतच होता; तितक्यात त्याला आणखी एक धक्कादायक बातमी कळली. राजाचा धाकटा भाऊ क्लॉडियसशी त्याच्या आईनं दुसरं लग्न केलेलं होतं. क्लॉडियस हा हॅम्लेटचा काका होता. त्यामुळे

राज्याचा वारस होण्याच्या भाग्यालाही हॅम्लेट पारखा झाला. खरं तर, त्याच्या वडिलांच्या नंतर राजमुकुट त्याच्याच डोक्यावर चढवला जायला हवा होता. तो त्याचाच हक्क होता.

हॅम्लेट घरी जायची तयारी करत होता. पण इकडे डेन्मार्कच्या राजवाड्यात मात्र भलतंच काहीतरी घडत होतं. इथले रक्षक तक्रार करत होते की त्यांना रात्री एक विचित्र आकृती दिसते. ही आकृती त्याच्या वारलेल्या राजासारखीच दिसायची. त्यामुळे ती विचित्र आकृती म्हणजे, त्या मृत राजाचं भूतच असणार, अशी त्यांची खात्री होती. हा भूत दिसण्याचा प्रकार वारंवार घडायला लागल्यामुळे अखेरीस त्या रक्षकांनी होरेशिओला जाऊन सांगायचं ठरवलं. होरेशिओ हा हॅम्लेटचा खास मित्र आणि सल्लागारही होता.

पण होरेशिओचा काही रक्षकांच्या सांगण्यावर विश्वास बसला नाही. तो म्हणाला की भुतंबितं काही खरी नसतात. त्यामुळे हा सगळा त्यांच्या मनाचा खेळ असला पाहिजे. तरीपण, रक्षक फारच आग्रह करायला लागले म्हणून त्यानं एके दिवशी रात्री स्वत: जाऊन पहायचं ठरवलं. आणि काय नवल! त्याला धक्काच बसला. कारण त्यालाही राजाचं भूत दिसलं.

होरेशिओचा स्वतःच्या डोळ्यांवर विश्वासच बसेना. त्यानं त्या भुताशी बोलायचा प्रयत्नही करून पाहिला. पण ते भूत काहीतरी सांगायला सुरुवात करणार इतक्यात पहाऱ्याची पाळी बदलल्याची घोषणा झाली. आणि मग ते भूत नाहीसं झालं. आता मात्र होरेशिओचा भुतं असतात, यावर विश्वास बसलेला होता. मग तो रक्षकांकडे वळला आणि म्हणाला, 'हे भूत हॅम्लेटशी नक्की बोलेल!'

हॅम्लेट डेन्मार्कला परत आला. राजवाड्यात पोचल्यावर आपल्या आईनं पुन्हा लग्न करण्याची इतकी घाई केल्याचं पाहून त्याला धक्काच बसला. त्याला तो क्लॉडियस तर मुळीच आवडला नाही. आपल्या वडिलांना नैसर्गिक मृत्यू आला नसावा, ही शंका त्याचं मन सतत कुरतडत राहिली. त्यांची हत्या

झाली असावी, असं त्याला सारखं वाटत राहिलं. तो आपल्या विचारांमध्ये खोल बुडून गेला होता. तितक्यात होरेशिओ तिथे आला. त्याच्या सोबत ते रक्षकही होते. त्यांनी हॅम्लेटला त्या विचित्र आकृतीबद्दल सर्व काही सांगितलं. ते ऐकून हॅम्लेट

म्हणाला की, रक्षकांच्या सोबत रात्री तो स्वत: तिथे हजर राहील. भूत येईपर्यंत वाट पहात राहील.

दरम्यान, पलोनियसचा, म्हणजे, राजाच्या मुख्य

सल्लागाराचा मुलगा लायर्टिस हा फ्रान्स सोडण्याच्या तयारीत होता. त्याची बहीण ऑफिलिया ही हॅम्लेटच्या प्रेमात पडलेली होती. आणि हॅम्लेटचंही तिच्यावर प्रेम होतं. पण तिचा भाऊ आणि वडील तिला सतत सांगत होते की हॅम्लेटच्या बोलण्यावर विश्वास ठेवू नकोस. पण ती मात्र त्यांच्या सांगण्याकडे मुळीच लक्ष देत नव्हती, कारण मनाच्या तळाशी तिची पक्की खात्री होती की तो तिच्यावर वेड्यासारखं प्रेम करतो.

त्या रात्री हॅम्लेट होरेशिओ आणि रक्षकांसोबत गढीच्या बुरुजावर गेला. तिथेच नेहमी ते भूत येत होतं. रात्रीच्या थंडगार हवेत ते सगळे बोलत उभे

होते. तितक्यात हॅम्लेटला आपल्या बाबांचं भूत दिसलं. त्यानं त्या भुताशी बोलण्याचा प्रयत्न केला. मग त्या भुतानं त्याला खूण करून आपल्या पाठोपाठ यायला सांगितलं. मग सर्वांपासून काही अंतरावर गेल्यानंतर ते भूत म्हणालं, 'होय, मी तुझ्या बाबांचा आत्मा आहे. मी अजूनही पृथ्वीवरच भटकतो आहे. कारण माझा खून झाला आहे.'

ते ऐकून हॅम्लेटला धक्काच बसला. तो त्या भुताला सगळी हकीकत सांगायचा आग्रह करू लागला. त्यावर ते भूत पुढे बोलायला लागलं, 'बेटा, मी बागेत गाढ झोपी गेलो असताना एक विषारी साप मला चावला आणि मला मृत्यू आला, असं सांगितलं जात आहे; पण तुझ्या या बाबांना जो साप चावला होता, त्यानं आता स्वतःच्या डोक्यावर राजमुकुट चढवलेला आहे.' मग त्या भुतानं सगळी हकीकत सविस्तर सांगितली. ते बागेत झोपलेले असताना त्यांच्या भावानं, म्हणजे क्लॉडियसनं त्यांच्या कानात हेबोना नावाच्या विषारी वनस्पतीचा रस कसा ओतला, आणि मग त्यांना कसा ताबडतोब मृत्यू आला, याची सगळी कहाणी त्या भुतानं त्याला सांगितली.

त्या भुताची हकिगत ऐकेपर्यंत सकाळ झाली.

तिथं जमलेल्या सर्वांनी या सगळ्या प्रकाराबाबत अवाक्षरही न उच्चारण्याची शपथ घेतली. आता आपणच पुढे होऊन काहीतरी करण्याची वेळ आली आहे, असं हॅम्लेटनं मनाशी ठरवून टाकलं.

नंतर काही दिवसांतच हॅम्लेटनं ऑफिलियाशी विचित्रपणे वागायला सुरुवात केली. आपल्याला कशाचा तरी त्रास होतोय आणि त्यामुळे आपलं डोकं गरगरतंय, असं त्यानं नाटक सुरु केलं. त्याच्या त्या चमत्कारिक वागण्याबद्दल ऑफिलियानं तिच्या बाबांना जाऊन सांगितलं. मग काय, लवकरच ही गोष्ट राजा आणि राणीपर्यंत जाऊन पोचली.

मग राजकुमाराच्या डोक्यावर खरंच परिणाम झालाय का, हे शोधून काढण्यासाठी पलोनियसनं एक बेत आखला. दुसऱ्या दिवशी हॅम्लेट आणि ऑफिलिया यांच्या भेटीवेळी पलोनियससोबत राजा क्लॉडियसनं स्वत: पडद्यामागे लपून बसायचं ठरवलं. आणि दोघांचं बोलणं चोरून ऐकायचं ठरवलं. हॅम्लेटचं काय म्हणणं आहे हे त्याला जाणून घ्यायची इच्छा होती. जेणेकरून त्याच्या मानसिक समस्येची या दोघांना नेमकी कल्पना आली असती.

दुसऱ्या दिवशी ठरलेल्या बेताप्रमाणे हॅम्लेट ऑफिलियाला भेटायला गेल्यावर क्लॉडियस आणि

पलोनियस पडद्यामागे लपून बसले. हॅम्लेट म्हणाला, 'जगावं, की मरावं, हाच खरा प्रश्न आहे : दुःखाचं लोढणं आणि नशीबाचे संतापजनक टोकेरी बाण सोसावेत, की, संकटांच्या सागराशी दोन हात करावेत आणि विरोध करून त्यांना संपवावं; यातलं काय जास्त शोभून दिसेल? पण खरं तर, जगावं, की मरावं, हाच खरा प्रश्न आहे!' हॅम्लेट आत्महत्येविषयी बोलतोय असाच त्याच्या बोलण्याचा अर्थ होत होता. इतका पुरावा राजाच्या दृष्टीनं पुरेसा होता. त्यामुळे क्लॉडियसनं हॅम्लेटला ताबडतोब इंग्लंडला पाठवून द्यायचं ठरवलं. तिकडच्या हवापालटामुळे हॅम्लेटचं मन जरा शांत होईल, असं त्याला खात्रीनं वाटत होतं.

पण दुसऱ्याच दिवशी कलाकारांचं एक पथक हॅम्लेटला भेटायला आलं. त्या संध्याकाळी हॅम्लेटकरिता एक कार्यक्रम सादर करण्याची परवानगी मिळावी अशी त्या कलाकारांनी विनंती केली. हॅम्लेटला ही जणू सुवर्णसंधीच वाटली. आपल्या वडिलांचा घातपात केल्याचं बिंग फोडण्यासाठी आणि आपल्या आई आणि काकाचं पितळ उघडं पाडण्यासाठी त्याला ही संधी उत्तम आहे असं वाटलं. त्यानं त्या पथकाला विचारलं की, त्याच्या इच्छेखातर ते लोक 'गोन्झॅगोची हत्या' हे नाटक सादर करू शकतील का? शिवाय मूळच्या नाटकात त्याला काही बदलही करायची इच्छा होती. त्याच्या इच्छा पूर्ण करण्यात आपल्याला काहीच

अडचण नाही, असं त्या पथकानं हॅम्लेटला सांगितलं.

त्या रात्री हॅम्लेटनं आपल्या काकांवर अगदी बारीक लक्ष ठेवलं. थोड्याच वेळात नाटक सुरु झालं. नाटकाच्या सुरुवातीच्याच दृश्यात एक माणूस

झोपलेला होता. दुसरा एक माणूस त्याच्याजवळ गेला आणि त्यानं पहिल्या माणसाच्या कानात कपातून काहीतरी ओतलं. ज्याच्या हातात कप होता तो त्या झोपलेल्या माणसाचा भाऊ होता. त्यानं कपातल्या विषानं आपल्या भावाचा खून केलेला होता. नाटकाचा शेवट जवळच आलेला असतानाच

राजा क्लॉडियस ताडकन उठला आणि जोरात ओरडला, 'बस्स! पुरे झालं नाटक!'

नंतर हॅम्लेट आणि होरेशिओनं या सगळ्या प्रकारावर चर्चा केली. तेवढ्यात एक नोकर आला आणि त्यानं हॅम्लेटला त्याच्या आईनं बोलावलं असल्याचं सांगितलं. पण हॅम्लेटच्या मानसिक अवस्थेबाबत पलोनियसच्या मनात शंका होती. त्यामुळे त्यानं पडद्याच्या मागे लपून रहायचं ठरवलं. हॅम्लेटनं आईवर हल्ला करायचा प्रयत्न केलाच, तर तिच्या रक्षणासाठी धावून जाता यावं असा त्याचा हेतू होता.

हॅम्लेट भेटताच त्याची आई त्याला रागवायला लागली. त्या विशिष्ट नाटकाचं कथानक समोर ठेवून राजाला विनाकारण मनस्ताप दिल्याबद्दल ती त्याला

ओरडली. हॅम्लेटनंही त्याच्या वडिलांच्या मृत्यूबाबत तिला ओझरत्या शब्दात दोष दिला. पण आपल्याला जणू काही त्याचं म्हणणं कळलंच नसल्याचा तिनं आव आणला. पण तरीही हॅम्लेट आपलं म्हणणं पुढे दामटतच होता. पण ती आपल्या प्रश्नांना उत्तर द्यायचं टाळते आहे असं पाहिल्यावर मात्र हॅम्लेटचा स्वत:वरचा ताबा सुटला. त्याचा चढलेला आवाज पाहून पलोनियसला राणीची काळजी वाटायला लागली आणि तो पडद्यामागूनच ओरडला, 'राणीसाहेबांना वाचवा!'

हॅम्लेटला वाटलं की पडद्याच्या मागे क्लॉडियसच लपलाय. त्यामुळे त्यानं ताबडतोब आपली तलवार

उपसली आणि पडद्यामधून ती आत घुसवली. त्याबरोबर पलोनियस तिथल्या तिथेच गतप्राण झाला. आपल्या हातून क्लॉडियसच्या ऐवजी पलोनियस मारला गेला असल्याचं पाहून हॅम्लेट आणखीनच संतापला. आपल्या वडिलांच्या मृत्यूबाबत विचारलेल्या प्रश्नांना राणी टाळतच राहतेय हे पाहून हॅम्लेट तिलाही मारून टाकायला पुढे सरसावला. पण तेवढ्यात त्याच्या वडिलांचा आत्मा पुन्हा त्याच्या समोर अवतरला. त्यानं त्याला सांगितलं की आईला सोडून दे आणि जो माणूस खरा मारेकरी आहे, त्याच्या मागे जा.

दरम्यान क्लॉडियसनं असा विचार केला की, हॅम्लेटला इंग्लंडला पाठवून देण्यासाठी उगाचच

कशाला उशीर करायचा? त्यापेक्षा त्याला जहाजात बसवावं आणि पाठवून द्यावं.

तिकडे फ्रान्समध्ये असलेल्या लायर्टिसला आपल्या वडिलांच्या बाबतीत काय घडलं ते कळलं. त्यामुळे त्यांच्या खुनाचा बदला घेण्यासाठी तो ताबडतोब डेन्मार्कला परत आला. त्याला राजा आणि राणीचा भयंकर राग आला होता. कारण त्यांनी या खुनाच्या आरोपाखाली कुणालाही अटक केली नव्हती. तो काही बंडखोर लोकांना आपल्यासोबत घेऊन आला. त्याचं म्हणणं होतं की क्लॉडियस काही राज्य करण्यास योग्य नाहीये. त्यामुळे इथून पुढे राजमुकुट लायर्टिसच्याच डोक्यावर असायला हवा. तो राजाशी वाद घालत होता, तितक्यात

ऑफिलिया आत आली. वडील गेल्याचं दुःख तिला पचवताच येत नव्हतं. त्या धक्क्यामुळे तिचं डोकं अगदीच कामातून गेलेलं होतं. आपल्या बहिणीची केविलवाणी अवस्था पाहून लायर्टिस कळवळला. आणि मग आपल्या वडिलांच्या खुनाचा आणि बहिणीला दुःखाच्या सागरात ढकलणाऱ्याचा सूड घ्यायचाच, असा त्यानं पक्का निश्चय केला.

तिकडे जहाजात बसून इंग्लंडला निघालेल्या हॅम्लेटच्या जहाजावर समुद्री चाच्यांनी हल्ला केला. त्यांच्याशी दोन हात करण्याच्या भरात हॅम्लेट त्या चोरांच्या जहाजावर चढला. त्याचं स्वतःचं जहाज मात्र कसबसं निसटून लांब निघून गेलं. त्यामुळं हॅम्लेट त्या चोरांचा कैदी होऊन बसला. पण आपण कोण आहोत हे जेव्हा त्यानं चोरांना सांगितलं तेव्हा

त्यांनी त्याला जवळच्याच बंदरावर उतरवलं. मग तिथून तो आपल्या घरी परत आला.

हॅम्लेटला परत आलेलं पाहून क्लॉडियस त्याला ठार करण्यासाठी कट रचायला लागला. तो लायर्टिसकडे गेला आणि हॅम्लेटनं त्याच्या बाबांना, म्हणजे पलोनियसला कसं ठार केलं, त्याची हकीकत सांगितली. ते ऐकून लायर्टिस भडकला आणि हॅम्लेटला ताबडतोब ठार करायला निघाला. पण क्लॉडियसनं त्याला जरा धीरानं घ्यायला सांगितलं. क्लॉडियसनं त्याला सांगितलं की तो, लायर्टिस आणि हॅम्लेटमध्ये एक तलवारबाजीचं द्वंद्वयुद्ध ठेवेल. त्याचा बेत होता की हॅम्लेटची तलवार बोथट असेल, त्यामुळे लायर्टिसला इजा होणार नाही; मात्र

लायर्टिसची तलवार धारदार असेल. हॅम्लेटच्या अंगात ती खुपसून लायर्टिस हॅम्लेटला ठार करू शकेल.

पण इतका दुष्टपणा करून क्लॉडियस थांबला नाही. त्यानं असंही सांगितलं की लायर्टिसकडच्या तलवारीला एक जालीम विष लावण्यात येईल. ते विष असं असेल की त्यावरचा उताराच नसेल. त्यामुळे हॅम्लेटच्या वाचण्याची शक्यताच उरणार नाही. अखेरीस क्लॉडियसनं असंही ठरवून टाकलं की हॅम्लेटबाबतचे त्याचे सगळेच बेत अपयशी ठरले तर तो त्याला सरबतातून विष देईल. त्या विषारी सरबताचा एक घोट पिताच हॅम्लेटच्या अंगातलं त्राण निघून जायला लागलं असतं आणि मग थोड्याच वेळात तो मरून गेला असता.

हे दोन्ही पुरुष हॅम्लेटला कशा प्रकारे ठार करायचं, याबाबतचे बेत आखत बसलेले होते. तितक्यात तिथं राणी धावत आली. तिनं सांगितलं की ऑफिलिया पाण्यात बुडून गेली आहे. ऑफिलिया अत्यंत वाईट मनःस्थितीतच नदीकाठी गेलेली होती. तिथं एका झाडाच्या फांदीवर चढून ती फुलं काढण्याचा प्रयत्न करत होती. ती फांदी तिच्या वजनानं तुटली आणि ती थेट नदीत पडली. पाण्यात

पडताच तिला चक्कर आली. आणि नाकातोंडात पाणी शिरून ती बुडाली. ही भयंकर बातमी ऐकताच लायर्टिसला प्रचंड धक्का बसला. आपली बहीण आता या जगात राहिली नाही, यावर त्याचा विश्वासच बसत नव्हता.

तिकडं हॅम्लेट आणि होरेशिओ राजवाड्याकडे चालत निघालेले होते. तितक्यात त्यांना एक खूप मोठी अंत्ययात्रा दिसली. ती अंत्ययात्रा एखाद्या राजघराण्यातल्या व्यक्तीची असावी असं वाटत होतं. त्यामुळे कोण बुवा गेलं असेल, असा विचार करत ते दोघे थबकले. काही मिनिटातच हॅम्लेटला कळालं की ती अंत्ययात्रा दुसऱ्या तिसऱ्या कुणाची नसून, ऑफिलियाची आहे. त्याला प्रचंड धक्का बसला. ती कशी काय मेली असावी, हेच त्याला कळालं नाही. हॅम्लेटला आपलं दुःख आवरून धरणं

अशक्य झालं. तो तिच्याकडे धावत सुटला. पण हॅम्लेटला येताना पाहून लायर्टिसच्या तळपायाची आग मस्तकाला गेली. कसलाही मागचा पुढचा विचार न करता तो त्याच्या अंगावर धावून गेला. त्यानं हॅम्लेटचा गळाच धरला. त्याबरोबर त्यांच्यात मारामारी सुरू झाली. पण आसपासच्या लोकांनी त्या दोघांना सोडवलं आणि बाजूला केलं.

त्यानंतर राजानं लवकरच आपला बेत अंमलात आणला. त्यानं हॅम्लेटला पटवून सांगितलं की लायर्टिसला 'फ्रान्सचा सर्वोत्तम तलवारबाज' म्हटलं जातं. त्यामुळे त्या दोघांमध्ये एक स्पर्धा ठेवण्यात आली होती. होरेशिओनं हॅम्लेटला त्यात पडू नकोस

असं सांगायचा प्रयत्न केला. कारण लायर्टिस खरोखरच उत्तम तलवारबाज होता. पण त्याच्या सांगण्याचा हॅम्लेटवर काहीही परिणाम झाला नाही. त्यानं लायर्टिसशी द्वंद्वयुद्ध खेळायचा निश्चय केला.

अखेरीस स्पर्धा सुरू झाली. ती पहायला राजा आणि राणीही तिथे हजर होते. इतर दरबारी लोकही होते. अगदी स्वत: होरेशिओही स्पर्धा पहायला आला होता. त्यांनी जेव्हा एकमेकांवर हल्ला चढवला तेव्हा हॅम्लेटनं लायर्टिसवर पहिले दोन वार केले. हॅम्लेट लायर्टिसपेक्षा सरस ठरतोय असं क्लॉडियसला दिसलं. लायर्टिसला हॅम्लेटच्या वारांपासून स्वत:चा बचाव करणंही जड जात होतं. त्यामुळं राजानं आपला दुसरा बेत तडीला न्यायचं ठरवलं. त्यानं हॅम्लेटला सांगितलं की एक विश्रांती घे, आणि थोडंसं सरबत पी. पण आपला विजय होतोय असं दिसत असल्यामुळे हॅम्लेटनं थांबायला नकार दिला. आता दोन्ही योद्धयांमध्ये जणू काही खरोखरीचं युद्ध पेटलेलं असावं की काय असं वाटत होतं. अचानक हॅम्लेटवर एक वार करण्यात लायर्टिसला यश आलं. तो वार बसताच हॅम्लेटच्या अंगातून रक्त वहायला लागलं. लायर्टिस बोथट तलवार वापरत नसून त्याच्या तलवारीला धार आहे,

हे हॅम्लेटच्या लक्षात आलं. आणि मग हॅम्लेट प्रचंड संतापला आणि लायर्टिसवर तुटून पडला. लवकरच त्याच्या लक्षात आलं की त्याला झालेल्या जखमेतून विषबाधा झालेली होती.

बऱ्याच वेळापासून ते युद्ध चालू असल्यामुळे राणीला थकवा आला होता. आपल्यासमोर एक सरबताचा कप आहे असं पाहून तिनं तो उचलला आणि एक घोट घेतला. काय घडतं आहे हे

क्लॉडियसच्या लक्षात येताच तो ओरडला, 'थांब, ते सरबत पिऊ नकोस!' तो कप त्यानं हॅम्लेटसाठी ठेवलेला होता. त्यातल्या सरबतात विष घातलेलं होतं. पण आता काहीच उपयोग नव्हता. फार उशीर झाला होता. घडायचं ते घडून गेलं होतं.

तिकडे युद्ध तर आता हातघाईवर येऊन ठेपलं होतं. स्पर्धेच्या मध्येच दोन्ही योद्ध्यांनी आपापल्या तलवारी खाली टाकल्या आणि मग नंतर चुकून त्यांनी एकमेकांच्या तलवारी उचलून घेतल्या. आता हॅम्लेट लायर्टिसच्या तलवारीनं लढायला लागला. त्याच्या हातातल्या तलवारीमुळे लायर्टिसला जखम झाली आणि रक्त वहायला लागलं. तो पुढचा वार करणारच होता, तितक्यात त्याला त्याच्या आईची

किंकाळी ऐकायला आली, 'बेटा, मला विषबाधा झालेली आहे!'

तिकडे लायर्टिसही खाली कोसळला. त्यानंच आणलेलं विष आता त्याच्या रक्तात भिनत चाललं होतं. होरेशिओ म्हणाला, 'अरे देवा, दोघांच्याही अंगातून रक्त वाहतंय. हे कसं काय घडलं?'

त्यावर लायर्टिस म्हणाला, 'हॅम्लेट, हे सगळं कारस्थान राजाचं आहे. त्यानंच सगळं काही ठरवलं होतं. त्यानंच तुझ्या आईला विष घातलं. त्यानं माझ्याही तलवारीच्या टोकाला विष लावलेलं होतं. आता आपल्याला कुणीही वाचवू शकत नाही.

आपण दोघेही मरणार आहोत.'

क्लॉडियसचा सगळा डाव हॅम्लेटच्या ताबडतोब लक्षात आला. त्यामुळे एकही क्षण वाया न घालवता त्यानं आपली तलवार झटक्यात राजाच्या अंगात घुसवली. राजा ताबडतोब मरून गेला.

मग होरेशिओच्या मांडीवर हॅम्लेट कोसळला. तो म्हणाला, 'मी आता मरतो आहे, होरेशिओ. पण तू जिवंत रहा आणि माझी खरी हकीकत सगळ्या जगाला सांग.' आणि मग त्यानंतर त्यानं शेवटचा श्वास घेतला.

द टू जंटलमेन ऑफ व्हेरोना

विल्यम शेक्सपिअर

अनुवाद

मंजूषा आमडेकर

मेहता पब्लिशिंग हाऊस

Please contact us at **Mehta Publishing House,** 1941, Madiwale Colony, Sadashiv Peth, Pune 411030.
✆ +91 020-24476924 / 24460313
Email : production@mehtapublishinghouse.com
sales@mehtapublishinghouse.com
Website : www.mehtapublishinghouse.com
** या पुस्तकातील लेखकाची मते, घटना, वर्णने ही त्या लेखकाची असून त्याच्याशी प्रकाशक सहमत असतीलच असे नाही.*

THE TWO GENTLEMEN OF VERONA

by WILLIAM SHAKESPEARE

Translated into Marathi Language by Manjusha Amdekar

द टू जंटलमेन ऑफ व्हेरोना / कुमारसाहित्य

अनुवाद : मंजूषा आमडेकर
१९, रेश्मा रेसिडेन्सी, लोकमान्य कॉलनी, पुणे ४११०३८.
मराठी अनुवादाचे व प्रकाशनाचे हक्क मेहता पब्लिशिंग हाऊस, पुणे.
प्रकाशक : सुनील अनिल मेहता, मेहता पब्लिशिंग हाऊस,
१९४१, सदाशिव पेठ, माडीवाले कॉलनी, पुणे – ४११०३०.
मुद्रक : स्पेक्ट्रम ऑफसेट, डी-२/४, सत्यम इस्टेट,
सीडीएसएसच्या मागे, एरंडवणे, पुणे - ४११००४.
मुखपृष्ठ व
आतील चित्रे : देविदास पेशवे
प्रथमावृत्ती : ऑक्टोबर, २०१८
संचाची किंमत : ₹ १५००
P Book ISBN 9789353170950
E Book ISBN 9789353170967
E Books available on : play.google.com/store/books
www.amazon.in/b?node=15513892031

प्रोटियस

हा व्हेरोनातला एक उमदा तरूण असतो. नाटकाच्या सुरुवातीला तो ज्युलियाच्या प्रेमात पडलेला असतो. पण नाटक जसजसं पुढे सरकत जातं, तसा तो सिल्व्हियाच्या प्रेमात पडतो आणि व्हॅलेंटाइन या त्याच्या जिवलग मित्राला मिलानमधून घालवून देतो.

•••

व्हॅलेंटाइन

हा प्रोटियसचा खास मित्र असतो. याचं सिल्व्हियावर प्रेम असतं. पण त्याला प्रोटियस दगा देतो. त्यामुळे ड्यूक त्याला मिलानमधून हद्दपार करतो. मग तो चोरांच्या टोळीचा म्होरक्या बनतो.

ज्युलिया

ही प्रोटियसची प्रेयसी असते. ती वेषांतर करून मिलानपर्यंत प्रोटियसला शोधत येते. ती सेबॅस्टिन नावाच्या तरुण मुलाचा वेष घेऊन त्याची नोकर बनते आणि त्याच्या आज्ञा पाळत राहते.

•••

सिल्व्हिया

ही मिलानच्या ड्यूकची मुलगी असते. ही व्हॅलेंटाइनची प्रेयसी असते. प्रोटियसचा प्रस्ताव ती धुडकावून लावते. तिच्या मते तो ज्युलियाला फसवत असतो. नंतर थुरियोशी लग्न करायचं टाळण्याकरता ती जंगलात पळून जाते.

द टू जंटलमेन ऑफ व्हेरोना

व्हॅलेंटाइन आणि प्रोटियस हे व्हेरोनात राहणारे दोन सरळमार्गी तरूण असतात. त्यांची एकमेकांशी जिगरी दोस्ती असते. इतकी की, ते सतत एकमेकांसोबतच असायचे. प्रोटियस हा तिथल्या सरदाराच्या ज्युलिया नावाच्या ऐटबाज तरुणीच्या प्रेमात पडलेला असतो. तो जेव्हा तिला भेटायला जायचा तेव्हा मात्र व्हॅलेंटाइन एकटा पडायचा. बऱ्याच बाबतीत दोघांची मतं अगदी मिळतीजुळती असायची. फक्त प्रेमाच्या बाबतीत नाही हं!

‘प्रेमापायी तू स्वत:ला इतकं कसं हरवून बसू शकतोस, तेच मला कळत नाही. जरा बघ तरी स्वत:कडे. बघावं तेव्हा तू काळजीत असतोस आणि घाबरून जगत असतोस!’ व्हॅलेंटाइन असं काहीतरी बोलून प्रोटियसची मस्करी करत असायचा. पण जरी त्यांचं या एका विषयावर पटत नसलं, तरी बाकी या दोघांना कुणीही एकमेकांपासून वेगळं करू शकत नसे.

एके दिवशी व्हॅलेंटाइन प्रोटियसकडे येतो आणि तो मिलानला जात असल्याचं सांगतो. प्रोटियसला अर्थातच त्याचा सहवास गमवायची इच्छा नसते. मग भले तो प्रश्न काही काळाचा का असेना. पण जाणं

रद्द करण्याकरता व्हॅलेंटाइनचं मन वळवणं प्रोटियसला शक्य होत नाही.

मित्र मिलानला निघून गेल्यावर प्रोटियस ज्युलियाला पत्र लिहायला लागतो. मग तो ते तिच्या ल्यूसेटा नावाच्या नोकराणीकडे देतो. आपल्या स्वप्नातल्या राजकुमारीला ते पत्र नेऊन द्यायला सांगतो.

ज्युलिया ही एक सरदारकन्या असते. तो तिच्यावर जितकं प्रेम करत असतो तितकंच तीही त्याच्यावर करत असते. पण आपल्यात आणि त्याच्यात फरक असल्याचं तिला दाखवत रहावं लागत असे. त्यामुळे ल्यूसेटा जेव्हा तिला ते पत्र नेऊन देते तेव्हा ती तिला रागावते. प्रोटियसकडून

कशाला पत्रं घेतलंस, असं तिच्यावर ओरडते. मग ती तिला तिथून निघून जायला सांगते. मनात मात्र आपल्या प्रियकरानं त्या पत्रात काय लिहिलं आहे, ते वाचून पहायची तिला प्रचंड उत्सुकता असते. त्यामुळे ती ल्यूसेटाला बोलावून किती वाजले आहेत असं विचारते.

ल्यूसेटाला हे चांगलंच माहीत असतं की आपल्या मालकिणीला किती वाजले आहेत त्याच्याशी काहीच देणंघेणं नाही. तिला खरं तर ते पत्र हवं आहे. त्यामुळे ती पुन्हा एकदा तिला ते पत्र देण्याचा प्रयत्न करते. पण ज्युलिया तिच्यावर प्रचंड चिडते. ल्यूसेटाला मात्र तिच्या मनात काय चाललं आहे, हे

ताबडतोब समजतं. मग ज्युलिया तिच्याकडून ते पत्र घेते आणि फाडून टाकते आणि ल्यूसेटाला पुन्हा तिथून निघून जायला सांगते.

ल्यूसेटा तिथून निघून गेल्यावर ज्युलिया लगेच त्या पत्राचे तुकडे जोडते आणि ते पत्र वाचते. पण तिला त्याचा जेमतेमच अर्थ लागतो. त्यामुळे ती फारच उदास होते. मग तिला अजिबात रहावत नाही. त्यामुळे ती प्रोटियसला कधी नव्हे इतकं प्रेमळ पत्र लिहिते.

तिकडे प्रोटियसचे बाबा त्यांच्या एका मित्राशी प्रोटियसबद्दल बोलत असतात. प्रोटियसच्या वयाचे तरूण कसे युद्ध लढत असतात, किंवा नवीन देश शोधत फिरत असतात किंवा मग परदेशी विद्यापीठात जाऊन शिक्षण घेत असतात, यावर त्यांची चर्चा

चालू असते. पण प्रोटियस मात्र काही न करता घरीच बसून असतो. त्याचे बाबा जेव्हा घरी परत येतात तेव्हा त्यांना त्यांचा मुलगा आनंदानं उड्या मारत एक पत्र वाचत असताना दिसतो. इतकं खुश व्हायला त्याला कुणाचं पत्र आलं आहे, असं ते त्याला विचारतात. आता ते पत्र ज्युलियाकडून आलेलं आहे, असं काही तो आपल्या बाबांना सांगू शकत नाही. त्याच्या तिच्यावरील प्रेमाला तिनं प्रतिसाद दिलेला आहे, हे सांगणं त्याला शक्य होत नाही.

त्याऐवजी तो त्यांना सांगतो की, 'काही नाही हो विशेष. हे पत्र व्हॅलेंटाइननं पाठवलंय मिलानहून.

मिलानच्या ड्यूककडून त्याचं कसं कौतुक झालं ते त्यानं यात लिहिलंय. त्याच्या जोडीला मीपण तिथे असायला हवा होतो असंही त्याला वाटतंय.'

ते ऐकून त्याचे बाबा लगेच त्याला सांगतात, 'खरं आहे, मलाही तसंच वाटतंय. इथे नुसतं बसून राहण्यापेक्षा तू तिकडे जाऊन त्याच्या कामात सहभागी व्हावंस असं माझंही मत आहे.'

प्रोटियसचे बाबा हटवादीपणानं अडूनच बसतात की त्यांच्या मुलानं लगेचच निघून मिलानला जावं आणि व्हॅलेंटाइनबरोबर काम करावं. आपण मारलेल्या थापांमधून आता कसा मार्ग काढावा तेच प्रोटियसला कळत नाही. त्यामुळे तो चुपचाप

प्रवासाची तयारी करायला लागतो.

आता प्रोटियस आपल्यापासून दूर जाणार या बातमीनं ज्युलियाला फारच धक्का बसतो. मग हे दोन्ही प्रेमी एकमेकांचा निरोप घेतात. प्रेमाच्या शपथा घेतात. एकमेकांना अंगठ्या देतात. प्रोटियस मिलानहून व्हेरोनाला परत येईपर्यंत ते आपल्या बोटातली अंगठी जपून ठेवणार असतात.

पण तिकडे मिलानमध्ये मात्र नवीनच काहीतरी घडत असतं. खरं तर, व्हॅलेंटाइननं आपल्याला पत्र लिहिलेलं आहे, अशी प्रोटियसनं आपल्या बाबांना थाप मारलेली असते; पण तिकडे तसं खरोखरच घडलेलं असतं. मिलानच्या ड्यूकला व्हॅलेंटाइन आवडायला लागलेला असतो. त्यामुळे व्हॅलेंटाइन ड्यूकच्या दरबारात नेहमीच जायला लागलेला असतो. पण व्हॅलेंटाइन प्रेमात पडल्याचं मात्र कुणाच्याच लक्षात आलेलं नसतं! एरवी खरं तर, तो आपल्या मित्राची, त्याच्या प्रेमाबिमाची नेहमी चेष्टा करत असायचा. पण आता तो स्वतःच प्रेमात पडलेला असतो. अन तेही, प्रत्यक्ष ड्यूकच्या मुलीच्या, सिल्व्हियाच्या! तीही त्याच्यावर वेड्यासारखं प्रेम करत असते. फक्त एकच अडचण असते. ड्यूकची इच्छा असते की तिनं त्याच्या

दरबारातल्या एका तरुणाशी लग्न करावं. त्याचं नाव थुरियो असतं. त्यामुळे हे दोन्ही प्रेमी आपल्या भावना सध्या तरी ड्यूकपासून लपवूनच ठेवायचं ठरवतात.

एके दिवशी थुरियो आणि व्हॅलेंटाइन सिल्व्हियाशी गप्पा मारत असतात. तेवढ्यात ड्यूक तिथं येतो. तो व्हॅलेंटाइनला सांगतो की त्याचा प्रोटियस नावाचा मित्र आलेला आहे. ते ऐकून व्हॅलेंटाइनला अतिशय आनंद होतो. तो त्याची खूप स्तुती करतो. ते ऐकून ड्यूक आपुलकीनं प्रोटियसचं स्वागत करतो. दोन मित्र अनेक दिवसांनी पुन्हा एकत्र येतात.

नंतर ते दोघेच असे एकांतात भेटतात. व्हॅलेंटाइन लगेचच त्याला आपली मिलानमधली कहाणी सांगायला लागतो. जास्त करून तो सिल्व्हियाबद्दल भरभरून सांगतो. मीही आता प्रेमात पागल झालो आहे, असं तो त्याला सांगतो. आपल्या मित्रात झालेला हा बदल पाहून प्रोटियसलाही खूप आनंद होतो. पण नंतर जेव्हा तो अतिशय देखण्या अशा सिल्व्हियाला पाहतो तेव्हा मात्र तो स्वत:ही तिच्या प्रेमात पडतो. तो इतका भारावून जातो की त्याच्या आणि ज्युलियाच्या प्रेमाचा त्याला चक्क विसरच पडतो. इतकंच नाही, तर त्याला व्हॅलेंटाइनशी

असलेल्या त्याच्या जानी दोस्तीचाही विसर पडतो.

व्हॅलेंटाइन प्रोटियसला सांगतो की तो आणि सिल्व्हिया एकमेकांवर वेड्यासारखं प्रेम करायला लागले आहेत. पण ड्यूकची मात्र तिचं लग्न थुरियोशी करून द्यायची इच्छा आहे. प्रोटियसला विश्वासात घेऊन व्हॅलेंटाइन त्याला आपला गुप्त बेत सांगतो. त्याच रात्री तो आणि सिल्व्हिया मिलानमधून पळून मान्तुआला जाणार असतात. फार काय, व्हॅलेंटाइननं सिल्व्हियाकरता एक दोरीची शिडीही तयार केलेली असते. त्याला धरूनच ती रात्री आपल्या खोलीच्या खिडकीतून खाली उतरणार असते. तो दोरही व्हॅलेंटाइन त्याला दाखवतो. पण आपल्या मित्राच्या मनात सैतानी विचार घोळतायत, हे बिचाऱ्या व्हॅलेंटाइनला अजिबात माहीत नसतं.

नंतर प्रोटियस ताबडतोब ड्यूककडे जातो. तो त्याला व्हॅलेंटाइनचे सगळे बेत सांगतो. तो कसा ड्यूकच्या मुलीला घेऊन पळून जाणार आहे तेही सांगतो. पण हे सगळं सांगताना तो न विसरता त्याला सांगतो की, ड्यूकनं त्याचं खूपच छान स्वागत केलेलं असतं; त्यामुळे ड्यूकच्या बाबतीत त्याचं काहीतरी कर्तव्य आहे, असं त्याला वाटत असतं. म्हणूनच केवळ तो आपल्या मित्राचा विश्वासघात करण्याचं धाडस करून ड्यूकला हे सगळं सांगायला आलेला असतो. तो त्याला दोरीच्या शिडीबद्दलही

सांगतो. ती शिडी व्हॅलेंटाइन आपल्या अंगरख्यामध्ये लपवून नेणार असल्याचंही सांगतो.

प्रोटियसचा प्रामाणिकपणा पाहून ड्यूक खुश होतो. तो त्याला सांगतो की तो खबऱ्याचं नाव गुप्तच ठेवेल. व्हॅलेंटाइनला कळू देणार नाही. उलट तो व्हॅलेंटाइनला स्वतःच्या काळ्या कारस्थानाची कबुली स्वतःच्याच तोंडून द्यायला भाग पाडेल.

मग त्या संध्याकाळी ड्यूक व्हॅलेंटाइनला आपल्या दरबारात बोलावतो. ड्यूक त्याला सांगतो की तो दुसऱ्या एका स्त्रीच्या प्रेमात पडला आहे. तिचं मन जिंकून घेण्यासाठी काय करावं, याबाबत ड्यूक व्हॅलेंटाइनचा सल्ला विचारतो. व्हॅलेंटाइनच्या मनात वेडंवाकडं काहीच येत नाही. तो सरळ मनानं त्याला सांगतो की त्यानं त्या स्त्रीला चांगल्या चांगल्या भेटवस्तू पाठवून द्यायला हव्यात. त्यानं तिला वरचेवर भेटत रहायला हवं.

मग तो ड्यूकला असंही सांगतो की जर का त्या स्त्रीचे वडील विरोध करत असतील, तर त्यानं तिच्यासोबत पळून जायला हवं. याच्या पुढे जाऊन तो ड्यूकला असंही सांगतो की त्यानं स्वतः एक दोरीची शिडी तयार केली आहे. मग ड्यूक त्याला विचारतो की, पण ती दोरीची शिडी लपवायची

कशी? त्यावर व्हॅलेंटाइन म्हणतो की, 'त्यात काय महाराज, तुम्ही ती तुमच्या अंगरख्यातही लपवून ठेवू शकता!' हे ऐकताच ड्यूक व्हॅलेंटाइनचा अंगरखा ओढतो. त्यामुळे त्याची शिडी सर्वांना दिसते.

व्हॅलेंटाइनला ड्यूक अशा प्रकारे रंगे हाथ पकडतो. मग तो त्याला ताबडतोब मिलानमधून हाकलून देतो.

तिकडे व्हेरोनामध्ये ज्युलियाचं मनच लागत नसतं. तिच्या लाडक्या प्रोटियसचा विरह तिला सहन होईनासा होतो. मग ती आपल्या ल्यूसेटा नावाच्या नोकराणीला सोबत घेते आणि मिलानला जायला निघते. पण प्रवासात आपल्याला कुणी त्रास देऊ नये म्हणून त्या दोघी मुलांचे कपडे घालून जातात.

मिलानला पोचल्यावर त्या एका खाणावळीत जातात. तिथे त्या आपलं सामान ठेवतात. आपल्या घराण्याची सगळी प्रतिष्ठा ज्युलियानं बाजूला ठेवलेली असते. आपल्या प्रेमीच्या मागोमाग ती मिलानला आलेली असते. पण या सगळ्याकडे

प्रोटियस कसं पाहील, त्याला हे आवडेल की नाही, याबाबत तिला मनातून काळजी वाटत असते. तिला असं उदासपणे बसलेलं पाहून तिथल्या खाणावळीचा मालक तिला त्याच्यासोबत येऊन संगीत ऐकायला सांगतो. त्यामुळे तिला जरा उत्साह वाटेल, असं त्याला वाटत असतं. तो तिला सांगतो की एक तरूण माणूस त्याच्या प्रेमिकेकरता काहीतरी वाजवणार आहे. ज्युलिया लगेच ते मान्य करते.

मग संध्याकाळी मुलाच्याच वेषात ज्युलिया खाणावळीच्या मालकासोबत प्रेमगीतं ऐकायला म्हणून जाते. पण ती गाणी स्वत: प्रोटियस गात असतो आणि तेही सिल्व्हियासाठी. तो तिच्या प्रेमात पडला आहे हे पाहून ज्युलियाला फारच वाईट

वाटतं. तिचा धीरच खचतो. पण जेव्हा सिल्व्हिया त्याचं प्रेम नाकारते तेव्हा काही वेळ तिथे शांतता पसरते. कारण ती त्याला सांगते की तो ज्या मुलीला व्हेरोनामध्ये सोडून आला आहे तिची तो फसवणूक करतो आहे. शिवाय त्यानं त्याच्या जिवलग मित्राची, व्हॅलेंटाइनचीही फसवणूकच केलेली आहे.

अशा प्रकारे आपला प्रेमी प्रोटियस मिलानमध्ये जाऊन कसा वागतोय हे पाहून ज्युलियाला धक्काच बसतो. पण ती अजूनही त्याच्यावर खूप प्रेम करत असते. मग ती थोडीफार चौकशी करते. तिला असं कळतं की तो एखाद्या नोकराच्या शोधात आहे. खाणावळीच्या मालकाच्या मदतीनं ती त्याच्याकडे नोकरी मिळवते. ती स्वतःचं नाव सेबॅस्टिन असं

सांगते. कारण ती मुलाचं रूप घेऊन गेलेली असते.

आणि मग ज्युलिया म्हणजे सेबॅस्टिनला भेटवस्तू घेऊन सिल्व्हियाच्या खोलीत जायला लागतं. कारण प्रोटियस आपलं प्रेम व्यक्त करण्याकरता तिच्यासाठी प्रेमपत्रं आणि भेटी पाठवत असतो. एकदा तर प्रोटियस तिला ज्युलियानं दिलेली अंगठीही पाठवतो. मिलान सोडताना त्याला ती अंगठी ज्युलियानं आपली आठवण म्हणून दिलेली असते. पण सिल्व्हिया मात्र प्रोटियसच्या प्रेमाला अजिबात प्रतिसाद देत नाही. ते पाहून ज्युलियाला फार बरं वाटतं. लवकरच त्या दोघी प्रोटियसच्या व्हेरोनातल्या

प्रेमिकेबद्दल बोलायला लागतात. सिल्व्हिया तिला विचारते की ज्युलिया कशी दिसते? सेबॅस्टिन उत्तर देतो की, 'ज्युलिया माझ्याइतकीच उंच आहे. तिचा रंग माझ्यासारखाच आहे. तिच्या डोळ्यांचा आणि केसांचा रंगही माझ्यासारखाच आहे.'

मग सेबॅस्टिन तिला अंगठी भेट देतो. ती अंगठी पाहून सिल्व्हिया संतापतेच. ती म्हणते, 'जी अंगठी ज्युलियानं त्याला दिली होती, तीच अंगठी मला प्रोटियस भेट म्हणून देतोय. किती निर्दयी आहे तो. जा, त्याला जाऊन सांग की मी त्यानं दिलेली एकही भेटवस्तू घेणार नाहीये.' तिचे चांगुलपणानं भरलेले शब्द ऐकून ज्युलियाचं मन अगदी भरून येतं.

बिचारा व्हॅलेंटाइन मात्र चांगलाच संकटात

सापडलेला असतो. तो मिलानमधून बाहेर पडत असताना त्याला काही चोर घेरतात. त्याच्यावर हल्ला करतात. पण व्हॅलेंटाइन त्यांना आपली सगळी रामकथा सांगतो. त्याला मिलानमधून हद्दपार करण्यात आल्याचंही सांगतो. त्याच्याकडे फक्त अंगावरचे कपडेच तेवढे असतात. मग ते चोर त्याला म्हणतात की त्यानं त्यांचा म्होरक्या व्हावं. व्हॅलेंटाइनचं नशीब फारच खडतर झालेलं असतं. त्यामुळे तो त्यांचा प्रस्ताव स्वीकारतो. पण तो त्यांना सांगतो की चोर ज्या लोकांना लुटत असतील, त्यांच्याबद्दल आणि स्त्रियांबद्दल त्यांनी सहानुभूतीनं वागावं.

तिकडे सिल्व्हिया आणखीनच अडचणीत सापडत चाललेली असते. एकीकडे तिचे वडील तिच्यावर सक्ती करत असतात की तिनं आता लवकरात लवकर थुरियोशी लग्न करून टाकावं. दुसरीकडे प्रोटियस तिला सारखा प्रेमपत्रं आणि भेटी पाठवून हैराण करत असतो. आपलं प्रेम व्यक्त करत असतो. पण तिला मात्र एकाच गोष्टीची काळजी लागून राहिलेली असते. व्हॅलेंटाइन कुठे आहे आणि कसा आहे, याचाच ती सतत विचार करत असते. आता तिला सर्व काही असह्य झालेलं असतं. त्यामुळे ती मान्तुआला पळून जायचं ठरवते. तिची खात्री असते की तिला तिथे व्हॅलेंटाइनचा शोध नक्की लागेल.

मग एका चांगल्या वृद्ध माणसाला सोबत घेऊन सिल्व्हिया त्या रात्री घर सोडते. ती मान्तुआला जायला निघते. आपण आता लवकरच व्हॅलेंटाइनला भेटू अशी तिला आशा वाटत असते. प्रवासात तिला त्या भयंकर जंगलातून जावं लागणार असतं. तिथेच व्हॅलेंटाइन आणि त्याच्या सोबत्यांचा तळ असतो. सिल्व्हिया आणि तो माणूस जंगलात प्रवेश करतात. व्हॅलेंटाइनचे साथीदार त्यांना पकडतात. सिल्व्हियाचा सोबती स्वत:ची सुटका करून घेऊन

तिथून कसाबसा निसटतो.

ते चोर तिला आपल्या म्होरक्याकडे घेऊन चाललेले असतात. ते तिला दिलासा देत असतात की त्यांचा म्होरक्या खूप सज्जन माणूस आहे. तो फार गुणी आहे आणि विशेषत: तो स्त्रियांना फार चांगली वागणूक देतो. पण सिल्व्हिया मात्र मनातून घाबरूनच गेलेली असते. तितक्यात अचानक समोरून प्रोटियस येतो. त्याच्यासोबत त्याचा नवा नोकर, सेबॅस्टिनही असतो. काही वेळातच तो सगळ्या चोरांना नमवतो आणि सिल्व्हियाला वाचवतो.

पण या घटनेमुळे ज्युलिया काळजीतच पडते.

कारण त्यानं आपल्याला वाचवलेलं आहे असं पाहून कदाचित सिल्व्हियाचं मन बदलेल आणि ती प्रोटियसच्या प्रेमात पडेल, अशी तिला भीती

वाटायला लागते. तिच्या मनात हे विचार गरगरतच असतात. तितक्यात कुठूनतरी व्हॅलेंटाइन तिथे येतो. आपल्या माणसांनी एका सभ्य स्त्रीला पकडलेलं

आहे असं त्याला कळतं. त्यामुळे तिला सोडवायला म्हणून तो धावत पळत तिथे आलेला असतो.

सगळेजण एकमेकांसमोर आल्यावर अखेरीस प्रोटियस आपल्या चुकीची व्हॅलेंटाइनला कबुली देतो. त्याला अपराधी वाटतं आणि आपल्या वागण्याचा पश्चात्तापही होतो. तो त्याच्यापुढे गुडघे टेकतो आणि त्याची क्षमा मागतो. व्हॅलेंटाइन फारच चांगला माणूस असतो. तो त्याला त्यानं केलेल्या विश्वासघाताबद्दल माफ तर करतोच; शिवाय असं म्हणतो की, 'हवं तर माझी सिल्व्हिया मी तुला देऊन टाकतो.' हे ऐकताच ज्युलिया चक्कर येऊन खालीच पडते. कारण तिला वाटतं की आता पुन्हा प्रोटियस सिल्व्हियापुढे आपली प्रेमगाणी गायला सुरुवात करेल. आणि कदाचित ती त्याच्या प्रेमाला प्रतिसाद देईलही.

सगळेजण ताबडतोब सेबॅस्टिनला शुद्धीवर आणण्यासाठी धावतात. भानावर आल्यानंतर ज्युलिया एक अंगठी पुढे करते आणि म्हणते, 'माफ करा, मी विसरून गेलो होतो. माझ्या मालकांनी ही अंगठी सिल्व्हियाला द्यायला सांगितली होती.'

पण ही अंगठी तर स्वत: प्रोटियसनेच व्हेरोनाहून मिलानला निघताना ज्युलियाला दिलेली असते. पण

ती अंगठी सेबॅस्टिनकडे कशी काय पोचली, तेच प्रोटियसला कळत नाही. त्यावर सेबॅस्टिन म्हणतो की, 'स्वत: ज्युलियानंच ही मला दिली आहे.'

तेव्हा कुठे प्रोटियसच्या लक्षात येतं की हा सेबॅस्टिन म्हणजे दुसरा कुणी नसून स्वत: ज्युलियाच असते. तिचं त्याच्यावरचं प्रेम पाहून तो इतका गहिवरतो की त्याचं तिच्यावरचं प्रेम परत जागं होतं.

मग हे चारी प्रेमी आपापला आनंद व्यक्त करत असतात. तितक्यात तिथे ड्यूक आणि थुरियो येतात. ते सिल्व्हियाला शोधत आलेले असतात. थुरियो लगेचच सिल्व्हियाला व्हॅलेंटाइनपासून हिरावून ओढून न्यायला धावतो. त्यावर व्हॅलेंटाइन म्हणतो,

‘थुरियो, मागे सरक. सिल्व्हिया तुझी आहे, असं तू पुन्हा एकदा जरी बोललास, तर तुला तुझ्या प्राणांना मुकावं लागेल.’ थुरियो तसा भेकडच असतो. त्यामुळे घाबरून तो लगेच तिथून पळून जातो.

आता कुठे ड्यूकच्या लक्षात येतं की आपली निवड किती चुकीची होती. आपल्या मुलीचं लग्न आपण एका भित्र्या माणसाशी लावून द्यायला निघालो होतो, हे त्याच्या ध्यानात येतं. तो ताबडतोब व्हॅलेंटाइनला मिठी मारतो. तो त्याला सांगतो की त्यानं त्याच्या मुलीचा हात जिंकून घेतलेला आहे.

मग चार प्रेमी लवकरच व्हेरोनाला परत जातात. तिथे जाऊन ते लग्न करतात आणि सुखानं नांदायला लागतात.

◆

अँटोनी आणि क्लिओपात्रा

विल्यम शेक्सपिअर

अनुवाद
मंजूषा आमडेकर

मेहता पब्लिशिंग हाऊस

Please contact us at **Mehta Publishing House,** 1941, Madiwale Colony, Sadashiv Peth, Pune 411030.
✆ +91 020-24476924 / 24460313
Email : production@mehtapublishinghouse.com
sales@mehtapublishinghouse.com
Website : www.mehtapublishinghouse.com
** या पुस्तकातील लेखकाची मते, घटना, वर्णने ही त्या लेखकाची असून त्याच्याशी प्रकाशक सहमत असतीलच असे नाही.*

ANTONY AND CLEOPATRA by WILLIAM SHAKESPEARE

Translated into Marathi Language by Manjusha Amdekar

अँटोनी आणि क्लिओपात्रा / कुमारसाहित्य

अनुवाद : मंजूषा आमडेकर
१९, रेश्मा रेसिडेन्सी, लोकमान्य कॉलनी, पुणे ४११०३८.
मराठी अनुवादाचे व प्रकाशनाचे हक्क मेहता पब्लिशिंग हाऊस, पुणे.
प्रकाशक : सुनील अनिल मेहता, मेहता पब्लिशिंग हाऊस,
१९४१, सदाशिव पेठ, माडीवाले कॉलनी, पुणे – ४११०३०.
मुद्रक : स्पेक्ट्रम ऑफसेट, डी-२/४, सत्यम इस्टेट,
सीडीएसएसच्या मागे, एरंडवणे, पुणे - ४११००४.
मुखपृष्ठ व
आतील चित्रे : देविदास पेशवे
प्रथमावृत्ती : ऑक्टोबर, २०१८
संचाची किंमत : ₹ १५००
P Book ISBN 9789353170950
E Book ISBN 9789353170967
E Books available on : play.google.com/store/books
www.amazon.in/b?node=15513892031

मार्क अँटोनी

रोमन साम्राज्यावर राज्य करणाऱ्या त्रिमूर्तींपैकी हा एक आहे. तो लष्कराचा जनरल आहे. त्याचं क्लिओपात्रावर अतिशय प्रेम असतं. रोमच्या बाबतीतलं कर्तव्य आणि क्लिओपात्रावरील प्रेम या दोन्हींच्या मध्ये त्याची खूप ओढाताण होत असते.

क्लिओपात्रा

ही इजिप्तची राणी आहे. तिचं अँटोनीवर मनापासून प्रेम जडलेलं असतं. ती अत्यंत सामर्थ्यवान, आकर्षक आणि नाटकी असते. अँटोनीला हवं तसं वाकवण्यासाठी ती त्याच्यावर आपला जादुई प्रभाव टाकत असते.

ऑक्टेव्हियस सीझर

त्रिमूर्तींमधला हा दुसरा सदस्य असतो. हा ज्यूलियस सीझरचा पुतण्या आणि दत्तक पुत्र असतो. तो महत्वाकांक्षी असतो खरा, पण त्याच्यामध्ये लष्करी कौशल्याची कमतरता असते.

सेक्सटस पॉम्पेयस (पॉम्पेयी)

याच्यापासून त्रिमूर्तीला धोका असतो. हा तरुण, लोकप्रिय आणि कुशल लष्करी जनरल असतो. पण राजकीय परिस्थिती जेव्हा अनुकूल होते तेव्हा मात्र त्या संधीचा फायदा घेण्यात हा कमी पडतो.

अँटोनी आणि क्लिओपात्रा

ज्यूलियस सीझरचा मृत्यू झाल्यानंतर रोममध्ये एकच गोंधळ उडालेला होता. सीझरचा खून करणाऱ्या पॉम्पेयीसोबत ब्रूटस रोममधून पळून गेला होता. ज्यूलियस सीझरचा पुतण्या ऑक्टेव्हियस सीझर, मार्क अँटोनी आणि लॅपिडस या तिघांच्या एकत्रित सैन्यानं त्यांचा जोरदार शोध चालू केलेला होता. सीझरला दगाबाजीनं ठार करणाऱ्या काही

धोकेबाज लोकांना या तिघांनी ठार केलेलं होतं. आणि काही घातकी लोकांनी या तिघांच्या हाती सापडण्याऐवजी स्वत:ला संपवून टाकलेलं होतं.

संपूर्ण रोममधून अशा धोकेबाज लोकांचा पुरता सफाया करून टाकल्यानंतर या त्रिमूर्तीनं एक निर्णय घेतला. संपूर्ण रोमन साम्राज्य तीन भागात विभागून त्यांनी आपापसात वाटून घ्यायचं ठरवलं. एव्हाना पृथ्वीचा बराचसा भाग रोमनांच्या ताब्यात आलेला होता. हा भूभाग तीन हिश्शात विभागून तिघांनी त्यावर आपापलं राज्य स्थापन करायचं ठरवलं. शूरवीर मार्क अँटोनीनं ज्यूलियस सीझरच्या खुन्यांना

अद्दल घडवून सीझरला न्याय मिळवून दिलेला होता. त्यामुळे त्याला बक्षीस म्हणून इजिप्त देण्यात आला. या प्रदेशावर तिथल्याच क्लिओपात्रा नावाच्या राणीचं राज्य होतं.

ही क्लिओपात्रा अत्यंत धोरणी स्त्री होती. आपल्या लोकांवर राज्य करत रहायचं असेल तर रोममधल्या राज्यकर्त्या लोकांना सहकार्य करत राहिलं पाहिजे, हे तिनं बरोब्बर ओळखलेलं होतं. शिवाय तिच्याइतकी सुंदर स्त्री संपूर्ण इजिप्तमधे दुसरी कुणीही नव्हती. त्यामुळे निरनिराळ्या राजांवर आपल्या सौंदर्याची जादू पसरणं फायद्याचं ठरेल, हे ही तिला चांगलंच माहीत होतं. या राजांना रोमन साम्राज्यातर्फे इजिप्तवर राज्य करण्यासाठी म्हणून पाठवून दिलं जाई.

ज्यूलियस सीझर या महान सम्राटावर आपलं खूप प्रेम आहे, असं ही चतुर आणि शूर राणी सुरुवातीला दाखवत असे. ज्यूलियसचा मृत्यू होण्यापूर्वी तो काही काळ इजिप्तमध्ये होता. तो तिथून रोमला जाण्यापूर्वी त्याला क्लिओपात्रानं सावध केलेलं होतं. कारण त्याच्या बाबतीत काहीतरी घातपात होणार असल्याची तिला भीती वाटत होती. पण ज्यूलियस सीझरला धोका पत्करण्याची सवयच होती. त्यामुळे

तिचं न ऐकता तो रोमला गेलाच. आणि व्हायचं ते झालं. तो मारला गेला.

आता पुढचा रोमन राजा म्हणून मार्क अँटोनी इजिप्तला येणार असल्याचं क्लिओपात्राला कळलं. आता रोमन साम्राज्याच्या वतीनं तोच इजिप्तचं राज्य चालवणार होता. त्यामुळे त्यालाही आपल्या सुंदरतेच्या प्रेमात पाडलं पाहिजे असं तिला वाटलं. आपल्या सौंदर्याची त्याला भुरळ घालायचं तिनं ताबडतोब ठरवून टाकलं. आणि ती होतीच तशी देखणी. तिला हे मुळीच अवघड नव्हतं.

त्याप्रमाणे अलेक्झांड्रियामध्ये आल्यानंतर अगदी

लवकरच मार्क अँटोनी क्लिओपात्राच्या प्रेमात पडला. इतका, की तो तिच्यासाठी वेडाच झाला. तो असा काही तिच्या प्रेमात पागल झालेला होता की रोमन सैन्यातल्या लोकांना वेगळाच संशय आला. त्यांना असं वाटलं की बहुधा राणीनं अँटोनीवर जादूटोणा केला असला पाहिजे. कारण राज्यकारभारावरचं त्याचं लक्षच उडालेलं होतं. त्याचा सगळा वेळ क्लिओपात्राच्या महालातच जायचा. काय वाट्टेल ते झालं तरी तो तिच्यापासून दूर होत नसे.

पण मग एके दिवशी रोमहून एक बातमी आली. तिकडे रोमच्या राज्यात अशांतता निर्माण झाली होती. सेक्सटस पॉम्पेयी हा राज्यावर हल्ला करण्यासाठी संधीची वाट पहात होता. पॉम्पेयी या महान योद्धयाचा हा मुलगा आपल्या वडिलांच्या हत्येचा सूड घेण्यासाठी तळमळत होता. त्याच्या वडिलांनी आणि त्यांच्या काही मित्रांनी ज्यूलियस सीझरची हत्या केली होती. पण ही गोष्ट न्यायाला धरूनच होती, असा त्याचा विश्वास होता. ज्या रोमन साम्राज्यावरील निष्ठेमुळे त्यांनी असं केलं, त्याच राज्यानं आपल्या वडिलांना अन्यायानं ठार मारलं, असं त्याला वाटत होतं. ही गोष्ट त्याच्या अगदी

मनाला लागून राहिली होती. आणि या जखमेवर मीठ चोळण्यासाठीच की काय, ज्यूलियस सीझरचा पुतण्या रोमचा राजा होऊन बसलेला होता.

त्यामुळे आता बदला घेण्याची पाळी सेक्सटस पॉम्पेयीची होती. त्याच्यासमोर सोन्याची संधी चालून आलेली होती. मार्क अँटोनी हा रोमन लष्कराचा आधारस्तंभ होता. तोच आता रोमपासून लांब इजिप्तमध्ये जाऊन बसलेला होता. क्लिओपात्रा नावाच्या एका सुंदर स्त्रीच्या बोटांच्या इशाऱ्यावर नाचत होता. लॅपिडस हाही लांबच्या कुठल्यातरी

राज्यावर राज्य करण्यात अडकून पडलेला होता. रोमन साम्राज्यामधलं ते राज्य त्याच्या वाटणीला आलेलं होतं. त्यामुळे एकटा ऑक्टेव्हियसच तेवढा रोममध्ये उरलेला होता. आणि तो काही त्याच्या काकांइतका, म्हणजे ज्यूलियसइतका शूरवीर नव्हता, हे सर्वांनाच माहीत होतं.

त्यामुळे सेक्सटसच्या बंडाळीची बातमी येताच ऑक्टेव्हियस सीझरचं धाबं दणाणलं. एकूण परिस्थितीचा त्यानं अंदाज घेतला. आणि मग त्यानं

ताबडतोब इजिप्तला आपला दूत पाठवून दिला. रोमला परत येऊन सेक्सटसचं बंड मोडून काढण्याची त्यानं अँटोनीला आज्ञा केली. पण अँटोनीला रोमला जाऊ द्यायची क्लिओपात्राची काही तयारी नव्हती. पण रोमन जनरल अँटोनीला नक्कीच कळत होतं की त्याला रोमला परत गेलं पाहिजे. ऑक्टेव्हियसला मदत केलीच पाहिजे. नाहीतर, एका स्त्रीच्या प्रेमामुळे तो आपल्या कर्तव्याला मुकला असं जग म्हणेल आणि हसेल, हे त्याला कळत होतं. आणि असं मुळीच होऊन चाललं नसतं. त्यामुळे त्यानं ताबडतोब इजिप्त सोडलं आणि तो रोमला

जायला निघाला.

रोमला परत आल्यावर अँटोनीला बातमी मिळाली की त्याची बायको नुकतीच वारलेली होती. तो इजिप्तमध्ये असताना ही बातमी त्याला देण्याकरता कितीतरी दूतांना पाठवून देण्यात आलेलं होतं. पण तो क्लिओपात्रासोबत इतका गुंग झालेला होता की त्यानं त्या दूतांना साधं भेटूही दिलं नाही. फार काय, ते मुळात कशासाठी आले आहेत, त्यामागचं कारणही जाणून घेण्याचा त्यानं प्रयत्न केला नाही. आपण आपल्या बायकोकडे इतकं दुर्लक्ष केलं, याचा त्याला आता पश्चात्ताप होत होता. जिवंत असताना

त्या बिचारीनं कायम त्याच्यावर मनापासून प्रेमच केलेलं होतं. त्यामुळे ती गेली हे कळताच त्याला इतका धक्का बसला की त्याला क्लिओपात्राचा विसरच पडून गेला.

पण आता काही घडून गेलेल्या चुकांवर अश्रू ढाळत बसण्याची वेळ नव्हती. समोर युद्ध उभं ठाकलेलं होतं. अँटोनीनं आपला युद्धाचा पोषाख चढवला आणि युद्धासाठी शस्त्रसज्ज होऊन तो ऑक्टेव्हियसच्या बाजूला जाऊन उभा राहिला. अँटोनीला पाहिल्यावर ऑक्टेव्हियसला आनंद झाला. कारण अँटोनीविना आपलं सैन्य सेक्सटस पॉम्पेयीसमोर तग धरू शकणार नाही, हे त्याला माहीत होतं.

पण पुढे असं घडलं की युद्ध करण्याची वेळच आली नाही. कारण पॉम्पेयी आणि ऑक्टेव्हियस या दोघांमध्ये समेट घडवून आणण्यात अँटोनीला यश आलं. आपापसात समझोता करून राहण्याचं या दोन्ही नेत्यांनी मान्य केलं. आणि आपापल्या सैन्याला त्यांनी परत बोलावून घेतलं.

हे सगळं जरी घडलं तरीही, अँटोनी आणि ऑक्टेव्हियसमध्ये मात्र काहीतरी कटुता होतीच. अँटोनी हा ऑक्टेव्हियसपेक्षा जास्त लोकप्रिय होता.

त्यामुळे हा आपल्यापासून राज्य हिरावून घेईल की काय, अशी ऑक्टेव्हियसला सारखी भीती वाटत असायची. त्यामुळे त्याला अँटोनी फारसा आवडत नसे. दुसरीकडे अँटोनीला वाटत होतं की हा ऑक्टेव्हियस केवळ महान ज्यूलियस सीझरशी

असलेल्या नात्यामुळे गादीवर चढून बसला आहे. एरवी गादीचा खरा वारसदार म्हणून अँटोनीच योग्य होता. पण त्या दोन रोमन राजांमध्ये शांतता निर्माण व्हावी म्हणून एक समझोता करण्यात आला. अँटोनीची बायको आता वारलेली असल्यामुळे तो

एकटाच होता. त्यामुळे ऑक्टेव्हियसची बहीण ऑक्टेव्हिया आणि अँटोनी यांचं लग्न ठरवण्यात आलं.

या राजकीय नात्यामागे आणखी एक कारण होतं - सर्वांना असं वाटत होतं की आता प्रत्यक्ष राजघराण्यातल्या मुलीशी लग्न झालेलं असल्यामुळे अँटोनी क्लिओपात्रापासून दूर होईल आणि इजिप्तमधल्या राज्यकारभारात पुरेसं लक्ष घालायला लागेल. पण तिकडे क्लिओपात्राला अँटोनीचं आणि

ऑक्टेव्हियाचं लग्न झाल्याचं कळलं. या बातमीनं ती चांगलीच खवळली. तिला अँटोनी हा फक्त तिचा एकटीचाच असायला हवा होता. संतापानं ती इतकी वेडीपिशी झाली होती की तिनं तिच्या महालात दंगा केला. वस्तूंची मोडतोड केली. फेकाफेक केली. आदळआपट करून तिनं आपल्या महालाची नासधूस केली. नंतर मात्र ती शांत झाली. तिनं असा विचार केला की अँटोनीनं काही ऑक्टेव्हियावरच्या प्रेमाखातर तिच्याशी लग्न केलं नव्हतं. ऑक्टेव्हियस

आणि अँटोनी यांच्यामध्ये राजकीय समझोता करण्यासाठी म्हणून हे राजकीय नातं जोडण्यात आलं होतं.

क्लिओपात्राला विसरून अँटोनी आता काही काळ राज्य करण्याकरता अथेन्सला गेला. त्याच्यासोबत ऑक्टेव्हियाही गेली होती. पण ही व्यवस्था काही फार काळ चालली नाही. अँटोनीचं कुशल सहकार्य मिळेनासं झाल्यामुळे पॉम्पेयी आणि ऑक्टेव्हियस यांच्यात पुन्हा बेबनाव निर्माण झाला. आता युद्ध काही टळत नाही, हे सर्वांना कळून

चुकलं. या दोघांनीही आपापल्या सैन्याची युद्धाकरता जुळवाजुळव सुरू केल्याची बातमी अथेन्समध्ये असलेल्या अँटोनीपर्यंत जाऊन पोचली. याचा अर्थ स्पष्ट होता. अँटोनीला रोमला परत जाऊन ऑक्टेव्हियसच्या सैन्यात सामील होणं भाग होतं. त्यानं आपल्या बायकोला, ऑक्टेव्हियाला ताबडतोब रोमला परत पाठवून दिलं. तिनं संकटात सापडलेल्या आपल्या भावाला दिलासा द्यावा अशी त्याची योजना होती. आणि महान जनरल अँटोनी स्वतः मात्र इजिप्तला पळून गेला. तिथे त्याच्या

हृदयावर राज्य करणारी राणी क्लिओपात्रा होती. त्याला तिच्याकडे परत जायचं होतं.

अँटोनी इजिप्तला परत निघून गेल्याची बातमी ऑक्टेव्हियस सीझरला कळली. त्यामुळे स्वाभाविकच त्याला संताप अनावर झाला. आपल्या काकाचा सर्वात जवळचा सहकारी अशा संकटप्रसंगी आपल्याला सोडून पळून गेला आहे यावर त्याचा विश्वासच बसेना. तेही आपल्या एका मांडलिक राज्याच्या राणीच्या हातातलं बाहुलं बनण्यासाठी! त्याला हे अजिबात सहन झालं नाही. त्यानं सेक्सटस पॉम्पेयीसोबतचं आपलं युद्ध बाजूला ठेवलं आणि त्याऐवजी अँटोनी आणि क्लिओपात्राशी ताबडतोब युद्ध घोषित केलं. काही दिवसातच महाबलाढ्य रोमन सैन्य इजिप्तमध्ये आपल्या समोर येऊन ठाकल्याचं अँटोनीला दिसलं.

अँटोनी एक रणवीर असल्यामुळे ऑक्टेव्हियसनं अँटोनीला एक संधी दिली. कशा प्रकारे युद्ध लढायची त्याची इच्छा आहे, असं त्यानं त्याला विचारलं. या संधीचा अँटोनीला लाभ घेता आला नाही. संपूर्ण आयुष्यातली सर्वात मोठी घोडचूक तो करून बसला. त्यानं रोमन सैन्याशी समुद्रात लढायचं ठरवलं. इजिप्तमधल्या सागरीसैन्याला

अफाट रोमन सैन्याशी समुद्रात युद्ध करणं जड जाईल याची त्याला कल्पनाच करता आली नाही. आणि रोमन सैन्य रोमहून इजिप्तला समुद्रमार्गेच आलेलं असल्यामुळे युद्धाला अगदी सज्ज होतं. अँटोनीनं जर त्यांच्याशी जमिनीवर युद्ध करायचा पर्याय निवडला असता तर कदाचित रोमन सैन्याला धूळ चारणं इजिप्तच्या सैन्याला सहज शक्य झालं असतं.

आणि अपेक्षेप्रमाणेच घडलं. रोमन सैन्यापुढे इजिप्तच्या सैन्याचा टिकाव लागला नाही. अक्षरशः काही वेळातच त्यांची धूळधाण उडाली. पळापळ करणाऱ्या सैन्याला एकत्र करण्यासाठी अँटोनीनं अपार प्रयत्न केले. त्यांनी नेटानं लढा द्यावा यासाठी त्यानं धडपड केली. पण आता इजिप्तच्या सैन्याचा धीर खचला होता. आता महान अँटोनीच्या सगळं हाताबाहेर जाऊन बसलेलं होतं. रोमन सैन्याशी दोन हात करण्यासाठी आपल्या सैन्याला बळ देता न आल्यामुळे त्या सैन्यासोबत त्यालाही नाईलाजानं माघार घ्यावी लागली. युद्धात सीझरचा विजय झाला. पण तरीही त्यानं अलेक्झांड्रियाच्या राजवाड्यापर्यंत अँटोनीचा पाठलाग केला.

अँटोनी राजवाड्यात पोचताच त्याला

क्लिओपात्राचं पत्र मिळालं. त्यात असं लिहिलेलं होतं की, तो युद्धात जय मिळवू शकेल अशी तिला शक्यता न वाटल्यामुळे तिनं विष घेतलेलं आहे. तिनं स्वत:ला संपवून टाकलेलं आहे. पण प्रत्यक्षात क्लिओपात्रा मुळीच मेलेली नव्हती. ती फक्त एका थडग्यामध्ये लपण्यासाठी निघून गेली होती. हे थडगंही राजवाड्यापासून फार लांब नव्हतं. तिला बहुधा असं वाटलं असावं की ती मेली आहे असं समजून अँटोनी ऑक्टेव्हियसशी युद्ध करायचं बंद

करेल. युद्ध थांबेल. तिच्या सध्याच्या परिस्थितीत तिला हे इतकंच करता येण्यासारखं होतं.

पण अँटोनीचं तिच्यावर खरंखुरं प्रेम होतं. त्यामुळे ते पत्र वाचताच त्याचं हृदयच फाटून गेलं. क्लिओपात्रा मरून गेल्यावर आता त्याच्या आयुष्यात जगण्यासारखं काहीच राहिलेलं नव्हतं. त्यामुळे त्यानं आपला खंजीर उपसून बाहेर काढला आणि स्वतःच्या अंगात खुपसला. पण तो काही मेला नाही. फक्त जखमी झाला.

काही वेळानी त्याच्या पाठीराख्यांना तो सापडला. त्यांनी लगेचच त्याला क्लिओपात्रा जिथे लपली होती त्या थडग्यात नेलं. क्लिओपात्राच्या जवळ गेल्यावर तिच्या कुशीत त्यानं आपला प्राण सोडला. कारण तो खूपच जखमी झाला होता. आपलं पत्र वाचल्यावरच त्यानं स्वतःचा जीव देण्याचा प्रयत्न केला, हे कळल्यावर तिला वाईट वाटलं. त्याच्या मृत्यूला आपणच कारणीभूत आहोत अशी क्लिओपात्राची खात्रीच पटली. ती इतकी हताश झाली की अखेरीस आपलं जीवन संपवून टाकण्याचा तिनं निर्णय घेऊन टाकला. शिवाय आता अँटोनी मरून गेलेला असल्यामुळे ऑक्टेव्हियसच्या हाती सापडल्यानंतर आपल्याला वाचवायला दुसरं कुणीही येणार नाही, हे

ही तिला पुरेपूर कळून चुकलेलं होतं. त्यामुळे क्लिओपात्रानं इजिप्तमधल्या सर्वात जास्त विषारी सापांचा शोध घेण्यासाठी लोकांना पाठवलं. तिनं त्या सापांना स्वत:ला चावू दिलं. काही क्षणातच तिचाही मृत्यू झाला. ती तिच्या लाडक्या अँटोनीच्या शेजारीच मरून पडली.

लवकरच ऑक्टेव्हियस सीझरला थडग्याच्या आत मरून पडलेले त्या दोघांचे मृतदेह सापडले. पण क्लिओपात्राची समजूत होती तितका काही ऑक्टेव्हियस निर्दयी नव्हता. शूरवीर अँटोनीच्या

शौर्याचं आणि क्लिओपात्राच्या सौंदर्याचं त्यानं कौतुक केलं. मग ऑक्टेव्हियसनं आपल्या माणसांकरवी त्या दोघा प्रेमी जीवांचं एकाच थडग्यात दफन केलं.

तर अशी होती ही महान मार्क अँटोनी आणि त्याच्या सुंदर क्लिओपात्राची अमर प्रेमकहाणी.

◆

अ मिडसमर नाइट्स ड्रीम

विल्यम शेक्सपिअर

अनुवाद
मंजूषा आमडेकर

मेहता पब्लिशिंग हाऊस

Please contact us at **Mehta Publishing House,** 1941, Madiwale Colony, Sadashiv Peth, Pune 411030.
© +91 020-24476924 / 24460313
Email : production@mehtapublishinghouse.com
sales@mehtapublishinghouse.com
Website : www.mehtapublishinghouse.com
** या पुस्तकातील लेखकाची मते, घटना, वर्णने ही त्या लेखकाची असून त्याच्याशी प्रकाशक सहमत असतीलच असे नाही.*

A MIDSUMMER NIGHT'S DREAM by WILLIAM SHAKESPEARE

Translated into Marathi Language by Manjusha Amdekar

अ मिडसमर नाइट्स ड्रीम / कुमारसाहित्य

अनुवाद : मंजूषा आमडेकर
१९, रेश्मा रेसिडेन्सी, लोकमान्य कॉलनी, पुणे ४११०३८.
मराठी अनुवादाचे व प्रकाशनाचे हक्क मेहता पब्लिशिंग हाऊस, पुणे.
प्रकाशक : सुनील अनिल मेहता, मेहता पब्लिशिंग हाऊस,
१९४१, सदाशिव पेठ, माडीवाले कॉलनी, पुणे – ४११०३०.
मुद्रक : स्पेक्ट्रम ऑफसेट, डी-२/४, सत्यम इस्टेट,
सीडीएसएसच्या मागे, एरंडवणे, पुणे - ४११००४.
मुखपृष्ठ व
आतील चित्रे : देविदास पेशवे
प्रथमावृत्ती : ऑक्टोबर, २०१८
संचाची किंमत : ₹ १५००
P Book ISBN 9789353170950
E Book ISBN 9789353170967
E Books available on : play.google.com/store/books
www.amazon.in/b?node=15513892031

हर्मिया

ही तरूण, निश्चयी, आशावादी आणि स्वतंत्र स्त्री आहे. वडिलांच्या इच्छेविरुद्ध जायला ती जराही मागे-पुढे बघत नाही. अगदी मरण समोर ठाकलेलं असूनही. ती सरदार लायसँडरच्या प्रेमात पडलेली असते. तिच्यावर डिमिट्रियस नावाचा आणखी एक सरदारही प्रेम करत असतो. पण ती त्याच्या प्रेमाला प्रतिसाद देत नाही.

●●●

लायसँडर

अथेन्समध्ये राहणारा हा एक तरूण सरदार आहे. त्याचंही हर्मियावर प्रेम आहे. पण हर्मियाच्या वडिलांना काही या दोघांचं लग्न होणं पसंत नसतं. आपण हर्मियाच्या बाबांचं मन जिंकू शकू, अशी या लायसँडरची खात्री असते. त्यामुळे तो हर्मियासोबत पळून जाण्याचा बेत आखतो.

डिमिट्रियस

हा आणखी एक सरदार आहे. हा इजियसचा, म्हणजे हर्मियाच्या बाबांचा आवडता भावी जावई आहे. कोणे एके काळी आपलं हॅलेना या हर्मियाच्या मैत्रिणीवर प्रेम होतं हे डिमिट्रियस कबूल करतो. पण नंतर तो तिला सोडून देतो. हर्मियाचं आपल्यावर प्रेम नाही, हे माहीत असूनही तो तिच्या मागे मागे करत असतो.

•••

ओबरॉन

ओबरॉन हा परीराज्याचा राजा आहे. याला आपल्या बायकोला धडा शिकवायचा असतो. पऱ्यांची राणी टिटेनिया ही त्याची बायको असते. पण धडा शिकवण्यासाठी राजा जे काही करतो त्यामुळे संपूर्ण नाटकात गोंधळ आणि धमाल निर्माण होते.

अ मिडसमर नाइट्स ड्रीम

कोणे एके काळी अथेन्समध्ये मुलींच्या लग्नासंबंधी एक फारच कडक कायदा करण्यात आलेला होता. तिथल्या ड्यूकनं ठरवलेलं होतं की आपल्या मुलीचा हात कुणाच्या हातात द्यायचा हे ठरवायचा अधिकार त्या मुलीच्या वडिलांना असेल. आणि मुलीनं वडिलांच्या पसंतीच्या मुलाला नाकारलं, तर तिला मृत्यूदंडाची शिक्षा होत असे. पण कुठल्याच पित्याला आपली मुलगी मरावी असं वाटत नसल्यामुळे हा कायदा तसा काही फारसा पाळला जात नसे. त्यात इजियस आणि त्याची मुलगी हर्मिया यांची गोष्ट तर जगावेगळीच होती.

हर्मियानं डिमिट्रियसशी लग्न करावं असं इजियसला वाटत असतं. हा तरूण सरदार त्याला फारच आवडलेला असतो. पण डिमिट्रियसचं पूर्वी आपल्या हॅलेना नावाच्या खास मैत्रिणीवर प्रेम होतं, ही गोष्ट हर्मियाला माहीत असते. हॅलेनाचंही डिमिट्रियसवर वेड्यासारखं प्रेम असतं. अर्थात हर्मियाचंही लायसँडर नावाच्या देखण्या तरुणावर प्रेम असतं. याबद्दल ती कधीच कुणाशी बोललेली नसते. लायसँडरवरच्या प्रेमाखातर ती वडिलांच्या आज्ञेचं पालन करायला नकार देते.

थिसियस हा अथेन्सचा ड्यूक अतिशय दिलदार

आणि कनवाळू मनाचा राजा असतो. हर्मियाच्या निर्णयाचा आदर केला पाहिजे, हे त्याला कळत असतं. तरीही तिच्याकरता कायदा मोडणं हे त्याला मुळीच जमण्यासारखं नसतं. त्यामुळे तो तिला एक शेवटचा पर्याय देतो. - एक तर तिनं चार दिवसांच्या आत डिमिट्रियसशी लग्न करावं, नाहीतर तिला फासावर चढवण्यात येईल.

हर्मियाच्या मनात गोंधळ सुरू होतो. मग ती ताबडतोब लायसँडरकडे जाते आणि त्याला तिच्यासमोरचा प्रश्न समजावून सांगते. आपल्याकडे निर्णय घ्यायला फक्त चारच दिवस आहेत. नाहीतर

आपल्याला प्राणाला मुकावं लागेल, हे ही ती त्याला सांगते. लायसँडरची एक आत्या जवळपासच राहत असते. पण ती अशा ठिकाणी रहात असते की जिथे अथेन्समधला कायदा लागू होत नसतो. कारण तो कायदा फक्त अथेन्सपुरताच करण्यात आलेला असतो. लायसँडर हर्मियासमोर त्याच रात्री आत्याच्या गावी पळून जायचा प्रस्ताव ठेवतो. लायसँडर त्या रात्री शहराबाहेरच्या जंगलामध्ये हर्मियाची वाट पहात थांबणार असतो.

हर्मिया त्याचा हा प्रस्ताव आनंदानं मान्य करते आणि अथेन्समधून पळून जाण्याची तयारी

करण्यासाठी म्हणून चटकन घरी निघून जाते. पण या सगळ्या बेतात ती एक छोटीशी चूक करून बसते. एखाद्या भोळसट तरूण मुलीप्रमाणे ती आपल्या हॅलेना या मैत्रिणीला आपला सगळा बेत सांगते. कारण हर्मिया वयानुसार भाबडीच असते. तिचा तो बेत ऐकून हॅलेना सरळ डिमिट्रियसकडे जाते आणि त्याला सगळं काही सांगून टाकते. हे ऐकल्यावर डिमिट्रियस नक्कीच रात्री हर्मियाचा पाठलाग करत जंगलात जाईल अशी तिची खात्री असते. आणि तीही मग डिमिट्रियसच्या मागोमाग जंगलात जाणार असते. कारण तिचं डिमिट्रियसवर वेड्यासारखं प्रेम

असतं. आणि त्याच्यासोबत रात्री जंगलात फिरायचं तिचं फार जुनं स्वप्न असतं.

अथेन्सबाहेरचं जंगल हे परीराज्यातल्या बुटक्या लोकांचं आवडतं ठिकाण असल्याचं फारच थोड्या लोकांना माहीत असतं. ओबरॉन हा परीराज्याचा राजा असतो. टिटेनिया ही त्याची राणी असते. ते सर्वसाधारणपणे मध्यरात्री बाहेर पडायचे. त्यांच्यासोबत त्यांचे छोटे-छोटे नोकरचाकर आणि गुलामही असायचे.

हर्मिया आणि लायसँडरच्या या पळून जाण्याच्या गडबडीतच तिकडे पऱ्यांचा राजा आणि राणीमध्ये

भांडण चालू असतं. खरं तर, त्यांचं ते भांडण अनेक महिने चालूच असतं. आणि ते जेव्हा कधी भांडायला सुरुवात करायचे, तेव्हा सगळे बुटके गुलाम घाबरून जाऊन कुठेतरी लपून बसायचे.

त्यांच्या भांडणाचं कारण असतं टिटेनिया राणीची एक मैत्रीण. ही मैत्रीण आपल्या मरणानंतर टिटेनिया राणीसाठी एक लहानगं बाळ मागे ठेवून जाते. राजा ओबरॉनला हा मुलगा एक नोकर म्हणून हवा असतो. पण टिटेनिया राणीला ही कल्पना मुळीच आवडत नाही.

त्या रात्री याच विषयावर बोलत राणी आपल्या

दासींसोबत जंगलातून चालत निघालेली असते. तितक्यात अचानक ओबरॉन आणि त्याचे सैनिक तिच्या समोर येऊन उभे राहतात. आपल्या नवऱ्याकडे लक्ष जाताक्षणीच राणी तिच्या दासींना तिथून निघून जायला सांगते. त्यामुळे राजा संतापतो आणि म्हणतो, 'अगं ए, मी राजा आहे ना इथला? माझा निर्णय कसा अमान्य करू शकतेस? तो छोटा मुलगा मला नोकर म्हणून देऊन टाक बरं.'

त्यावर आपली मान उडवत राणी म्हणते, 'तुझं संपूर्ण परी राज्य जरी दिलंस तरी मी त्या बदल्यात हा मुलगा देणार नाही.' हे ऐकल्यावर तर आगीत तेल

ओतल्यासारखा राजा आणखीनच भडकतो. तो सांगतो की पहाट होण्यापूर्वी राणीनं त्याची माफी मागितलीच पाहिजे. टिटेनिया त्याला सोडून निघून गेल्यावर तो पक नावाच्या आपल्या आवडत्या सल्लागाराला बोलावतो.

पक हा एक अतिशय चलाख आणि खोडकर यक्ष असतो. तो शेजारच्या खेडेगावात काहीतरी उचापती करण्यासाठी गेलेला असतो. तो दूधाची तरी नासाडी करायचा किंवा आपल्या जादुई शक्तीचा वापर करून ताक घुसळलं जात असताना त्यातून लोणी निघू द्यायचा नाही. आणि हे सगळं कमी होतं की काय,

म्हणून तो लोकांना स्वत:च्याच अंगावर दारू ओतून घ्यायला लावायचा. किंवा खुर्चीवर बसलेल्यांच्या अंगाखालून खुर्च्या काढून घ्यायचा.

ओबरॉन या खोडकर पकला एक प्रकारचं जांभळं फूल आणायला सांगतो. या फुलाचा रस म्हणजे जादुई काढाच असतो. एखाद्या गाढ झोपी गेलेल्या माणसाच्या पापणीवर जर हा रस टाकला तर सकाळी उठल्यावर त्या माणसाच्या नजरेसमोर प्रथम जो कुणी येईल त्याच्या प्रेमात तो माणूस पडत असतो. ओबरॉनला आणखी एक जादुई काढा माहीत असतो. तो काढा आधीच्या काढ्यामुळे झालेली जादू संपवून टाकत असतो. पण टिटेनियाकडून तो लहानगा मुलगा काढून घेईपर्यंत तो हे गुपित कुणालाही सांगणार नसतो.

या नव्या आज्ञा मिळताच पकसारख्या खोडकर प्राण्याला आनंदाच्या उकळ्याच फुटायला लागतात. त्यामुळे तो आदेशाचं पालन करण्यासाठी पळतच सुटतो. आपल्या कारस्थानातला हा साथीदार परत येईपर्यंत ओबरॉन वाट पहात असतो, तितक्यात त्याला डिमिट्रियस जंगलात चालत येताना दिसतो. त्याच्या पाठीमागून हॅलेनाही येत असते. डिमिट्रियस हॅलेनाला झटकून टाकायचा प्रयत्न करत असतो.

जरा संधी मिळाली की लगेच तो तिचा अपमान करत असतो. पण ती बिचारी भोळसट मुलगी त्याच्या पाठीमागून येतच असते.

ओबरॉन खऱ्या प्रेमी लोकांशी नेहमीच चांगलं वागत असतो. त्यामुळे त्याला बिचाऱ्या हॅलेनाची दया येते. त्यामुळे पक जेव्हा फूल घेऊन परत येतो तेव्हा ओबरॉन त्याला आज्ञा देतो की डिमिट्रियसच्या पापण्यांवर थोडासा रस शिंपड. तो गाढ झोपी गेलेला असताना पकनं आपला हा उद्योग करावा, असं तो सुचवतो. पकनं फक्त इतकंच लक्षात ठेवायचं असतं की डिमिट्रियस जेव्हा जागा होऊन डोळे उघडेल तेव्हा सर्वात प्रथम हॅलेनाच त्याच्या डोळ्यापुढे यावी. ठरल्याप्रमाणे पक त्याची कामगिरी पार पाडायला गेल्यावर ओबरॉन टिटेनियाला शोधायला निघतो.

पऱ्यांची राणी झोपाळलेली असते. बाकीच्या पऱ्या तिच्यासाठी अंगाई गाण्यात गुंग झालेल्या असतात. काही क्षणातच टिटेनिया गाढ झोपी जाते. ओबरॉन चटकन तिच्या जवळ जातो आणि तिच्या पापण्यांवर काढ्याचा रस टाकतो आणि म्हणतो, 'तू जागी झाल्यावर तुला जे सर्वात आधी दिसेल त्यावर तुझे प्रेम जडो.'

ओबरॉन जादूच्या मदतीनं टिटेनिया राणीला

आपली इच्छा पूर्ण करण्यासाठी भाग पाडणार असतो. तिनं तो मुलगा आपल्याला नोकर म्हणून देऊन टाकावा, यासाठी त्याची खटपट चालू असते. त्याच वेळी हर्मिया आणि लायसँडर जंगलात येतात. खरं तर, ते अथेन्सपासून थोडंसंच अंतर चालून आलेले असतात, पण हर्मिया आता थकलेली असते. त्यामुळे तिला रात्रभर आराम करायचा असतो. त्यामुळे ते दोघे गवतावर आडवे होतात आणि लवकरच गाढ झोपी जातात. तितक्यात तिथे पक येतो आणि त्याचा समज होतो की आपल्या राजानं ज्या दोन लोकांबद्दल आपल्याला कामगिरी

सोपवलेली आहे, ते लोक हेच असावेत. त्यामुळे मागचापुढचा जराही विचार न करता पक झोपलेल्या लायसँडरच्या पापण्यांवर रस ओततो आणि तिथून निघून जातो. पण नंतर घोटाळा असा होतो की, त्यानंतर लायसँडर जेव्हा डोळे उघडतो, तेव्हा त्याची नजर हर्मियाच्या ऐवजी हॅलेनावर पडते.

तिकडे डिमिट्रियस हॅलेनाच्या मागे मागे येण्यामुळे इतका कंटाळलेला असतो की तो जवळपास धावत सुटतो आणि बघता बघता तिच्या नजरेसमोरून दूर निघून जातो. हॅलेना जंगलातून उदासपणे चाललेली असते. चालता चालता ती झोपी गेलेल्या हर्मिया

आणि लायसँडरकडे येते. त्यांना पाहताच तिच्या आनंदाला पारावार रहात नाही. आनंदाच्या भरात ती लायसँडरला हातानं ढोसून उठवते. आणि काय चमत्कार....जादू काम करायला लागते...

हॅलेनाला पाहताक्षणीच लायसँडर तिच्याविषयीचं आपलं प्रेम बोलून दाखवायला सुरुवात करतो. त्याचं ते बोलणं ऐकून हॅलेनाला स्वाभाविकच खूप मोठा धक्का बसतो. खरं तर तो हर्मियावर वेड्यासारखं प्रेम करत असल्याचं तिला माहीत असतं. त्यामुळे तो आपली चेष्टा करतोय, असा तिचा समज होतो. त्यामुळे ती आणखीनच रडवेली होते. आपल्याला

असं काही अपेक्षितच नव्हतं, असं ती त्याला सांगते. आणि मग ती तिथून पळत सुटते. तिच्या डोळ्यांमधून घळाघळा अश्रू वहात असतात. ते तिच्या गालांवरून ओघळत असतात. आणि गोंधळून गेलेला लायसँडर काय घडलं बुवा, अशा विचारात भटकायला लागतो. त्याला हर्मियाचा अर्थातच विसर पडलेला असतो. ती तर बिचारी अजून गाढ झोपेतच असते.

थोड्या वेळाने ती जागी होईपर्यंत लायसँडर तिथून गायब झालेला असतो. दरम्यान, डिमिट्रियस सगळ्या जंगलभर हर्मिया आणि लायसँडरलाच

शोधत असतो. आणि जंगलात फिरता फिरता आपण वाट चुकलेलो आहोत हे त्याच्या लक्षात येतं. पण आता एव्हाना तोही खूप दमलेला असतो. त्यामुळे तो थोडा वेळ थांबावं आणि विश्रांती घ्यावी असं ठरवतो. आडवा झाल्यावर लवकरच त्याला गाढ झोप लागते.

त्याच वेळी ओबरॉन तिथून जात असतो. तो डिमिट्रियसला गाढ झोपलेला पाहतो. पकनं त्याला आपल्या हातून घडलेली चूक सांगितलेली असते. त्यामुळे ठरलेल्या बेताप्रमाणे ज्याच्यावर जादू करायची असते तो खरा माणूस समोर दिसल्यावर ओबरॉन स्वतःच ती कामगिरी पार पाडून टाकायचं

ठरवतो. त्यामुळे झोपलेल्या डिमिट्रियसच्या पापण्यावर ओबरॉन जादुई काढ्याचे काही थेंब ओततो आणि त्याला तिथेच सोडून तो निघून जातो.

जेव्हा डिमिट्रियसला जाग येते तेव्हा भलतंच काहीतरी घडतं! त्याची नजर सर्वात आधी हॅलेनावर पडते. मग गंमतच घडते. थोड्या वेळापूर्वी लायसँडरनं जे काही तिला सांगितलेलं असतं, तेच डिमिट्रियसही तिला सांगायला लागतो. तितक्यात लायसँडरही हॅलेनाला शोधत शोधत तिथे येऊन पोचतो. मग अवाक झालेल्या हॅलेनाकरता ते दोघेजण भांडायला लागतात.

तिकडे हर्मिया आपल्या प्रेमीला, लायसँडरला जंगलात शोधत शोधत तिथे येऊन पोचते आणि तिचा तिच्या डोळ्यांवर विश्वास बसत नाही. बिचाऱ्या हॅलेनाची मात्र आता खात्रीच पटते की तिघेजण मिळून आपली टिंगल करत आहेत. ती चिडते. आणि मग काय, दोघी मुली एकमेकींशी भांडायला लागतात. आणि दोघे तरूण मात्र हॅलेनासाठी युद्ध करण्याकरता म्हणून चांगलीशी जागा शोधायला लागतात.

या सगळ्या घडामोडी पाहून ओबरॉनला प्रचंड धक्काच बसतो. आधीच पकनं घोळ घालून ठेवलेला

असल्यामुळे तो त्याच्यावर फारच वैतागतो. त्यावर पक म्हणतो की त्याची काहीच चूक नाहीये- ओबरॉननं त्याला फक्त एक प्रेमी जोडपं शोधून काढायला सांगितलं असतं, ते त्यानं केलेलं असतं.

ओबरॉनच्या लक्षात येतं की हा सगळा गोंधळ त्याच्यामुळेच झालेला असतो. तो निस्तरण्याची जबाबदारीही त्याचीच असते, हे ही त्याला कळून चुकतं. तो पकला जंगलात सगळीकडे दाट असा धुक्याचा थर जादूनं पसरवायला सांगतो. असं करण्यानं चारी मित्र एकमेकांना दिसेनासे झाले असते. मग तो पकला असंही सांगतो की त्यानं दोन्ही

पुरुषांना दूर घेऊन जावं. म्हणजे मग ते दोघे इतके थकून गेले असते की त्यांना पाऊलही पुढे टाकणं जड गेलं असतं. मग तो त्याला दुसऱ्या एका वनस्पतीचा रस देतो. त्याच्यामुळे जांभळ्या फुलामुळे झालेली जादू नष्ट होणार असते. हा रस लायसँडरच्या पापणीवर टाकायला सांगण्यात आलेलं असतं. म्हणजे मग तो जागा झाल्यावर त्याला हॅलेनाचा विसर पडला असता आणि तो पुन्हा हर्मियाकडे गेला असता.

मग ओबरॉन टिटेनियाला शोधायला निघून जातो. त्याला ती अजूनही झोपेतच असलेली दिसते.

त्यामुळे तो तिच्या पापणीवर जादूच्या काढ्याचे थेंब टाकतो. तिथे जवळच त्याला एक विदूषक झोपलेला दिसतो. जादूचा वापर करून ओबरॉन त्या विदुषकाच्या चेहऱ्याच्या जागी गाढवाचं तोंड चिकटवून टाकतो. मग तो त्याला जागं करतो. तो मूर्ख विदूषक इकडे तिकडे भटकत टिटेनियाच्या जवळ जातो. ती आता हळूहळू जागी व्हायला लागलेली असते. ती जेव्हा गाढवाचं तोंड असलेल्या विदुषकाला पाहते तेव्हा ती ताबडतोब त्याच्या प्रेमात पडते. ओबरॉनची युक्ती आता सफल व्हायला लागलेली असते!

मग ज्यानं तिच्या हृदयात घर केलेलं असतं त्या विदुषकाची काळजी घेण्याची ती आपल्या दासींना आज्ञा करते. पण आपल्या खांद्यावर गाढवाचं डोकं चिकटवण्यात आलेलं आहे याची त्या बिचाऱ्या विदुषकाला काहीच कल्पना नसते. तरीही त्याला जी काही थाटामाटाची वागणूक देण्यात येत असते, त्यामुळे त्याला आनंदाच्या उकळ्या फुटत असतात. मग तो आरामात ताणून द्यायची ठरवतो.

टिटेनिया त्याचं डोकं आपल्या जवळ घेते आणि त्याच्या डोक्यावर फुलांचा मुकुट घालते. तितक्यात ओबरॉन पुढे येतो. तो तिच्यावर ओरडतो. एका

गाढवावर प्रेम करत असल्याबद्दल तो तिला दोष द्यायला लागतो. तो तिला अप्रामाणिकही म्हणतो. टिटेनियाला अगदीच शरमल्यासारखं होतं. पण आता तिच्या हातात काहीच राहिलेलं नसतं. जादूनं आपली झलक दाखवलेली असते.

मग ओबरॉन टिटेनियाला दोष देत पुन्हा एकदा त्या मुलाची मागणी करतो. टिटेनिया नवऱ्याशी वाद घालण्याच्या परिस्थितीत नसते. एका गाढवाला आपल्या कुशीत घेऊन थोपटताना त्यानं तिला पकडलेलं असतं. त्यामुळे क्षणाचाही वेळ वाया न घालवता ती त्या मुलाला बोलावून घेते आणि

ओबरॉनला त्याचा नोकर म्हणून देऊन टाकते.

आता ओबरॉनला हवं ते मिळालेलं असतं. त्यामुळे तो लगेचच दुसऱ्या वनस्पतीच्या रसाचा वापर करतो. त्या विदुषकालाही जादूनं पुन्हा त्याचं पहिलं डोकं चिकटवतो. थोड्याच वेळात टिटेनिया भानावर येते. मग ओबरॉन तिला त्याच्या करामतीबद्दल सांगतो. ते ऐकून आधी टिटेनियाला संतापच येतो. मग थोड्या वेळानं ती शांत होते आणि राजा आणि राणीमधलं भांडण संपून जातं.

ओबरॉन नंतर आपल्या प्रिय पत्नीला जंगलात भेटलेल्या प्रेमी जोडप्यांबद्दल सांगतो. ते ऐकून टिटेनियाचं कुतूहल जागं होतं. मग ते दोघे त्या गोंधळून गेलेल्या वीरांना पहायला जायचं ठरवतात. त्यानुसार ते जोडपं जंगलात जातं. तिथे त्यांना दिसतं की पकनं त्या चारी जणांना एकत्र आणलेलं असतं. पण त्यांना मात्र त्याची मुळीच कल्पना नसते. ते चौघे आता गाढ झोपलेले असतात. त्यामुळे पक ओबरॉननं त्याला दिलेला नवा काढा लायसँडरच्या पापणीवर टाकतो.

मग हर्मियाला प्रथम जागं करण्यात येतं. आपल्या बाजूलाच लायसँडर झोपलेला असल्याचं तिला दिसतं. तो अचानक चमत्कारिकपणे का वागायला

लागला असावा याचं तिला नवलच वाटत असतं. तितक्यात तो डोळे उघडून तिच्याकडे पाहतो. आता त्याला आपण हॅलेनाच्या प्रेमात पडलो होतो याबाबत काहीच आठवत नसतं. मग तो नेहमीप्रमाणेच हर्मियाच्या डोळ्यात डोळे घालून पहायला लागतो. थोड्या वेळापूर्वी काय घडलं, ते हर्मिया त्याला सांगायला लागते. पण लायसँडरला त्यातलं काहीही आठवत नसतं. मग ते सगळं स्वप्नात घडलं असावं, असं मानून ते दोघे तिथून निघून जातात.

नंतर थोड्याच वेळानं हॅलेना आणि डिमिट्रियसही जागे होतात. शांत झोप झाल्यामुळे आता हॅलेनालाही खूपच बरं वाटत असतं. पण डिमिट्रियस मात्र पहिल्यासारखंच बोलायला लागतो. आता मात्र तो खरं बोलत असला पाहिजे अशी हॅलेनाची खात्री पटते. त्यानंतर जे काही घडलं त्याचा तिला आनंदच होतो.

त्यानंतर जेव्हा हॅलेना आणि हर्मिया पुन्हा भेटतात, तेव्हा त्या आपापसातलं भांडण मिटवून टाकतात. त्या पुन्हा जिवलग मैत्रिणी बनतात. आदल्या रात्री जे काही घडलं त्याबद्दल त्या खूप बोलतात. मग नंतर ते सगळं विसरून जायचं ठरवतात. कारण त्या दोघींनाही जे काही हवं होतं ते

मिळालेलं असतं. त्यांच्या मनासारखं सगळं घडलेलं असतं.

डिमिट्रियस आता हॅलेनाच्या प्रेमात पडलेला असतो. त्याला आता हर्मियाशी लग्न करायची मुळीच इच्छा नसते. त्यामुळे ते चौघे ठरवतात की आता अथेन्सला परत जावं. तिथे डिमिट्रियस इजियसला आपला निर्णय सांगेल.

ते ऐकून हर्मियाला ठोठावलेली फाशीची शिक्षा रद्द करण्यासाठी इजियस प्रयत्न करेल अशी त्यांना आशा वाटत असते. पण ते सर्वजण अथेन्सला

जाण्यासाठी निघतच असतात; तितक्यात तिथे स्वत: इजियसच येतो. त्याला त्याची पळून गेलेली मुलगी सापडलेली असते. तो तिला शोधायलाच जंगलात आलेला असतो.

डिमिट्रियस इजियसला सांगतो की त्याची आता त्याच्या मुलीशी लग्न करायची इच्छा नाही. त्यामुळे आता इजियस हर्मियाला लायसँडरशी लग्न करायची परवानगी देतो. इजियस सांगतो की त्यांनी चौथ्या दिवशी लग्न करावं. कारण त्याच दिवशी हर्मियाला फाशीची शिक्षा होणार असते. मग डिमिट्रियस आणि

हॅलेनाही त्याच दिवशी लग्न करायचं ठरवतात.

ओबरॉन आणि टिटेनिया या घटनांचे साक्षीदार असतात. त्यांचा आनंद तर गगनात मावत नाही. त्यामुळे ओबरॉन ताबडतोब संपूर्ण परी राज्यात रात्रभर जल्लोष साज़रा करण्याची घोषणा करतो.

◆

द विंटर्स टेल

विल्यम शेक्सपिअर

अनुवाद

मंजूषा आमडेकर

मेहता पब्लिशिंग हाऊस

Please contact us at **Mehta Publishing House,** 1941, Madiwale Colony, Sadashiv Peth, Pune 411030.
✆ +91 020-24476924 / 24460313
Email : production@mehtapublishinghouse.com
sales@mehtapublishinghouse.com
Website : www.mehtapublishinghouse.com
** या पुस्तकातील लेखकाची मते, घटना, वर्णने ही त्या लेखकाची असून त्याच्याशी प्रकाशक सहमत असतीलच असे नाही.*

THE WINTER'S TALE by WILLIAM SHAKESPEARE
Translated into Marathi Language by Manjusha Amdekar

द विंटर्स टेल / कुमारसाहित्य
अनुवाद : मंजूषा आमडेकर
१९, रेश्मा रेसिडेन्सी, लोकमान्य कॉलनी, पुणे ४११०३८.
मराठी अनुवादाचे व प्रकाशनाचे हक्क मेहता पब्लिशिंग हाऊस, पुणे.
प्रकाशक : सुनील अनिल मेहता, मेहता पब्लिशिंग हाऊस,
१९४१, सदाशिव पेठ, माडीवाले कॉलनी, पुणे – ४११०३०.
मुद्रक : स्पेक्ट्रम ऑफसेट, डी-२/४, सत्यम इस्टेट,
सीडीएसएसच्या मागे, एरंडवणे, पुणे - ४११००४.
मुखपृष्ठ व
आतील चित्रे : देविदास पेशवे
प्रथमावृत्ती : ऑक्टोबर, २०१८
संचाची किंमत : ₹ १५००
P Book ISBN 9789353170950
E Book ISBN 9789353170967
E Books available on : play.google.com/store/books
www.amazon.in/b?node=15513892031

हर्माइनी

ही राजा लिओन्टेसची अत्यंत सुंदर आणि एकनिष्ठ बायको असते. पण राजा तिच्यावर, तिचं बोहेमियाचा राजा, पॉलिक्झेनियसशी प्रेमप्रकरण असल्याचा खोटा आरोप करतो. नाटकात ती दु:खामुळे मरण पावते. पण नाटकाच्या शेवटी पुन्हा जिवंत होते.

पॉलिक्झेनियस

हा बोहेमियाचा राजा असतो. हा लिओन्टेसचा बालमित्रही असतो. लिओन्टेसच्या बायकोशी, हर्माइनीशी त्याचं प्रेमप्रकरण चालू असल्याचा त्याच्यावर चुकीचा आरोप केला जातो. लिओन्टेस त्याला ठार करण्याची योजना आखतो. त्यामुळे तो कसाबसा सिसिलीतून पळ काढून निसटून जातो.

लिओन्टेस

हा सिसिलीचा राजा असतो. मत्सरी स्वभावामुळे तो मनाशी काहीतरी कल्पना करून घेतो. त्यामुळे त्याची खात्री पटते की आपली बायको हर्माइनी आणि आपला बालमित्र पॉलिक्झेनियस यांचं प्रेमप्रकरण चालू आहे. पॉलिक्झेनियस हा बोहेमियाचा राजा असतो. लिओन्टेस आपल्या बायकोला अत्यंत क्रूरपणे वागवतो. पण नंतर त्याला आपल्या कृत्याचा पश्चात्ताप होतो.

शेफर्ड

हा एक वृद्ध धनगर असतो. अत्यंत सुस्वभावी असतो. त्याला पर्डिटा अगदी लहान असताना सापडलेली असते. तिला तो आपलीच मुलगी समजून प्रेमानं वाढवतो.

द विंटर्स टेल

कोणे एके काळी सिसिलीवर लिओन्टेस नावाचा एक हुशार आणि सामर्थ्यवान राजा राज्य करत असतो. त्याची बायको अत्यंत सुंदर आणि गुणी असते. तिचं नाव हर्माइनी असतं. हर्माइनी ही इतकी हळुवार स्वभावाची प्रेमळ बायको असते की तिच्याबद्दल तक्रारीला काही जागाच नसते. लिओन्टेस तिच्याबद्दल जराही कुरकूर करू शकत नसतो. पण तरीही लिओन्टेसच्या आयुष्यात एका

गोष्टीची कमतरता असते. ती म्हणजे त्याचा मित्र पॉलिक्झेनियसची. हा त्याचा बालमित्र असतो. पण आता तो बोहेमियाचा राजा असतो.

जन्माला आल्यापासून ते दोघे एकमेकांचे जानी दोस्त असतात. दोघांच्याही वडिलांच्या मृत्यूनंतर ते आपापल्या राज्याचा कारभार पाहण्यात गुंतून पडतात. ते कामात इतके बुडून गेलेले असतात की अनेक वर्षं त्यांची गाठभेटच झालेली नसते. अनेक वेळा विनंती केल्यानंतर पॉलिक्झेनियस सिसिलीत येऊन मित्राला भेटायला तयार होतो.

अनेक वर्षांनी आपल्या बालमित्राला पाहून लिओन्टेसचा आनंद गगनात मावेनासा होतो. तो

आपल्या बायकोची, हर्माइनीची त्याच्याशी ओळख करून देतो. मग ते तिघे गप्पांमध्ये हरवून जातात. तासन्‌तास ते एकमेकांशी बोलत बसतात. ते दोघेही तरुणपणीच्या आठवणी हर्माइनीला सांगतात.

लवकरच पॉलिक्झेनियसच्या परतीचा दिवस जवळ येतो. तो आता आपल्या राज्यात परत जाणार असतो. लिओन्टेस त्याला आणखी काही दिवस राहण्याचा आग्रह करतो. हर्माइनीही त्याला दुजोरा देते. ती ही त्याला थांबायला सांगते. पण खरी समस्या इथूनच सुरू होते. जेव्हा लिओन्टेस आग्रह करत असतो तेव्हा पॉलिक्झेनियस रहायला नकार देतो. आपल्या बालमित्राचा आग्रह मानत नाही. पण

जेव्हा हर्माइनी त्याला रहा म्हणते, तेव्हा मात्र तो तिचं म्हणणं चटकन मान्य करतो. त्यामुळे लिओन्टेसच्या मनात मत्सराची आग पेटते. जे काही घडत होतं त्याबद्दल आपल्याला काय वाटायला हवं, तेच त्याला कळत नाही. भरीला भर म्हणून, हर्माइनीचं पॉलिक्झेनियसला महत्व देणं त्याला आणखीनच चिडीला आणतं.

लिओन्टेस एकदम बदलूनच जातो. त्याच्यातल्या प्रेमळ नवरा आणि चांगला मित्राचं एकदम राक्षसात रूपांतर होतं. त्याच्या मनात मत्सराची आग पेटलेली असते. ती त्याला सहन होईनाशी होते. त्यामुळे लिओन्टेस आपल्या दरबारातल्या कॅमिलो नावाच्या

सरदाराला बोलावून त्याला पॉलिक्झेनियसला विष घालायची आज्ञा देतो.

पण कॅमिलो भला माणूस असतो. आपला राजा आपल्याला जे काही करायला सांगतो आहे ते योग्य नसल्याचं त्याला कळत असतं. त्यामुळं तो पॉलिक्झेनियसला विष देण्याच्या ऐवजी त्याला या कटाची माहिती देतो. ते दोघेही सिसिलीतून पळून जायचं ठरवतात. अशा प्रकारे कॅमिलोच्या मदतीनं पॉलिक्झेनियस आपल्या राजधानीत, बोहेमियात सुरक्षितपणे परत जाऊ शकतो. नंतर तो कॅमिलोची आपल्या दरबारात नेमणूक करतो. लवकरच कॅमिलो

राजाचा घट्ट मित्र आणि मुख्य सल्लागारही होतो.

तिकडे सिसिलीत जे घडतं ते विलक्षणच असतं. पॉलिक्झेनियस राजाचं पलायन यशस्वी झाल्यावर त्याचे जे पडसाद सिसिलीत उमटतात त्याची कुणी कल्पनाही केलेली नसते. आपल्या बायकोवर भुरळ पाडणारा खलनायक अजूनही सुखरूप आहे हे पाहून लिओन्टेस आपला मोर्चा हर्माइनीकडे वळवतो. तो तडक तिच्या खोलीत घुसतो. मॅमिलियस या त्यांच्या मुलाला बाहेर पाठवून देतो. आणि तिला ताबडतोब अटक करतो.

मॅमिलियसला आपल्या आईचा खूपच लळा असतो. आपल्या आईचा अशा प्रकारे अपमान

होताना पाहणं त्याला सहन होत नाही. तो इतका खचून जातो की खाणं-पिणंच सोडून देतो. अखेरीस लहानगा राजकुमार आता उपासमारीनं मरणार की काय, अशी वेळ येऊन ठेपते.

तिकडे लिओन्टेस आपल्या क्लिओमेनियस आणि डिऑन या दोन लॉर्डस्‌ना डेलफोसच्या दरबारात पाठवतो. डेलफोसच्या अंगात अपोलो देवतेचा संचार होत असतो. तो डेलफोसला आपली बायको विश्वासाघातकी आहे की नाही, हे शोधून काढायला सांगतो. तिकडे हर्माइनी एका मुलीला जन्म देते. हे पिटुकलं बाळच काय ते तिला तुरुंगातही आनंद देत असतं.

हर्माइनीची पॉलिना नावाची मैत्रीण असते. लिओन्टेसच्या दरबारातल्या लॉर्ड अँटिगोनियसची

ती बायको असते. हर्माइनीला मुलगी झाल्याचं तिला समजतं. त्यामुळे ती धावतच तुरुंगापाशी जाते. मग ती एमिलियाबरोबर हर्माइनीसाठी निरोप पाठवते. एमिलिया ही हर्माइनीची आणि तिच्या मुलीची देखभाल करणारी दाई असते. हर्माइनीनं तिची मुलगी पॉलिनाकडे द्यावी, असा ती राणीला निरोप पाठवते. तिचं असं म्हणणं असतं की ती त्या मुलीला तिच्या बाबांकडे घेऊन जाईल. कदाचित त्या चिमुकल्या बाळाला पाहून त्याच्या दगडी हृदयाला पाझर फुटू शकेल. ती एमिलियासोबत राणीला असाही निरोप पाठवते की, पॉलिना तिची बाजू

मांडेल. शक्य होतील तितके सगळे प्रयत्न करेल.

त्या छोट्याशा बाळाला आपल्या कडेवर घेऊन पॉलिना दरबारात जाते. तिचा नवरा तिला थांबवण्याचा प्रयत्न करतो. राजा आणखीन संतापेल अशी त्याला भीती वाटत असते. पण पॉलिना ऐकत नाही. ती राजासमोर जाऊन त्या लहान बाळाला राजाच्या पायाशी ठेवते. आपल्या एकनिष्ठ बायकोला तुरुंगात टाकून त्यानं तिच्यावर किती अन्याय केला आहे ते ती त्याला पटवून सांगत राहते. पण तिच्या प्रयत्नांचा उपयोग होत नाही. आगीत तेल ओतल्यासारखा राजा आणखीनच संतापतो. तो ताबडतोब अँटिगोनियसला त्याच्या बायकोला दरबारातून घेऊन जायला सांगतो.

पॉलिना गेल्यानंतर लिओन्टेस अँटिगोनियसवर एक कामगिरी सोपवतो. तिच्याकडील लहान बाळाला घेऊन तिला वाळवंटात मरण्यासाठी सोडून द्यायला फर्मावतो. आता हा अँटिगोनियस काही कॅमिलोसारखा भला माणूस नसतो. त्यामुळे तो राजाची आज्ञा तंतोतंत पाळतो. तो ते बाळ लगेचच उचलतो. त्याला सापडेल त्या पहिल्याच वाळवंटात तिला सोडून देण्याचाच त्याचा विचार असतो.

लिओन्टेस आता संतापानं इतका वेडापिसा

झालेला असतो की त्याच्यात जराही सारासार विवेक रहात नाही. त्याचं वागणं आता कुणाच्याही समजुतीपलिकडे गेलेलं असतं. आपले दोन्ही लॉर्डस् साधूबांबांचा निरोप घेऊन परत यायचीही तो वाट पाहू शकत नाही. तितकाही तो धीर धरू शकत नाही. तो हर्माइनीला सर्वांदेखत जाब विचारतो. तिच्या अपराधाची सुनावणी करतो. तिच्या अपराधाबद्दल तिला भयंकर शिक्षा ठोठवायची त्याची इच्छा असते. बिचाऱ्या हर्माइनीभोवती सगळे जण गोळा होतात. ती आता त्यांच्यासमोर एक कैदी म्हणून उभी असते. क्लिओमेनिअस आणि डिऑन दरबारात परत येतात. त्यांच्याकडे साधूबाबांनी दिलेला निवाडा असतो. त्यात म्हटलेलं असतं की, 'हर्माइनी निरपराध आहे. पॉलिक्झेनियसही निर्दोष आहे.

कॅमिलो हा एक सच्चा दरबारी आहे. लिओन्टेस हा मत्सरी आणि जुलमी राजा आहे. आणि हरवलेली मुलगी सापडली नाही, तर राजाला वारसाशिवायच जगावं लागेल.'

लिओन्टेस आता इतका हट्टाला पेटलेला असतो की तो म्हणतो साधूबाबा खोटारडे आहेत. मग तो ज्यूरींना कैदी स्त्रीबाबत आपला निवाडा द्यायला सांगतो. त्याच वेळी एक माणूस तिथे येतो. लहानगा राजकुमार मॅमिलियस मरण पावल्याची तो बातमी देतो. आपल्या आईवर तिनं न केलेला गुन्हा दाखल करण्यात आला असून तिच्याविरुद्ध खटला चालवला जात आहे हे ऐकताच राजकुमार खचून

गेलेला असतो. त्याला इतका जबरदस्त धक्का बसतो की तो बिचारा मरूनच जातो.

आपल्या मुलाच्या मृत्यूची बातमी ऐकताच हर्माइनी चक्कर येऊन कोसळते. लिओन्टेसला आपल्या बायकोची कणव येते. तो तिच्या नोकराणींना तिला तिथून घेऊन जायला सांगतो. तिला शुद्धीवर आणण्यासाठी प्रयत्न करायला सांगतो. पण थोड्या वेळानं पॉलिना तिथे येते. ती राजाला सांगते की हर्माइनी मरून गेलेली आहे.

आत्ता कुठे लिओन्टेसच्या लक्षात येतं की आपण फारच क्रूरपणानं वागलो आहोत. आपण आपल्या बायकोवर अन्याय केलेला आहे. तिचं मन शुद्ध असल्याचं त्याला जाणवतं. ती नक्कीच निरपराध

होती. त्याच्या हे ही लक्षात येतं की त्याची मुलगी जर वाळवंटात सोडून देण्यात आली असेल तर साधूबाबांचं म्हणणं खरं असल्याचं सिद्ध होईल. त्याला कुणीही वारस राहणार नाही.

राजाच्या मनात हे सगळे विचार घोळत असतानाच, तिकडे अँटिगोनियस एका वादळात सापडलेला असतो. वादळामुळे भरकटून तो बोहेमियात जाऊन पोचतो. तो बोहेमियाच्या किनाऱ्यावर जातो. तिथे जाऊन तो राजाच्या आज्ञेचं पालन करतो. लहानग्या बाळाला तिथेच सोडून तो

आता परतच फिरत असतो. सिसिलीला जाण्यासाठी तो निघणार, तेवढ्यात त्याच्या मागच्या झाडींमधून एक अस्वल येतं. ते त्याच्यावर हल्ला करून त्याच्या चिंध्या करून टाकतं.

एक गरीब धनगर तिथूनच चाललेला असतो. त्याला ते लहान बाळ दिसतं. त्या मुलीच्या अंगावर जरीकाठाचे उंची कपडे घातलेले असतात. तिच्या अंगावर दागदागिने असतात. तिच्या दंडाला कागदाचा एक तुकडा बांधलेला असतो. त्यावर 'पर्डिटा' असं लिहिलेलं असतं. तो धनगर अतिशय दयाळू माणूस असतो. तो तिला उचलून घेतो. ते बाळ पाहून त्याची बायको फारच खुश होते. बाळाच्या अंगावरचे दागिने विकून तो धनगर बऱ्याच

शेळ्या-मेंढ्या विकत घेतो. लवकरच तो खूप श्रीमंत होतो. पर्डिटाला तो आपल्या मुलीसारखंच लहानाचं मोठं करतो. तिला लोक त्या धनगराचीच मुलगी समजायला लागतात.

तिकडे पॉलिक्झेनियसला एक मुलगा झालेला असतो. तो आता वयात आलेला असतो. त्याचं नाव असतं फ्लोरिझेल. एके दिवशी फ्लोरिझेल राजवाड्यातल्या मैदानावर फिरत असतो. तितक्यात त्याला सुंदरशी पर्डिटा दिसते. तिला पाहताच तो तिच्या प्रेमात पडतो. आपण एक राजकुमार आहोत हे तिला तो मुळीच कळू देत नाही. त्याऐवजी तो स्वतःची ओळख डोरिकलेस अशी करून देतो. आपण जवळच राहत असल्याचं तो तिला सांगतो.

लवकरच ते दोघे एकमेकांचे चांगले मित्र बनतात.

एके दिवशी पॉलिक्झेनियस आपल्या माणसांना फ्लोरिझेलच्या मागे पाठवतो. आपला मुलगा रोज कुठे जातो, हे त्याला जाणून घ्यायचं असतं. त्याची माणसं सगळी माहिती काढतात. त्यांना जे समजतं ते ती माणसं राजाला जाऊन सांगतात. ते ऐकल्यावर राजा आणि कॅमिलो धनगराकडे जायचं ठरवतात. ते साध्या प्रवासी माणसांचा पोषाख करून जातात.

धनगराच्या घरी उत्सव साजरा होत असतो. राजाचं आणि कॅमिलोचं तिथे प्रेमानं स्वागत केलं जातं. ते दोघेही तिथल्या उत्सवात सहभागी होतात. त्यांना फ्लोरिझेल आणि पर्डिटा एका कोपऱ्यात

बसलेले दिसतात. ते दोघेही ना नृत्य करत असतात, ना मेजवानीवर ताव मारत असतात. त्याऐवजी ते शांतपणे एकमेकांच्या सहवासाचा आनंद घेत असतात. इतकी सुंदर मुलगी आपण आपल्या आयुष्यात कधीही पाहिली नसल्याचं राजा मान्य करतो. कॅमिलोलाही रहावत नाही. तो चटकन बोलून जातो की, 'खरोखरंच, ही एक विलक्षण सुंदर मुलगी आहे !'

त्यानंतर पॉलिक्झेनियस आपली खरी ओळख जाहीर करतो. मग तो आपल्या मुलाला आज्ञा देतो की त्या धनगराच्या मुलीला त्यानं कधीही भेटता

कामा नये. नाहीतर तो त्या मुलीला आणि तिच्या वडिलांना ठार करून टाकेल. आणि मग पॉलिक्झेनियस झपाट्यानं तिथून निघून जातो. कॅमिलो मात्र पर्डिटाच्या सौंदर्यामुळे प्रभावित झालेला असतो. तो त्या दोन्ही प्रेमींना सिसिलीला पळून जायला सांगतो. तिथे जाऊन राजा लिओन्टेसचा आश्रय घ्यायला सांगतो. त्यामुळे फ्लोरिझेल, पर्डिटा आणि तो धनगर घाईघाईनं सिसिलीला जायला निघतात. जाताना धनगर स्वत:सोबत त्याला मिळालेले बाळाचे कपडे आणि तिचं नाव लिहिलेला कागदही घेतो.

दोन्ही प्रेमी जीव लिओन्टेसच्या दरबारात जाऊन पोचतात. तो त्यांचं प्रेमानं स्वागत करतो. अचानक

त्याच्या आत पर्डिटाबद्दल वात्सल्याचे भाव जागे होतात. तिच्याकडे पाहून त्याला त्याच्या बायकोची, हर्माइनीची आठवण होते. पर्डिटाकडे पाहून तो म्हणतो, 'माझी मुलगीसुद्धा इतकीच गोड दिसली असती. अरेरे...मी तिला दुष्टपणे माझ्यापासून दूर पाठवायला नको होतं.'

राजाच्या तोंडून हे शब्द ऐकताच अचानक त्या धनगराच्या लक्षात येतं की पर्डिटा ही दुसरी तिसरी कुणी नसून खुद्द लिओन्टेस राजाचीच मुलगी असली पाहिजे. तो ताबडतोब राजाला बाळाचे कपडे दाखवतो. आणि तिचं नाव लिहिलेला कागदही

दाखवतो. आणि काय आश्चर्य! पर्डिटा ही त्याचीच हरवलेली मुलगी असल्याचं सिद्ध होतं. राजा आनंदानं हरखून जातो. तो त्या धनगराला भरपूर सोनंनाणं देतो. आपली मुलगी आपल्याकडे त्यानं परत आणली म्हणून तो त्याच्यावर बक्षिसांचा पाऊसच पाडतो जणू.

तिकडे पॉलिक्झेनियसलाही ही बातमी मिळते. आपल्या मुलावर ज्या मुलीशी लग्न करण्याची आपण बंदी घातली होती ती राजकुमारी असल्याचं त्याला कळतं. शिवाय ती दुसरी तिसरी कुणी नसून आपल्याच बालमित्राची मुलगी आहे हे ही त्याला समजतं. मग तो त्या लग्नाला मान्यता देतो. सिसिली आणि बोहेमिया, या दोन्ही राज्यांमधल्या दरबारातले लोक त्यामुळे आनंदित होतात. तरीही राजा लिओन्टेस मात्र मनातून कष्टीच असतो. कारण त्यानं त्याच्या बायकोला दिलेली क्रूरपणाची वागणूक त्याला आठवते. आज या आनंदाच्या प्रसंगी हर्माइनी त्याच्यासोबत हजर नसते, याचंही त्याला वाईट वाटतं.

पॉलिना आता राजाच्या मर्जीतली झालेली असते. ती राजाजवळ येते. ती त्याला सांगते की तिनं हर्माइनीचा एक जिवंत पुतळा तयार केलेला आहे.

आता सर्व काही चांगलं झालेलं असल्यामुळे तो पुतळा राजाला भेट म्हणून देण्याची तिची इच्छा असते. मग पॉलिना, फ्लोरिझेल, पर्डिटा आणि

लिओन्टेस असे सगळेजण पॉलिनाच्या घरी जायला निघतात. कारण तो पुतळा तिथेच ठेवण्यात आलेला असतो.

तिथे जो पुतळा असतो तो खरोखरच विलक्षण असतो. इतका जिवंत पुतळा आजवर कुणाचाही कधीही तयार केला गेलेला नसतो. तिथे असलेला प्रत्येकजण त्या पुतळ्याच्या सुंदरतेचं कौतुक करत असतो. पण राजा लिओन्टेस मात्र अगदी गप्प असतो. त्याच्या तोंडून एक शब्दही फुटत नसतो. पण थोड्या वेळानं तो म्हणतो की हर्माइनीच्या चेहऱ्यावर सुरकुत्या आहेत. त्या काही पुतळ्यासारख्या वाटत नाहीत. त्यावर पर्डिटा म्हणते की कदाचित शिल्पकाराला ती आज जिवंत असती तर कशी दिसली असती ते दाखवायचं असेल.

त्यावर पॉलिना राजाला सांगते की आता त्या

पुतळ्यावर पडदा घालून ठेवलेला बरा पडेल. कारण दुःखामुळे राजाचा चेहरा फिकुटलेला दिसत असतो. पण लिओन्टेसची त्या पुतळ्याकडे आणखी काही वेळ पहात राहण्याची इच्छा असते. त्यावर पॉलिना म्हणते की राजाची जर तसं करायची इच्छाच असेल तर ती जिवंत आहे असंच त्यानं समजून चालावं.

त्याच क्षणी तो पुतळा आपल्या चबुतऱ्यावरून खाली उतरतो आणि राजाकडे चालत जातो. हर्माइनी राजाच्या गळ्याभोवती हात टाकते. हर्माइनी मेलेलीच नसते. तिच्या जिवलग मैत्रिणीनं, पॉलिनानं तिला लपवून ठेवलेलं असतं. राजाला आपल्या वागण्याचा खराखुरा पश्चात्ताप झाल्याचं तिला खरं तर पूर्वीच कळलेलं असतं. पण तरीही तिनं स्वतःला प्रगट

केलेलं नसतं. पण आपली मुलगी सापडल्याची बातमी कळल्यावर मात्र तिला रहावत नाही. आता पर्डिटा सापडलेली असल्यामुळे ती आपल्या नवऱ्याला माफ करते.

पर्डिटा आणि फ्लोरिझेलचं लग्न होतं. मग एका अर्थानं लिओन्टेस आणि हर्माइनीचंही दुसऱ्यांदा लग्न होतं. अखेरीस इतक्या वर्षांनंतर लिओन्टेसला ज्या गोष्टीची अत्यंतिक गरज असते, ती मनःशांती लाभते.

◆

द टेम्पेस्ट

विल्यम शेक्सपिअर

अनुवाद

मंजूषा आमडेकर

मेहता पब्लिशिंग हाऊस

Please contact us at **Mehta Publishing House,** 1941, Madiwale Colony, Sadashiv Peth, Pune 411030.
✆ +91 020-24476924 / 24460313
Email : production@mehtapublishinghouse.com
sales@mehtapublishinghouse.com
Website : www.mehtapublishinghouse.com
** या पुस्तकातील लेखकाची मते, घटना, वर्णने ही त्या लेखकाची असून त्याच्याशी प्रकाशक सहमत असतीलच असे नाही.*

THE TEMPEST by WILLIAM SHAKESPEARE
Translated into Marathi Language by Manjusha Amdekar

द टेम्पेस्ट / कुमारसाहित्य
अनुवाद : मंजूषा आमडेकर
१९, रेश्मा रेसिडेन्सी, लोकमान्य कॉलनी, पुणे ४११०३८.
मराठी अनुवादाचे व प्रकाशनाचे हक्क मेहता पब्लिशिंग हाऊस, पुणे.
प्रकाशक : सुनील अनिल मेहता, मेहता पब्लिशिंग हाऊस,
१९४१, सदाशिव पेठ, माडीवाले कॉलनी, पुणे – ४११०३०.
मुद्रक : स्पेक्ट्रम ऑफसेट, डी-२/४, सत्यम इस्टेट,
सीडीएसएसच्या मागे, एरंडवणे, पुणे - ४११००४.
मुखपृष्ठ व
आतील चित्रे : देविदास पेशवे
प्रथमावृत्ती : ऑक्टोबर, २०१८
संचाची किंमत : ₹ १५००
P Book ISBN 9789353170950
E Book ISBN 9789353170967
E Books available on : play.google.com/store/books
www.amazon.in/b?node=15513892031

प्रॉस्पेरो

हा नाटकातील मुख्य पात्र असतो. भावाकडून पाठीत खंजीर खुपसला जाईपर्यंत हा मिलानचा ड्यूक असतो. भाऊ त्याच्याविरुद्ध कट-कारस्थान करतो आणि त्याची गादी बळकावतो. यानं बारा वर्षं एका बेटावर घालवलेली असतात.

मिरांडा

ही प्रॉस्पेरोची मुलगी असते. ही अतिशय कनवाळू असते. तिच्या बाबांशी एकनिष्ठ, प्रामाणिक असते. कुणाविषयीही मतं बनवणारी नसते.

फर्डिनंड

हा नेपल्सच्या राजाचा मुलगा असतो. मिरांडाला पहिल्यांदा पाहताच तो तिच्या प्रेमात पडतो. तो ही तिच्यासारखाच भोळा असतो.

एरिएल

हा एक दैवी शक्ती असलेला माणूस असतो. हा खोडकर असतो. शक्तिमान असतो. प्रॉस्पेरो त्याला जे काही करायला सांगेल ते तो करत असतो.

द टेम्पेस्ट

मिलानचा ड्यूक, प्रॉस्पेरो हा एक विद्वान माणूस असतो. हा आपल्या राज्याच्या जबाबदाऱ्या सोडून पुस्तकांमध्ये रमून गेलेला असतो. त्यानं आपल्या राज्याची जबाबदारी आपल्या अँटोनिओ नावाच्या भावावर सोपवलेली असते. त्याच्यावर त्याचा पूर्ण विश्वास असतो. पण अँटोनिओला स्वत:लाच ड्यूक

बनायची इच्छा असते. त्यामुळे तो त्याच्या भावाची हत्या करण्याचा कट रचतो. अलोन्सो या प्रॉस्पेरोच्या शत्रूची मदत घेऊन अँटोनिओ त्याला हवं ते मिळवतो. अलोन्सो हा नेपल्सचा राजा असतो. ते दोघे प्रॉस्पेरोला समुद्रात नेतात. जमिनीपासून खूप लांब आल्यावर ते प्रॉस्पेरोला बळजबरीनं एका लहानशा बोटीत बसवतात. या बोटीला शीड, वल्ही, डोलकाठी असं काहीही नसतं. ते प्रॉस्पेरोच्या लहान मुलीला, मिरांडालाही त्या बोटीत बसवतात.

ती बिचारी तर तीन वर्षांचीही झालेली नसते. त्या दोघांना समुद्राच्या मध्यभागी सोडून देऊन ते तिथून निघून जातात. या दोघांना त्यांच्या नशिबावर सोडून स्वत: सुरक्षित किनाऱ्यावर जातात. आणि मग अशा प्रकारे अँटोनिओ बळजबरीनं मिलानची राजगादी बळकावतो.

पण दरबारी लोकांमधला एक सरदार, लॉर्ड गोन्झॅलो हा प्रॉस्पेरोशी, म्हणजे त्याच्या खऱ्या मालकाशी अगदी एकनिष्ठ असतो. त्यानं गुप्तपणे

लहानशा बोटीत थोडं प्यायचं पाणी, खाण्याचे पदार्थ आणि कपडे ठेवून दिलेले असतात. त्या खेरीज काही पुस्तकंही असतात. कारण प्रॉस्पेरोच्या दृष्टीनं तीच जास्त महत्वाची असतात. बरेच दिवस समुद्रात भरकटत गेल्यानंतर ती बोट अखेरीस एका बेटाला लागते. प्रॉस्पेरो आणि त्याची छोटी मुलगी मिरांडा सुरक्षितपणे किनाऱ्यावर उतरतात.

हे बेट झपाटलेलं असतं. अनेक वर्षं हे बेट सिकोरॅक्स नावाच्या एका दुष्ट चेटकिणीच्या ताब्यात असतं. तिनं त्या बेटावर जादूटोणा करून ठेवलेला असतो. तिनं सगळ्या चांगल्या आत्म्यांना झाडांच्या बुंध्यांमध्ये कैद करून ठेवलेलं असतं. प्रॉस्पेरो त्या बेटावर येण्याच्या थोडेच दिवस आधी ती मरण पावलेली असते. पण तिथले आत्मे मात्र अजूनही तिथेच कैदेत तळमळत पडलेले असतात. त्या आत्म्यांच्या प्रमुखाचं नाव एरिएल असं असतं.

प्रॉस्पेरो हा फार मोठा जादूगारही असतो. त्यानं आपल्या आयुष्यातली बरीच वर्षं जादू शिकण्यात घालवलेली असतात. या काळात त्याचा भाऊ मिलानचं राज्य चालवत असतो. आपल्याकडील जादूचा वापर करून तो तिथल्या बंदिस्त आत्म्यांची सुटका करतो. पण तरीही तो त्यांना आपल्या ताब्यात

ठेवतो. हे आत्मे प्रॉस्पेरोची आज्ञा पाळत राहीपर्यंत तो त्यांना दयाळूपणे वागवतो. प्रॉस्पेरो आपल्या शक्तीचे त्यांच्यावर हुशारीनं प्रयोग करत राहतो.

पण त्यांच्यातल्या एका प्राण्यावर मात्र प्रॉस्पेरो वचक ठेवून रहात असतो. हा असतो दुष्ट चेटकिणीचा मुलगा कॅलिबन. हा दिसायला अतिशय कुरूप आणि विद्रूप असतो. स्वभावानं भयंकर आणि क्रूर असतो. प्रॉस्पेरो त्याला बोलायला शिकवतो. पण त्याला काहीही चांगलं किंवा उपयोगी पडू शकेल

असं शिकायचंच नसतं. त्यामुळे प्रॉस्पेरो त्याला गुलाम म्हणून वागवतो. तो त्याला लाकडं आणायला पाठवतो. इतर सगळी कष्टाची कामं त्याला सांगतो. पण त्याच्याकडून सक्तीनं ही सगळी कामं करून घेण्यासाठी प्रॉस्पेरोनं एरिएलला नेमलेलं असतं. लहानगा एरिएल अत्यंत आनंदी असतो. तसा तो खोडकर नसतो; पण कॅलिबनवर दादागिरी करण्यात त्याला खूप मजा वाटत असे. कॅलिबन जेव्हा आळशीपणा करायचा किंवा कामचुकारपणा करायचा, तेव्हा एरिएल त्याला चिमटे काढायचा. (एरिएल अदृश्य असायचा. तो फक्त प्रॉस्पेरोला

दिसायचा.) कधी कधी तर तो त्याला कशाला तरी अडखळवून पाडायचासुद्धा.

चांगले आणि वाईट, अशा दोन्ही प्रकारचे शक्तिमान आत्मे प्रॉस्पेरोच्या ताब्यात होते. ते त्याची आज्ञा पाळायचे. त्यांच्या मदतीनं प्रॉस्पेरो वारा आणि समुद्राच्या लाटांवरही नियंत्रण ठेवू शकायचा.

लवकरच मिरांडा मोठी होते. ती सुंदर आणि गोंडस अशी तरुणी दिसायला लागते. एकदा काय होतं, अँटोनिओ आणि अलोन्सो समुद्रसफारीवर निघालेले असतात. त्यांच्यासोबत अलोन्सोचा भाऊ सेबॅस्टिन असतो. अलोन्सोचा मुलगा फर्डिनंडही असतो. या प्रवासात लॉर्ड गोन्झॅलोही त्यांच्या बरोबर असतो. या सर्वांचं जहाज प्रॉस्पेरोच्या बेटाजवळ येतं. ते पाहून प्रॉस्पेरो त्याच्या आत्म्यांना भीषण असं वादळ निर्माण करण्याची आज्ञा देतो.

भयंकर वादळ समुद्रात थैमान घालत असताना प्रॉस्पेरो त्याच्या मुलीला वादळात सापडून लाटांच्या तडाख्यांमुळे हेलकावत असलेलं ते भलं मोठं जहाज दाखवतो. तो तिला सांगतो की त्या जहाजात त्यांच्यासारखीच माणसं बसलेली आहेत. मिरांडाला त्यांची दया येते. ती बाबांना कळवळून विनंती करून सांगते की त्यांनी ते वादळ आता थांबवावं. प्रॉस्पेरो

तिला सांगतो की त्या जहाजातल्या सर्वांना वाचवण्याची त्याची इच्छा आहे. आणि मग तो आयुष्यात पहिल्यांदाच तिला आपली सगळी कहाणी सांगतो. हे वादळही त्यानं मुद्दामच निर्माण केलेलं असतं. त्या जहाजात बसलेल्या अँटोनिओ आणि अलोन्सो या त्याच्या शत्रूंना ताब्यात घेण्यासाठी त्यानं ते सर्व काही घडवून आणलेलं असतं.

आपली कहाणी संपवून प्रॉस्पेरो आपल्या मुलीला त्याच्या हातातल्या जादूच्या छडीनं हळूच स्पर्श करतो. त्यामुळे ती गाढ झोपी जाते. त्यानंतर एरिएल

आपल्या मालकासमोर हजर होतो. तो वादळाचा सगळा वृत्तांत सांगायला आलेला असतो. खरं तर हे आत्मे मिरांडाला कधीच दिसायचे नाहीत. पण तरीही आपल्या मुलीच्या देखत त्यांच्याशी काही बोलायला प्रॉस्पेरोला आवडायचं नाही.

एरिएल वादळाचं वर्णन करतो. राजाचा मुलगा फर्डिनंड सर्वात आधी समुद्रात पडल्याचं तो सांगतो. त्याच्या वडिलांना वाटतं की त्यांचा लाडका मुलगा भयंकर लाटांनी गिळून टाकला असावा. 'पण तो सुरक्षित आहे,' एरिएल म्हणतो, 'बेटाच्या एका कोपऱ्यावर तो उदासपणे बसला आहे. त्याची अशी समजूत झाली आहे की त्याचे बाबा बुडून गेले आहेत. त्यामुळे तो रडतो आहे.'

'राजा आणि माझा भाऊ कुठे आहेत?' प्रॉस्पेरो विचारतो.

'ते फर्डिनंडला शोधतायत. मी त्यांना तिथेच सोडून आलो आहे,' एरिएल सांगतो. 'जहाजावरील कामगारांपैकी मात्र कुणीच नाहीसं झालेलं नाही. पण प्रत्येकाला असं वाटतं आहे की फक्त आपणच तेवढे वादळाच्या तडख्यातून बचावलो आहोत. जहाजही बंदरावर सुरक्षित आहे.'

'शाब्बास एरिएल, पण अजून काम संपलेलं

नाही. खूप काही करायचं शिल्लक आहे,' प्रॉस्पेरो म्हणतो. 'तू आता त्या तरूण राजपुत्राला इथे घेऊन ये. माझ्या मुलीला तो दिसला पाहिजे.'

'आणखी काम?' एरिएल म्हणतो. 'अहो पण मालक, तुम्ही तर मला सोडून द्यायचं ठरवलं होतं ना? आठवण करून देतोय हो फक्त.'

'माझ्या सगळं लक्षात आहे,' प्रॉस्पेरो म्हणतो. 'पण मी तुला कुठल्या भयंकर संकटातून सोडवलेलं आहे, याचा तुलाच विसर पडलेला दिसतोय. त्या दुष्ट चेटकिणीनं, सिकोरॅक्सनं तुला झाडामध्ये कसं

कैद करून ठेवलं होतं, ते विसरलास की काय?'

'मला क्षमा करा हं मालक,' एरिएल म्हणतो. आपल्या वागण्यातून कृतघ्नपणा दिसून आल्याबद्दल त्याला अगदीच लाजल्यासारखं झालेलं असतं. 'मी तुमच्या आज्ञेचं नक्कीच पालन करेन.'

'चांगली गोष्ट आहे,' प्रॉस्पेरो म्हणतो, 'मी सांगतो तसं कर, मग मी तुला सोडून देईन.'

एरिएल जलदेवतेचं रूप धारण करतो आणि तो जिथे फर्डिनंडला सोडून आलेला असतो तिथे जातो. त्याच्या आजूबाजूला तो अदृश्य रुपानं घिरट्या

घालायला लागतो. गाणी म्हणायला लागतो.

" खोल खोल आत आत साठ फूट खाली,
निद्रिस्त आहेत बाबा तुझे सागराच्या तळाशी,

हाडं त्यांची राहिली नाहीत आता कठीण काठी
झाल्या आहेत आता त्यांच्या पोवळ्यांच्या राशी.

टपोरे डोळे त्यांचे जणू नखशिखान्त मोती
फिकुटला नाही देह लाभलीये नवी लकाकी.

फक्त त्यांना समुद्रानं टाकलं पुरतं बदलून,
अनमोल झालंय अंग त्यांचं जणू नवं नूतन

जलदेवतेच्या घंटानादात समुद्र जातो निनादून
बेधुंद होऊन ऐकत राहतो जातो मी आनंदून."

आपल्या हरवलेल्या वडिलांबद्दल ऐकून फर्डिनंड उठतो आणि एरिएलच्या आवाजाच्या मागोमाग चालायला लागतो. चालत चालत तो प्रॉस्पेरो आणि मिरांडाजवळ जाऊन पोचतो. ते दोघे एका मोठ्या झाडाच्या सावलीत बसलेले असतात.

आणि त्यानंतर प्रॉस्पेरोच्या इच्छेप्रमाणे सर्व काही घडून येतं. मिरांडानं तिच्या आठवणीत आपल्या बाबांना सोडून दुसऱ्या कुठल्याही माणसाला आजवर पाहिलेलं नसतं. त्यामुळे त्या तरूण राजपुत्राला पाहताच तिला खूप नवल वाटतं. त्याला पाहून तिच्या हृदयात प्रेम निर्माण होतं. फर्डिनंडही अशा एकाकी बेटावर इतकी सुंदर मुलगी पाहून चकितच होतो. नुकतंच त्यानं ते विचित्र गाणंही ऐकलेलं असतं. त्याला असं वाटतं की आपण एखाद्या जादूनं भारलेल्या, झपाटलेल्या बेटावर आलेलो आहोत. आणि मिरांडा ही तिथली देवता असावी.

प्रॉस्पेरो मनातल्या मनात आनंदी झालेला असतो. पण तरी वरवर तो असं दाखवतो की त्याला फारच राग आलेला आहे. 'तू काय, इथे हेरगिरी करायला आला आहेस की काय रे?' तो फर्डिनंडच्या अंगावर कडाडतो. 'तुझ्या पायात आणि गळ्यात साखळदंड घालेन. तुला गोड पाण्यातलं शेवाळं खायला घालेन. वाळकी कंदमुळं खायला लावेन. समुद्राचं खारं पाणी प्यायला लावेन तुला. चल, माझ्या मागून ये.'

'नाही,' फर्डिनंड म्हणतो, आणि लगेचच आपली तलवार उपसतो. पण प्रॉस्पेरो आपल्या हातातली जादूची छडी हलवतो आणि त्याला जागच्या जागीच

खिळवून टाकतो. त्यामुळे फर्डिनंड एखाद्या दगडी पुतळ्यासारखा जागीच उभा राहतो. घाबरून गेलेली मिरांडा बाबांना त्या तरूण मुलावर, राजपुत्रावर दया दाखवायला सांगते. पण प्रॉस्पेरो तिला नकार देतो. मग तो फर्डिनंडला आपल्या मागोमाग गुहेत यायला भाग पाडतो. तिथे तो राजपुत्राला मर मर कष्ट करायला लावतो. लाकडाचे जड जड ओंडके वहायला लावतो. मग ते तासायला लावतो. फर्डिनंड चुपचाप त्याच्या आज्ञा पाळत राहतो.

मिरांडा फर्डिनंडला मदत करायला लागते. पण तो मदत घ्यायचं नाकारतो. तरीपण आपल्या मनातलं प्रेम काही तो तिच्यापासून लपवून ठेवू शकत नाही. तिलाही ते ऐकून खूप आनंद होतो. ती त्याच्याशी लग्न करण्याचं वचन देते. ते दोघे एकमेकांवरचं प्रेम व्यक्त करत आहेत हे प्रॉस्पेरो पाहतो. मग तो फर्डिनंडला आपल्या नोकरीतून मोकळं करतो. आनंदी मनानं त्यांच्या लग्नाला मान्यता देतो.

दरम्यान अँटोनिओ आणि सेबॅस्टिन हे बेटाच्या दुसऱ्या भागात असतात. ते दोघेही नेपल्सच्या राजाला, अलोन्सोला ठार मारण्याचा कट रचत असतात. फर्डिनंड मेला अशी आता त्यांची समजूत झालेली असते. त्यामुळे अलोन्सो मेला की राज्याच्या

गादीवर सेबॅस्टिनला नक्कीच बसता येईल असं त्यांना वाटतं. त्यांचं सावज, म्हणजे अलोन्सो गाढ झोपी गेलेला असतो. ते पाहून आता ते त्यांचा दुष्ट बेत प्रत्यक्षात आणणारच असतात. पण एरिएल त्याला अगदी नेमक्या वेळी जागं करतो.

एरिएल त्याच्या नेहमीच्या उचापती करायला लागतो. तो त्यांच्यासमोर एक चविष्ट मेजवानी ठेवतो. आणि मग ते त्यातले पदार्थ उचलून खाणारच असतात; तितक्यात एरिएल त्यांच्यासमोर पंख, शेपूट आणि अणकुचीदार नख्या असलेल्या भयंकर राक्षसिणीचं रूप घेऊन येतो. मग त्यांच्या समोरची मेजवानी नाहीशी होते. त्यांचा त्यांच्या डोळ्यांवर

विश्वास बसत नाही. मग ती राक्षसीण त्यांच्याशी चक्क बोलायला लागते. त्यांनी कसं क्रूरपणे प्रॉस्पेरोकडून ड्यूकपद हिरावून घेतलं; त्याला आणि त्याच्या छोटुकल्या मुलीला समुद्रात सडण्याकरता सोडून दिलं; त्या सगळ्याची ती राक्षसीण त्यांना आठवण करून देते. त्यांच्या त्या दुष्ट कृत्यांचा त्यांना आता जाब द्यायला लागेल; त्यांना त्याचे भयंकर परिणाम भोगावे लागतील असंही ती सांगते.

प्रॉस्पेरोवर केलेला अन्याय आठवून नेपल्सचा राजा आणि अँटोनिओ पश्चात्ताप करायला लागतात. मग एरिएल प्रॉस्पेरोकडे जातो. अँटोनिओ आणि अलोन्सोला होत असलेलं दुःख खरंखुरं आहे, अशी

एरिएल प्रॉस्पेरोला खात्री देतो.

'तसं असेल तर मग त्यांना इथे घेऊन ये, एरिएल,' प्रॉस्पेरो सांगतो.

एरिएल लवकरच नेपल्सचा राजा, अँटोनिओ आणि राजाचा भाऊ सेबॅस्टिनला घेऊन येतो. वृद्ध गोन्झॅलोही त्याच्या पाठोपाठ आलेला असतो. आपल्या मालकाकडे घेऊन जाण्यासाठी एरिएलनं जे संगीत ऐकवलेलं असतं त्याच्या सुरांच्या मागे तो ही येतो. तिथे पोचल्यावर एकटा गोन्झॅलो तेवढा प्रॉस्पेरोला ओळखतो. बाकी कुणालाही तो ओळखू येत नाही.

अँटोनिओच्या डोळ्यातून घळाघळा पाणी वहात असतं. खऱ्याखुऱ्या पश्चात्तापानं पोळलेल्या शब्दात तो प्रॉस्पेरोची माफी मागतो. भावाचा घात करण्याच्या कामी त्याला मदत केल्याबद्दल नेपल्सचा राजाही मनापासून प्रॉस्पेरोची क्षमा मागतो. प्रॉस्पेरो त्यांना माफ करतो.

प्रॉस्पेरोला त्याचं ड्यूकपद परत देण्याचं ते वचन देतात. मग प्रॉस्पेरो नेपल्सच्या राजाला म्हणतो, 'माझ्याकडेही तुझ्याकरता एक भेट आहे.' मग प्रॉस्पेरो पडदा बाजूला करतो आणि त्यांना पलिकडे बसलेले फर्डिनंड आणि मिरांडा दाखवतो. ते दोघे बुद्धिबळ खेळत असतात. एकमेकांना पुन्हा पाहिल्यावर अलोन्सो आणि फर्डिनंड अतिशय खुश होतात. कारण त्या दोघांचीही अशी समजूत झालेली असते की ते वादळाच्या तावडीत सापडून समुद्रात बुडून गेले आहेत.

मिरांडाचं सौंदर्य आणि रुबाबदारपणा पाहून नेपल्सचा राजा थक्कच झालेला असतो. अगदी त्याच्या मुलाप्रमाणेच तो भारावून गेलेला असतो.

'ही सुंदर मुलगी कोण आहे?' तो विचारतो. 'आपल्याला एकत्र आणणारी ही एक देवता असावी असं वाटतंय.'

'नाही हो,' फर्डिनंड सांगायला लागतो. त्यानं मिरांडाला पहिल्यांदा पाहिल्यावर जी चूक केलेली असते, तीच आपल्या वडिलांनाही करताना पाहून त्याला गंमत वाटते.

'ती एक जिवंत स्त्री आहे, मिलानच्या खऱ्या ड्यूकची, प्रॉस्पेरोची मुलगी. मी त्यांच्याबद्दल खूप काही ऐकलेलं होतं. पण मी त्यांना आजवर कधीच पाहिलेलं नव्हतं. मला त्यांनी नवीन जीवन दिलेलं आहे. जणू काही माझे दुसरे बाबाच झाले आहेत ते आता. त्यांनी मला त्यांची ही सुंदर मुलगी देऊ केली आहे.'

'तर मग मला तिचीही माफी मागायला हवी,' राजा म्हणतो.

'पुरे झालं आता माफी मागणं,' प्रॉस्पेरो म्हणतो. 'आता जुन्या जखमांवरच्या खपल्या आपण नाही काढायच्या. कारण आता मागच्या त्या सर्व घटनांचा शेवट चांगला झालेला आहे.' आणि मग तो आपल्या भावाला मिठी मारतो. आपण त्याला खरोखरच माफ केलेलं आहे, अशी त्याची खात्री पटवून देतो.

प्रॉस्पेरो त्यांना सांगतो की त्यांचं जहाज बंदरात सुरक्षित आहे. सगळे नावाडी निघण्याच्या तयारीत आहेत. तो आणि त्याची मुलगी त्यांच्या सोबत

दुसऱ्या दिवशी सकाळी घराकडे जायला निघणार आहेत. 'पण दरम्यान,' तो म्हणतो, 'तुम्हाला हवं तितकं पोटभर खाऊन घ्या; आणि मग संध्याकाळी करमणूक म्हणून मी तुम्हाला माझ्या आयुष्याची कहाणी ऐकवणार आहे. या एकाकी बेटावर मी आलो त्या दिवसापासून काय काय घडलं, त्याची हकीकत तुम्हाला सांगणार आहे.' मग तो कॅलिबनला हाक मारतो. तो त्याला खाण्याचे पदार्थ तयार करायला सांगतो आणि राहण्याकरता गुहा तयार करायला सांगतो.

त्या घाणेरड्या राक्षसाचा तो रानटी आणि बेंगरूळ

अवतार पाहून सगळेजण थक्कच होतात. तो तिथला एकमेव नोकर असतो. प्रॉस्पेरोला त्याच्यावरच अवलंबून राहणं भाग असतं. अखेरीस सर्व काही आनंदात पार पडतं. दुसऱ्या दिवशी ते नेपल्सला जायला निघतात. तिथेच फर्डिनंड आणि मिरांडाचं लग्न होणार असतं. एरिएल समुद्र शांत करतो आणि मंगल, पवित्र वारा देतो.

अनेक दिवसांच्या गैरहजेरीनंतर प्रॉस्पेरो आपल्या स्वतःच्या मायदेशी, स्वतःच्या राज्यात परतत असतो. तिथे त्याचं अत्यंत आनंदानं स्वागत केलं जातं. त्याच्याशी एकनिष्ठ असलेले लोक त्याचं जोरदार जल्लोश करून स्वागत करतात. तो जादू करण्याचं थांबवतो. त्याचं आयुष्य आनंदी बनून जातं. पण ते काही केवळ त्याचं राज्यपद परत मिळतं म्हणून नाही, तर, त्याचा घात करणारे त्याचे खूप मोठे शत्रू आता त्याच्या दयेवर जगत असतात; तो काही त्यांच्यावर सूड उगवत नाही; उलट तो उदारपणे त्यांना क्षमाच करतो, म्हणूनच त्याला मनापासून आनंद होत असतो.

एरिएलला तर प्रॉस्पेरो मुक्त करून टाकतो. त्यामुळे तो त्याला हवं तिथे भटकायला मोकळा होतो. तो गायब होतो आणि आनंदी मनानं एक

छानसं गाणं गातो :

"भ्रमरासारखी फुलांची चाखतो मी गोडी
पिवळ्याधम्म फुलांमध्ये घेतो झोप थोडी

घुबडाच्या पाठीवर असतो माझा पलंग
वटवाघळाच्या पाठीवरून फिरतो बेधुंद

सरतं ऊन, भरतं मन, जातो मी मोहरून
वारा करतो सोबत माझी मनसोक्त लहरून

बहरलेल्या झाडाखाली घेतो मी विश्रांती
सुखासिन आयुष्य माझं लागलंय आता मार्गी"

◆

द ट्रॅजेडी ऑफ मॅकबेथ

विल्यम शेक्सपिअर

अनुवाद
मंजूषा आमडेकर

मेहता पब्लिशिंग हाऊस

Please contact us at **Mehta Publishing House,** 1941, Madiwale Colony, Sadashiv Peth, Pune 411030.
✆ +91 020-24476924 / 24460313
Email : production@mehtapublishinghouse.com
sales@mehtapublishinghouse.com
Website : www.mehtapublishinghouse.com
** या पुस्तकातील लेखकाची मते, घटना, वर्णने ही त्या लेखकाची असून त्याच्याशी प्रकाशक सहमत असतीलच असे नाही.*

THE TRAGEDY OF MACBETH by WILLIAM SHAKESPEARE
Translated into Marathi Language by Manjusha Amdekar

द ट्रॅजेडी ऑफ मॅकबेथ / कुमारसाहित्य
अनुवाद : मंजूषा आमडेकर
१९, रेश्मा रेसिडेन्सी, लोकमान्य कॉलनी, पुणे ४११०३८.
मराठी अनुवादाचे व प्रकाशनाचे हक्क मेहता पब्लिशिंग हाऊस, पुणे.
प्रकाशक : सुनील अनिल मेहता, मेहता पब्लिशिंग हाऊस,
१९४१, सदाशिव पेठ, माडीवाले कॉलनी, पुणे – ४११०३०.
मुद्रक : स्पेक्ट्रम ऑफसेट, डी-२/४, सत्यम इस्टेट,
सीडीएसएसच्या मागे, एरंडवणे, पुणे - ४११००४.
मुखपृष्ठ व
आतील चित्रे : देविदास पेशवे
प्रथमावृत्ती : ऑक्टोबर, २०१८
संचाची किंमत : ₹ १५००
P Book ISBN 9789353170950
E Book ISBN 9789353170967
E Books available on : play.google.com/store/books
www.amazon.in/b?node=15513892031

मॅकबेथ

हा स्कॉटिश जनरल आणि ग्लॅमिसचा लॉर्डही असतो. तीन चेटकिणींची भविष्यवाणी ऐकल्यानंतर मॅकबेथ एकापाठोपाठ एक खून करत सुटतो. तो कॉडोरचा लॉर्ड बनेल असं त्या तिघींनी भाकित केलेलं असतं, आणि ते खरंही ठरतं. तो अत्यंत शूर लढवय्या असतो, ताकदवानही असतो, पण तो सहजपणानं मोहाला बळी पडणारा असतो.

●●●

लेडी मॅकबेथ

ही अत्यंत महत्वाकांक्षी स्त्री असते. सत्ता आणि खुर्ची मिळवण्यासाठी काहीही करायला ती मागेपुढे पाहत नसते. कथेच्या सुरवातीला ती अत्यंत निर्दय असते, पण नंतर मात्र तिच्या डोक्यावर परिणाम होतो आणि तिच्याच मनातल्या अपराधी भावनेला बळी पडते.

तीन चेटकिणी

या तीन रहस्यमय चेटकिणी असतात. त्या जादूटोणा करून भविष्य सांगतात आणि मॅकबेथची गंमत करतात. त्यांच्याच भविष्यवाणीमुळे मॅकबेथ खून करायला तयार होतो.

•••

मॅकडफ

हा एक स्कॉटिश सरदार असतो. मॅकबेथवर प्रचंड संतापलेला असतो. कारण मॅकबेथ त्याच्या पत्नीला आणि मुलाला ठार करतो. त्यामुळे त्याचा सूड उगवण्याचा मॅकडफ निश्चय करतो.

द ट्रॅजेडी ऑफ मॅकबेथ

स्कॉटलंडचा राजा डंकनच्या काळात त्याच्या प्रदेशात एक अतिशय शूरवीर रहात होता. त्याचं नाव होतं लॉर्ड मॅकबेथ. तो राजाच्या खूपच जवळचा माणूस होता. इतकंच नाही तर, तो सर्वात झुंजार योद्धाही होता. शत्रूचं सैन्य कितीही अवाढव्य आणि शक्तिशाली असलं तरी तो एकटा सर्वांना पुरून उरायचा. तो त्या सैन्याची अगदी धूळधाण

उडवायचा. त्याच्या शौर्यापुढे शत्रूसैन्य घाबरून सैरावैरा पळत सुटायचं.

अलिकडच्या काही काळात डंकन राजाच्या राज्याला बंडखोरीपासून धोका निर्माण झाला होता. कॉडोरच्या लॉर्डनं उठाव केला होता. डंकनचा शत्रू असलेल्या नॉर्वेच्या राजाशी हातमिळवणी करून त्यानं बंड केलेलं होतं. पण लॉर्ड मॅकबेथसारख्या शूरवीरावर त्याचा काहीही परिणाम झाला नाही. अगदी काही दिवसातच मॅकबेथनं बंड करणाऱ्या सैन्याचा संपूर्णपणे नायनाट केला. स्कॉटिश सैन्याला जय मिळवून दिला.

आता मॅकबेथच्या गोष्टीची सुरुवात याच युद्धापासून होते. तो त्याच्या एका मित्रासोबत युद्धभूमीवरून परत येत होता. सरदार बँको असं त्या

मित्राचं नाव होतं. वाटेत अचानक विचित्र दिसणाऱ्या तीन व्यक्तींमुळे त्यांना थांबावं लागलं. त्या आकृती अतिशय भयंकर होत्या. जणू काही जिवंत प्रेतं चालत असावीत तसं वाटत होतं. या तीन चेटकिणींनी आपली हडकुळी बोटं उंचावली. स्वतःच्या सुकलेल्या ओठांवर ती ठेवत त्यांनी या दोघांना थांबायचा इशारा केला. मग पहिली चेटकीण त्यांच्याकडे वळली आणि म्हणाली, 'ग्लॅमिसच्या लॉर्डचा, मॅकबेथचा विजय असो!'

हे ऐकून मॅकबेथला नवल वाटलं नाही. कारण तो ग्लॅमिसचा लॉर्ड होताच. त्यामुळे त्याला असं वाटलं

की या म्हाताऱ्या बायकांनी बहुधा त्याला ओळखलं असावं. पण त्यानंतर जे काही घडलं, त्यामुळे मॅकबेथ आणि बँको, दोघांनाही धक्काच बसला.

आता दुसरी चेटकीण मॅकबेथपुढे चालत आली. ती त्याला म्हणाली, 'कॉडोरच्या लॉर्डचा, मॅकबेथचा विजय असो.' आणि त्यावर मॅकबेथ काही बोलणार तोच तिसरीही चेटकीण त्याच्यापुढे आली. ती मोठ्यानं म्हणाली, 'मॅकबेथचा विजय असो, जो आता राजा होणार आहे!'

त्यानंतर त्या तिघी चेटकिणी बँकोकडे वळल्या. त्या त्याला म्हणाल्या, 'मॅकबेथपेक्षा थोडा कमी, पण महान;' 'फारसा आनंदी नसला तरी बराचसा खुशीत;' आणि 'तू राजाच्या मर्जीतला होऊ शकशील, पण राजा होऊ शकणार नाहीस.'

अवाक झालेल्या दोन्ही पुरुषांना तिथेच सोडून तिन्ही चेटकिणी नाहीशा झाल्या.

काही वेळानं मॅकबेथ आणि बँको पुन्हा एकदा डंकन राजाच्या राजवाड्याकडे जायला निघाले. वाटेत राजाच्या काही सैनिकांनी त्यांचं स्वागत केलं. एकमेकांना नमस्कार केल्यानंतर मॅकबेथला सैनिकांनी सांगितलं की कॉडोरच्या लॉर्डनं डंकन राजाचा घात केला होता. आपलं सैन्य घेऊन त्यानं

राजावर चढाईही केली होती. त्यामुळे त्याला सुळावर चढवण्यात येईल असं राजानं जाहीर केलेलं होतं. त्या सैनिकांनी या दुकलीला असंही सांगितलं की आता राजानं कॉडोरची जहागिरी मॅकबेथच्या नावे केली आहे. मॅकबेथचं शौर्य आणि इतक्या वर्षांपासूनची प्रामाणिक सेवा यामुळं राजानं त्याला हे बक्षीस दिलेलं आहे.

निरोप घेऊन येणाऱ्या माणसाकडे मॅकबेथ आणि बँको आ वासून पहातच राहिले. त्यांचा त्यांच्या कानांवर विश्वास बसेना. त्या दुसऱ्या चेटकिणीनं मॅकबेथला कॉडोरचा लॉर्ड करण्यात येणार असल्याचं भविष्य सांगितलं होतं. या घटनेला अगदी थोडाच वेळ झाला होता. कसं काय शक्य होतं हे?

त्यामुळे आता मॅकबेथच्या मनात वेगळेच विचार घोळायला लागले. त्याला वाटलं की त्या चेटकिणींना नक्कीच भविष्य कळत असलं पाहिजे. मॅकबेथ कॉडोरचा लॉर्ड बनेल, असं त्या म्हणाल्या होत्या. आणि ते खरंही ठरलं. त्यामुळे कदाचित त्यांचं दुसरं भविष्यही खरं ठरू शकेल. त्या म्हणाल्या होत्या की मॅकबेथ राजा होईल. पण मग मॅकबेथच्या मनात आलं की तो कॉडोरचा लॉर्ड झाला, हा फक्त एक योगायोग असला पाहिजे. त्यामुळे त्यावर आता विचार करण्यासारखं काहीच नाही. शिवाय त्याला कॉडोरचा लॉर्ड करण्यात आल्यामुळे तो भलताच खुश झाला होता. त्यामुळे इतकी छान बातमी

दिल्याबद्दल त्यानं त्या निरोप्याचे आभार मानले.

त्या संध्याकाळी स्कॉटलंडचा महान राजा डंकन आणि मॅकबेथची भेट झाली. मॅकबेथनं राजाला आपल्या घरी येण्याचं आमंत्रण दिलं. राजानंही ते आनंदानं मान्य केलं. आता राजा घरी येणार म्हटल्यावर आपलं घर नीटनेटकं असावं असं मॅकबेथला वाटणं स्वाभाविकच होतं. त्यामुळे त्यानं लगेच आपल्या बायकोला, लेडी मॅकबेथला एक पत्र लिहिलं. त्यात त्यानं तिला राजाच्या स्वागताचा बेत लिहिला होता. पत्रात त्यानं तीन चेटकिणी आणि त्यांनी केलेल्या चमत्कारिक भविष्यवाणीबद्दलही

कळवलं होतं. त्यातली एक भविष्यवाणी कशी खरी ठरली, हे ही लिहिलेलं होतं.

लेडी मॅकबेथनं ते पत्र वाचलं. वाचून झाल्यावर तिच्या मेंदूत विचारांचं चक्र गरागरा फिरायला लागलं. तिला दुसरं काही सुचेनासं झालं. आता तिचा नवरा काही फक्त ग्लॅमिसचा लॉर्ड नव्हता. तो आता कॉडोरचाही लॉर्ड झाला होता. अगदी त्या भविष्यवाणीत म्हणल्याप्रमाणेच. त्यामुळे लेडी मॅकबेथची आता खात्रीच पटली होती की लवकरच तिचा नवरा स्कॉटलंडचा राजाही होणार आहे.

संध्याकाळी त्यांच्या गढीत राजा येणारच होता. आता फक्त त्याला ठार करायचाच अवकाश होता.

म्हणजे मग चेटकिणीचं दुसरं भविष्यही खरं ठरणार होतं. जर मॅकबेथनं राजा बनावं, अशी नियतीचीच इच्छा असेल, तर डंकन त्या रात्री मरणं भागच होतं.

मॅकबेथ घरी परतल्यावर लेडी मॅकबेथनं त्याला आपला गुप्त बेत सांगितला. डंकनला मारण्याची कल्पना सुरूवातीला मॅकबेथला मुळीच आवडली नाही. काही झालं तरी तो त्याचा राजा होता. तो त्याच्याकडे पाहुणा म्हणून येत होता. अशा वेळी त्याचं रक्षण करणं हेच त्याचं कर्तव्य होतं. पण लेडी मॅकबेथ ऐकून घ्यायला तयारच नव्हती. अखेरीस नवऱ्याला कसंबसं तयार करण्यात तिला यश आलं.

त्या रात्री मॅकबेथ आपल्या बायकोच्या इशाऱ्याची

वाट पहात होता. तिचा इशारा मिळताच तो राजाच्या खोलीत जाऊन त्याला ठार करणार होता. एकाएकी त्याला त्याच्या डोळ्यापुढे एक खंजीर हवेत नाचताना दिसला. त्याला वाटलं की बहुतेक स्वप्न पडलं असावं. पण तो खंजीर आपला पाठलागच करतो आहे असं त्याच्या लक्षात आल्यावर तो गोंधळला. काय घडतं आहे, तेच त्याला कळेना. तो स्वत:शीच म्हणायला लागला, 'माझ्या हाताकडे मूठ करून माझ्या डोळ्यापुढे नाचणारा खंजीर खराच आहे का? की हा सगळा माझ्या मनाचा खेळ आहे? माझ्या मेंदूनं तयार केलेली खोटी प्रतिमा तर नसेल ना ही?' बेल टॉवरचा नाद ऐकू येऊ लागल्यावर हा सगळा प्रकार त्याला सहन होईनासा झाला. मॅकबेथ

म्हणाला, 'त्या घंटा मला बोलावतायत, काहीतरी सांगतायत. डंकन, ऐक जरा. तुला स्वर्गाकडे किंवा नरकाकडे बोलावून घेण्यात येत आहे.' असं म्हणून मॅकबेथ राजाचा खून करण्यासाठी जायला निघाला.

दरम्यान, लेडी मॅकबेथनं राजाच्या खाजगी सुरक्षारक्षकांना दारू पाजण्याची व्यवस्था केली होती. ते नशेत धुंद होऊन पडलेले होते. फार काय, तिनं खुद्द राजा डंकनच्या जवळच एक खंजीर तयार ठेवला होता. तो वापरून तिच्या नवऱ्याला राजाचा खून करता यावा अशी तिची कल्पना होती. मॅकबेथ परत येईपर्यंत तिच्या जिवात जीव नव्हता. आपला नवरा पकडला जाईल की काय, अशी तिला भीती

वाटत होती. पण मॅकबेथ रक्तानं माखलेले हात घेऊन परत येताच तिचा जीव भांड्यात पडला.

मग ते जोडपं लगेचच आपल्या खोलीत निघून गेलं. तिथे जाऊन मॅकबेथनं आपले हात स्वच्छ धुतले. हातावरचं रक्त साफ केलं. त्यानंतर गाढ झोपी गेल्याचं त्यानं नाटक केलं. थोड्याच वेळानं सकाळ झाली. राजाचे दोन रक्षक त्याला जागं करण्यासाठी म्हणून त्याच्या खोलीत गेले. पण राजाचा खून झाल्याचं पाहताच त्यांची भीतीनं गाळण उडली. त्यांनी ताबडतोब धोक्याची घंटा वाजवली. मॅकबेथला ही बातमी कळताच तो धावत पळत राजाच्या खोलीत आला आणि त्यानं ताबडतोब दोन्ही रक्षकांना ठार केलं. सगळा आरोप त्या

दोघांच्या माथी मारण्यात आला. राजाच्या खुनात आपला काही हात नव्हता असं सांगण्याची त्यांना संधी मिळण्यापूर्वीच त्यांना संपवून टाकण्यात आलं.

मालकॉम आणि डोनालबेन या राजपुत्रांना ही बातमी कानी पडताच ते घाईघाईत आपापल्या खोलीतून बाहेर आले. काही क्षणातच त्यांच्या लक्षात आलं की कदाचित पुढचा नंबर आपला असू शकतो. राजाचा तो भयंकर खुनी आपल्यालाही सोडणार नाही असं त्यांना वाटलं. त्यामुळे या दोन्ही राजपुत्रांनी ताबडतोब स्कॉटलंड सोडून पळून जायचं ठरवलं. मालकॉम इंग्लंडला पळाला आणि डोनालबेन आयर्लंडला गेला. तिथे ते दोघंही सुरक्षित राहू शकले असते. राजपुत्र दिसेनासे झाल्यामुळे काही

लोकांना संशय आला की त्यांनीच राजाचा खून केला असावा की काय! पण आता राजाचे खरे वारसदार गायब झालेले असल्यामुळे मॅकबेथला स्कॉटलंडचा नवा राजा घोषित करण्यात आलं. अशा रीतीनं चेटकिणींचं दुसरं भाकितही खरं ठरलं.

मॅकबेथ लवकरच राजाच्या नव्या कर्तव्यांचं पालन करण्यात गढून गेला. पण मनाच्या तळाशी, कुठेतरी त्याला सतत भीती वाटत असायची. अनेक वर्षांपासूनचा त्याचा जुना मित्र बँको मात्र आपल्यावर संशय घेऊ शकेल. काहीतरी घोटाळा आहे हे तो नक्की ओळखेल. काही झालं तरी त्या चेटकिणींनी भविष्य वर्तवलं तेव्हा एक बँकोच तेवढा मॅकबेथच्या सोबत होता. तो साक्षीदार होता त्या प्रसंगाचा. त्यामुळे राजाचा खुनी हा दुसरा तिसरा कुणी नसून मॅकबेथच असला पाहिजे, असं त्याच्या मनात आल्यावाचून राहणार नाही. त्यामुळे त्यानं बँकोचाही खातमा करून टाकायचं ठरवलं.

एके रात्री मॅकबेथनं त्याच्या सहकारी मंत्र्यांसाठी मेजवानीचा बेत आखला. आपला मुलगा फ्लिअॅन्सला सोबत घेऊन बँकोनंही मेजवानीला यायचं ठरवलं होतं. पण मॅकबेथचं मात्र काहीतरी वेगळंच नियोजन होतं. बँको घराबाहेर पडताच

झुडपांच्या मागून तीन माणसं बाहेर पडली आणि त्यांनी बँकोला तलवारीनं भोसकून ठार केलं. त्यांनी फ्लिअ‍ॅन्सलाही पकडायचा प्रयत्न केला, पण हल्लेखोरांना पाहताच फ्लिअ‍ॅन्सचा घोडा वाऱ्याच्या वेगानं दौडायला लागला. पाहता पाहता तो अंधारात दिसेनासा झाला आणि फ्लिअ‍ॅन्सचा जीव वाचला.

पण त्या दिवशी मेजवानीला सुरुवात होताच मॅकबेथ खुर्चीवर बसायलाच तयार होईना. इतर लोक जेव्हा त्याला सहभागी होण्यासाठी बोलावायला लागले तेव्हा तो म्हणाला की सगळी टेबलं आणि खुर्च्या भरलेल्या आहेत. खरं तर एक खुर्ची त्याच्यासाठी रिकामी ठेवण्यात आलेली होती. पण मॅकबेथचं असं म्हणणं होतं की ती खुर्ची रिकामी नाहीये, त्या खुर्चीत तर बँको बसलेला आहे. त्या

खुर्चीत बँकोचं भूत बसलेलं आहे असं त्याला वाटत होतं. पण इतर कुणालाही भूतबीत दिसत नव्हतं. त्यामुळे सर्वांना वाटलं की राजाची तब्येत बरी दिसत नाहीये. खुनाच्या अपराधीपणाची बोच असलेला राजा सारखा म्हणत राहिला की, 'माझा त्यात काही हात होता असं तुम्ही म्हणू शकत नाही. माझ्यापुढे बेड्या नाचवू नका त्या.' आपला नवरा भ्रमिष्टासारखा वागतोय हे लेडी मॅकबेथनं पाहिलं. मग तिला भीती वाटली की तो भलतंच काहीतरी बोलून बसतोय की काय! त्यामुळं तिथं जमलेल्या सर्व लोकांना तिनं राजाला बरं वाटत नसल्यानं सर्वांनी आपापल्या घरी जावं, असं सांगितलं.

काही वेळानं मॅकबेथ भानावर आला. मग तो त्याच्या बायकोला म्हणाला की त्या तीन चेटकिणींना पुन्हा एकदा भेटायची त्याची इच्छा आहे. त्याच्यासमोर आणखी काय वाढून ठेवलं आहे, हे माहीत करून घेतलं पाहिजे.

दुसऱ्या दिवशी तो एकटाच पुन्हा त्या जुन्या जागी गेला. दगडी भिंतीआड त्याला त्या तीन चेटकिणी दिसल्या. त्या भल्यामोठ्या काळ्या कढईत काहीतरी उकळत बसल्या होत्या. तो त्यांना म्हणाला की, आपल्या भविष्यात काय लिहून ठेवलं आहे ते सांगा. पहिली चेटकीण कसलेतरी मंत्र म्हणायला लागली. थोड्याच वेळात त्या कढईतून बाहेर पडणाऱ्या

वाफेवर एका अनोळखी माणसाचा चेहरा तरंगायला लागला. तो माणूस मॅकबेथला म्हणाला, 'मॅकबेथ! मॅकबेथ! मॅकबेथ! मॅकडफपासून सावध रहा!'

ती पहिली आकृती नाहीशी झाल्यावर लगेचच दुसरा एक चेहरा तिथे दिसायला लागला. तो म्हणाला, 'रक्तरंजित, साहसी आणि निश्चयी बन; मॅकबेथच्या केसालाही हात लावू शकेल अशा व्यक्तीला कुठल्याही स्त्रीनं जन्मालाच घातलेलं नाहीये.' हे ऐकताच मॅकबेथ खुश झाला. कारण त्याला मारू शकेल अशी व्यक्ती अजून जन्मालाच आलेली नव्हती. अखेरीस एक तिसरी आकृती समोर आली. तिनं मॅकबेथला सांगितलं की, 'बिरनॅमचं जंगल त्याच्यासमोर चालत येत नाही, तोपर्यंत तरी त्याच्या जिवाला धोका नाही.' ही गोष्ट तर अगदीच

अशक्य कोटीतली होती. जंगलं काही चालत नाहीत, झाडं स्वत:लाच उपटून चालायला लागत नाहीत, हे मॅकबेथला माहीत होतं. त्यामुळे थोडक्यात काय, त्याच्या जिवाला मुळीच धोका नव्हता.

पण तरीही मॅकबेथला जराही धोका पत्करायचा नव्हता. त्यामुळे त्यानं काही भाडोत्री मारेकऱ्यांना मॅकडफच्या गढीत पाठवून दिलं. पण मॅकडफ तर इंग्लंडला निघून गेलेला होता. पण मॅकडफ घरी नाही हे कळल्यानंतर मारेकऱ्यांनी गढीतल्या सर्व लोकांचं शिरकाण करून टाकलं. त्यात मॅकडफची बायको आणि मुलगाही मारले गेले.

तिकडे मालकॉम आणि मॅकडफ इंग्लंडमध्ये होते. स्कॉटलंडमध्ये काय घडतंय, त्याबद्दल ते बोलत होते. मालकॉमनं आपल्या मित्राला, मॅकडफला दिलासा दिला. तो म्हणाला की इंग्लंडमधील राजघराणं मदत करणारं आहे. त्यांनी मालकॉमला दहा हजार उत्तम सैनिकांची एक पलटणच दिमतीला दिलेली आहे. त्यानं मॅकडफला असंही सांगितलं की आता लवकरच स्कॉटलंडवर हल्ला करण्यात येईल आणि मॅकबेथच्या हातातून सत्ता काढून घेतली जाईल. सगळा बेत ते आखतच होते, तितक्यात तिथे रॉस आला. तो नुकताच स्कॉटलंडहून परत आला होता. त्याच्याकडे काहीतरी बातमी होती. मॅकडफच्या गढीत घडलेल्या दुर्दैवी घटनांबद्दल त्यानं त्यांना सांगितलं. मॅकडफच्या बायको आणि मुलाचीही हत्या झाल्याचं सांगितलं. ते ऐकताच स्कॉटलंडला परत गेल्यावर हे काळं कृत्य करणाऱ्या गुन्हेगारांचा सूड उगवू असं त्यानं जाहीर केलं.

स्कॉटलंडविरुद्ध जे युद्ध पुकारण्यात येणार होतं, त्याचे सगळे बेत इंग्लंडमध्ये ठरवण्यात येत होते. पण त्या वेळी तिकडे स्कॉटलंडच्या राजवाड्यात मात्र वेगळंच काहीतरी घडत होतं. राणीच्या नोकराणीनं डॉक्टरला बोलवलं होतं. डॉक्टर आणि नोकराणी

सगळेजण झोपी जाण्याची वाट पहात होते. मग अचानक त्यांना एक दरवाजा उघडला गेल्याचा आवाज आला. मग मेणबत्तीच्या प्रकाशानं ती खोली भरून गेली. मेणबत्ती लावणारी स्वत: राणीच होती. ती कसल्यातरी वेगळ्याच नादात असल्यासारखं

वाटत होतं. ती तिचे हात घासायचा प्रयत्न करत होती. हात घासताना सारखी म्हणत होती, 'चला, चला, निघून जा, दुष्ट डागांनो.' आणि मग ती मृत्यू आणि रक्ताबद्दल काहीतरी पुटपुटत राहिली. फार काय, तिनं एकदा मॅकडफच्या बायकोचंही नाव

घेतलं. सरतेशेवटी ती कंटाळून म्हणाली, 'हे माझे हात कधी साफ होणार आहेत की नाही? त्यांना अजूनही रक्ताचा वास येतोय. अख्ख्या अरेबियातलं सगळं अत्तर यांच्यावर ओतलं तरी मेला हा वास काही जात नाही!' आणि मग ती जितक्या रहस्यमय पद्धतीनं तिथं आली होती तितक्याच गूढपणे तिथून निघूनही गेली.

दुसऱ्याच दिवशी इंग्लिश फौज दाराशी येऊन ठेपल्याची बातमी स्कॉटलंडभर पसरली. या फौजेचे सेनापती होते मालकॉम आणि मॅकडफ. मॅकबेथनं ताबडतोब त्यांच्या हालचालींवर लक्ष ठेवण्याची आज्ञा दिली. हल्ला झालाच तर बचावासाठी आपलं सैन्य ड्यूनसिनेन टेकडीजवळ तैनात करून ठेवलं.

स्कॉटिश फौजेची युद्धतयारी सुरू असताना इंग्लिश फौजेनी बिरनॅमच्या जंगलात तळ ठोकला. मालकॉमनं आपल्या माणसांना झाडांच्या फांद्या आणायला सांगितलं. त्या अंगाला बांधून घेऊन गढीभोवती वेढा द्यायला सांगितलं. त्यामुळे त्यांची संख्या किती आहे हे लपून राहिलं असतं.

काही वेळानं एका सैनिकानं मॅकबेथला सांगितलं की जंगलातली झाडं गढीच्या दिशेनं चालत येत आहेत. चेटकिणीच्या तिसऱ्या आकृतीनं दिलेला धोक्याचा इशारा मॅकबेथला आठवला. बिरनॅमचं जंगल जोपर्यंत ड्यूनसिनेन टेकडीकडे येत नाही, तोपर्यंत मॅकबेथ राज्य करू शकेल, असं त्या आकृतीनं सांगितलेलं होतं. मॅकबेथ पुढील कृतीच्या

विचारात असतानाच राजवाड्यातून एक किंकाळी ऐकायला आली. लेडी मॅकबेथनं छतावरून उडी मारून जीव दिलेला होता.

आपलीही काही धडगत नाही, हे मॅकबेथनं ओळखलं होतं. तरीही दुसऱ्या आकृतीचं भविष्य आठवून तो स्वत:ला धीर देत होता. दुसरी आकृती म्हणाली होती की त्याला मारणाऱ्या पुरुषाला कुठल्याही स्त्रीनं अजून जन्माला घातलेलं नाही. त्यानं चिलखत चढवून गढीबाहेर पडायचं ठरवलं.

जंगलातून तो एकटाच चाललेला होता. वाटेत त्याच्यासमोर मॅकडफ येऊन थांबला. सुरुवातीला त्याच्याशी लढाई न करताच त्याला टाळून पुढे जाण्याचा मॅकबेथनं प्रयत्न केला. पण मॅकडफला तर

त्याच्या कुटुंबियांच्या हत्येचा बदला घ्यायचा होता. तो सूडानं पेटलेला होता. तो मॅकबेथला जाऊ देणं शक्यच नव्हतं. त्यांच्या तलवारी एकमेकींवर आदळून खणखणल्या. पण त्यांच्या लढाईत कुणाचाच जय झाला नाही.

मग मॅकबेथ म्हणाला की, त्याला मारणाऱ्या पुरुषाला अजून कुठल्याही स्त्रीनं जन्माला घातलेलंच नाहीये. त्यामुळे मॅकडफ स्वत:चा वेळ वाया घालवतो आहे. त्यावर मॅकडफ म्हणाला, 'तसं असेल तर मी सांगतो ते ऐक. मला डॉक्टरांनी माझ्या आईच्या पोटातून वेळेआधीच काढून घेतलेलं होतं. माझा जन्म नैसर्गिकपणानं झालेला नव्हता.' आता मात्र मॅकबेथची खात्रीच पटली की तो काही या युद्धात

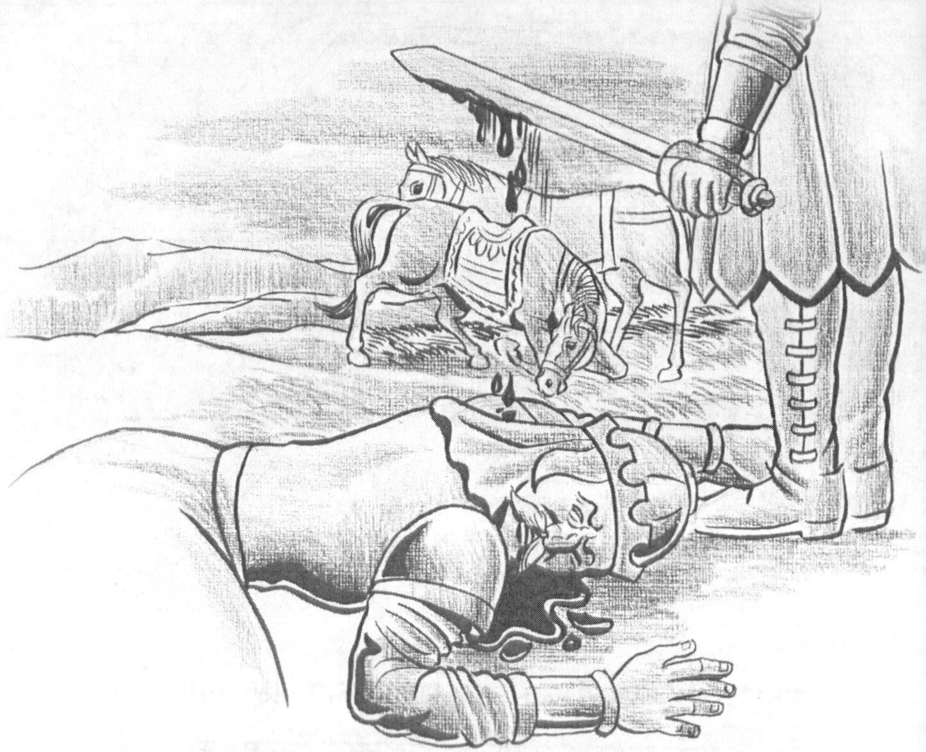

वाचत नाही. तो तरीही थोडा वेळ लढला, पण काही वेळानं तलवारींचे आवाज येणं बंद झालं.

शूरवीर मॅकडफच्या पायाशी मॅकबेथचं निष्प्राण शरीर कोसळून पडलेलं होतं. सगळी भाकितं खरी ठरली होती.

मॅकबेथ मेल्यानंतर मालकॉमनं राजगादी मिळवली. त्याच्या वडिलांच्या मृत्यूनंतरचा तो खरा वारसदार होता. तो गादीवर बसल्यानंतर स्कॉटलंड पुन्हा एकदा दिमाखात आपल्या पूर्वीच्या वैभवासह उभं राहिलं. मॅकबेथचं सैतानी युग कायमचं संपून गेलं.

◆

द मर्चंट ऑफ व्हेनिस

विल्यम शेक्सपिअर

अनुवाद
मंजूषा आमडेकर

मेहता पब्लिशिंग हाऊस

✆ +91 020-24476924 / 24460313
Email : production@mehtapublishinghouse.com
sales@mehtapublishinghouse.com
Website : www.mehtapublishinghouse.com

THE MERCHANT OF VENICE by WILLIAM SHAKESPEARE
Translated into Marathi Language by Manjusha Amdekar

द मर्चंट ऑफ व्हेनिस / कुमारसाहित्य

अनुवाद : मंजूषा आमडेकर
१९, रेश्मा रेसिडेन्सी, लोकमान्य कॉलनी, पुणे ४११०३८.

मराठी अनुवादाचे व प्रकाशनाचे हक्क मेहता पब्लिशिंग हाऊस, पुणे.

प्रकाशक : सुनील अनिल मेहता, मेहता पब्लिशिंग हाऊस,
१९४१, सदाशिव पेठ, माडीवाले कॉलनी, पुणे – ४११०३०.

मुद्रक : स्पेक्ट्रम ऑफसेट, डी-२/४, सत्यम इस्टेट,
सीडीएसएसच्या मागे, एरंडवणे, पुणे - ४११००४.

मुखपृष्ठ व
आतील चित्रे : देविदास पेशवे

प्रथमावृत्ती : ऑक्टोबर, २०१८

संचाची किंमत : ₹ १५००

P Book ISBN 9789353170950

E Book ISBN 9789353170967

E Books available on : play.google.com/store/books
www.amazon.in/b?node=15513892031

शायलॉक

हा एक ज्यू सावकार असतो. हा अत्यंत दुष्ट आणि लबाड असतो आणि तो कुणालाही आवडत नसतो. अँटोनिओवर सूड उगवण्यासाठी तो कावेबाज असा बेत आखतो. अँटोनिओनं त्याच्याकडून घेतलेलं कर्ज जर तो ठरल्या वेळी फेडू शकला नाही, तर शायलॉक अँटोनिओच्या अंगावरील मांसामधलं एक पौंड मांस काढून घेईल, अशी तो अट घालतो.

•••

अँटोनिओ

हा एक व्यापारी असतो आणि सावकारीही करत असतो. त्याच्या बॅसॅनिओ नावाच्या मित्रावरील प्रेमाखातर तो शायलॉकसोबत करारावर सही करतो. तो सर्वांना आवडत असे.

बॅसॅनिओ

हा एक सज्जन माणूस असतो. तो अँटोनिओचा जिवलग मित्रही असतो. तो अँटोनिओच्या मार्फत शायलॉककडून कर्ज घेतो. नंतर जरी तो अँटोनिओची सुटका करायला गेला असला, तरी तो आपल्या या मित्राला फारशी मदत करू शकत नसतो.

•••

पोर्शिया

ही एक अतिशय श्रीमंत स्त्री असून ती बॅसॅनिओची बायको असते. एका तरुण पुरुष वकिलाचा वेष धारण करून ती शायलॉकने अँटोनिओला माफ करावं म्हणून अलगद त्याला त्यानं स्वत:च विणलेल्या जाळ्यात अडकवते, अन तेही त्याची तसं करायची इच्छा नसताना. ती खूप सुंदर, हुशार आणि चतुर असते.

द मर्चंट ऑफ व्हेनिस

व्हेनिसमध्ये शायलॉक नावाचा ज्यू सावकार असतो. पैशाची अडचण असली की लोक त्याच्याकडे जात. तो लागतील तितके पैसे देत असे, बदल्यात अव्वाच्या सव्वा व्याज घेत असे. त्यामुळं शहरातल्या बहुतेकांना तो आवडत नसे.

अँटोनिओ शायलॉकचा सर्वात मोठा शत्रू असतो. तो सज्जन व्यापारी असतो. तोही शायलॉकप्रमाणेच लोकांच्या गरजेवेळी पाहिजे ती रक्कम कर्जाऊ देत

असे; पण त्या बदल्यात तो लोकांच्या मागे कर्जवसुलीकरता तगादा लावत नसे. इतकंच नव्हे, तर तो त्यांच्याकडून व्याजही घेत नसे. त्यामुळं व्हेनिसच्या रस्त्यावर जेव्हा कधी अँटोनिओ आणि शायलॉकची समोरासमोर गाठभेट व्हायची, तेव्हा शायलॉकला अपमानित करायची एकही संधी अँटोनिओ सोडत नसे. शायलॉक हा अत्यंत धूर्त, धोरणी अन हिशोबी माणूस असल्यामुळे तो अँटोनिओला कधीही उलटून बोलत नसे. मात्र अँटोनिओची फजिती करण्यासाठी आणि त्याला तुच्छ लेखण्यासाठी मनातल्या मनात तो एखाद्या योग्य संधीची वाट पहात टपून बसलेला असतो.

अँटोनिओला व्हेनिसमधला सर्वाधिक दयाळू माणूस म्हणून ओळखलं जात असे. त्याला बरेच मित्र असले, तरी बॅसॅनिओ त्याचा अगदी जिवलग असतो. ते इतके घट्ट मित्र असतात की जणू सख्खे भाऊच. पण बॅसॅनिओ नावाच्या सरदारपुत्रात एकच दोष असतो. त्याचा खिशाला न परवडणारा भरमसाठ खर्चिक स्वभाव असतो. त्यामुळं त्याला वरचेवर अँटोनिओकडून पैसे उधार घ्यावे लागत असत. अर्थात, अँटोनिओला त्याचा काही त्रास वाटत नसायचा, तो भाग वेगळा!

एके दिवशी बॅसॅनिओ अँटोनिओच्या घरी येतो. आणि नशीब सुधारण्याची छान युक्ती सापडल्याचं त्याला सांगतो. पोर्शिया नावाच्या सरदारकन्येच्या तो प्रेमात पडलेला असतो. बॅसॅनिओची पोर्शियाच्या वडिलांशी ओळख असते. आणि तो जेव्हा त्यांच्या घरी जात असे तेव्हा त्याला ती दिसत असे. काही दिवसांनी ते दोघे एकमेकांच्या प्रेमात पडतात. पण पोर्शियाचे वडील नुकतेच वारलेले असतात. पोर्शियाला सगळी संपत्ती वारसाहक्कानं मिळालेली असते. तिच्याकडे जाऊन तिला लग्नाची मागणी घालायचा बॅसॅनिओचा विचार असतो. पण यात एक अडचण असते. या प्रसंगाकरता नवीन, फॅशनेबल

कपडे घालायची त्याची इच्छा असते, नेहमीप्रमाणेच खिसा रिकामा असल्यानं तो अँटोनिओकडून तीन हजार डकट्स उधार मागायला आलेला असतो.

बॅसॅनिओची गोड बातमी ऐकून अँटोनिओला खूप आनंद झालेला असतो. नेमके त्या वेळी त्याच्याकडे पैसे नसतात. त्याची काही जहाजं व्यापारावरून परत येण्याची तो वाट पहात असतो. एकदा जहाजं परतली, की त्याला आपल्या मित्राला हवे तेवढे पैसे देणं जमण्यासारखं असतं. मात्र तितके दिवस बॅसॅनिओला थांबणं अशक्य असतं. त्यामुळं शायलॉककडून पैसे उधार घेऊन बॅसॅनिओला द्यायचे असं अँटोनिओ ठरवतो.

पण ही कल्पना बॅसॅनिओला पटत नसते. काहीही अडचण येणार नाही, असं अँटोनिओ त्याला पटवून सांगू लागतो. त्याची जहाजं कुठल्याही क्षणी परत येतील अशी त्याची खात्री असते. मग ते दोघे शायलॉककडे जाऊन आपली पैशाची गरज सांगतात. ज्या क्षणाची इतके दिवस वाट पहात होतो तो क्षण हाच आहे, अशी शायलॉकची खात्रीच पटते. तो अँटोनिओला म्हणतो की जरी त्यानं शायलॉकला चारचौघांच्या देखत अपमानित केलं असलं, तरी शायलॉकची त्याच्याशी मैत्री करायची इच्छा असते.

हे ऐकून अँटोनिओला आश्चर्याचा धक्काच बसतो. शायलॉक आपला हेतू किती चांगला आहे हे दाखवून

देण्यासाठी पुढे असंही म्हणतो की तो अँटोनिओला तीन हजार डकट्स कर्ज तर देईलच, पण तो एक पैसाही व्याज घेणार नाही. पण त्या बदल्यात अँटोनिओला शायलॉकसोबत त्याच्या वकिलाकडे जाऊन एका करारावर सही करायची असते. त्या करारात लिहिलेलं असतं की ठराविक मुदतीत अँटोनिओ शायलॉकचे पैसे देऊ शकला नाही, तर शायलॉक अँटोनिओच्या शरीराच्या कोणत्याही भागातलं एक पौंड मांस काढून घेईल.

हा सगळा प्रकार बॅसॅनिओला मुळीच आवडलेला नसतो. आपल्याखातर अँटोनिओनं जीव धोक्यात टाकू नये, अशी तो विनंती करतो. पण अँटोनिओला मात्र असं वाटतं की आपण या ज्यू माणसाबद्दल इतके दिवस उगीचच गैरसमज करून घेतला होता, पण त्याच्या मनात मात्र काहीच वाईट नव्हतं. त्यामुळे शायलॉकच्या करारावर सही करायला तो ताबडतोब तयार होतो.

मग सरतेशेवटी शायलॉक अँटोनिओला हवी असलेली रक्कम देतो. त्या पैशात बॅसॅनिओ त्याला हवे तसे कपडे घेतो आणि ग्रॅशिअॅनो नावाच्या त्याच्या आणखी एका सज्जन मित्राला सोबत घेऊन तो पोर्शियाच्या घरी जायला निघतो.

मागणी घातल्यानंतर काही क्षणातच बॅसॅनिओला पोर्शियाकडून होकार मिळतो. तो तिला मोकळेपणानं सांगतो की त्याच्याकडे फक्त सरदार घराण्याचं जन्मानं आलेलं नाव आहे, पण पैसे मात्र फारसे नाहीत. त्यावर पोर्शिया म्हणते की, त्याच्या योग्यतेचं बनण्यासाठी तिला आत्ताहून हजारो पटीनं अधिक श्रीमंत व्हावं लागेल. बॅसॅनिओला एक अंगठी भेट देऊन ती त्याला सांगते की तिच्यासह तिची सगळी संपत्ती आता त्याच्या मालकीची झाली आहे.

दरम्यान, ग्रॅशिअॅनो हाही पोर्शियाच्या नेरिसा नावाच्या मैत्रिणीच्या प्रेमात पडलेला असतो. जेव्हा पोर्शिया आणि बॅसॅनिओ प्रेमाच्या आणाभाका घेत असतात, तेव्हा ग्रॅशिअॅनो त्यांच्याकडे जाऊन प्रेमी युगुलाचं अभिनंदन करतो. आणि आपल्यालाही लग्न करायची इच्छा असून नेरिसाही आपल्याशी लग्न करायला तयार असल्याचं तो सांगतो. पण पोर्शिया आणि बॅसॅनिओच्या लग्नानंतरच आपला लग्नाचा विचार असल्याचं तो सांगतो. मग ग्रॅशिअॅनो आणि नेरिसा या आनंदी जोडप्याचं पोर्शिया आणि बॅसॅनिओ अभिनंदन करतात.

आपल्या प्रेमाबद्दल दोन्ही जोडपी गप्पागोष्टी करतच असतात, तितक्यात निरोप्या दुःखद बातमी

घेऊन पोर्शियाच्या घरी येतो. अँटोनिओची जी जहाजं लवकरच परत येणं अपेक्षित असतं, ती सगळी

जहाजं समुद्रात हरवून गेलेली असतात. एके काळचा श्रीमंत अँटोनिओ आता कफल्लक झालेला असतो.

ही बातमी ऐकताच बॅसॅनिओ मुळासकट हादरूनच जातो. अँटोनिओ आपल्याला कसा मदत करायचा आणि ज्यू सावकारासोबत अँटोनिओनं केलेल्या कराराबाबतही त्यानं पोर्शियाला सांगितलेलं असतं. त्यामुळे अँटोनिओचा निरोप ऐकताच बॅसॅनिओच्या चेहऱ्यावरचा रंग उडालेला पाहून पोर्शिया त्याला तात्काळ व्हेनिसला जाऊन अँटोनिओला त्याच्या करारातून मोकळं करायला सांगते. इतकंच नव्हे, तर ती बॅसिनिओला आपल्याशी लगेचच लग्न करायचा आग्रहही करते. जेणेकरून तिच्या संपत्तीवर त्याचा कायदेशीर हक्क निर्माण होऊन त्याला अँटोनिओला कर्जमुक्त करता आलं असतं.

अत्यंत घाईगडबडीनं लग्न ठरवण्यात येतं आणि बॅसॅनिओ आणि त्याचा मित्र ग्रॅशिॲनो आपापल्या प्रेमिकांशी विवाहबद्ध होतात. लगेचच दोघे पुरुष व्हेनिसला जायला निघतात. शहरात जाऊन पोचताच, अँटोनिओला अटक झाल्याचं बॅसॅनिओला कळतं आणि त्याला चांगलाच धक्का बसतो.

शायलॉककडे जाऊन त्याचं संपूर्ण कर्ज परत देऊन टाकण्याची बॅसॅनिओची इच्छा असली तरी या सगळ्या प्रकरणात एक कायदेशीर अडचण असते.

त्याच्या लक्षात येतं की जगातलं सगळं सोनं शायलॉकच्या पायावर आणून ओतलं, तरीही बॅसॅनिओला अँटोनिओची सुटका करता येणं शक्य नसतं. कारण कायदेशीर करारात स्पष्ट म्हणण्यात आलेलं असतं की ठरल्या वेळी जर अँटोनिओला शायलॉकचे पैसे परत करता आले नाहीत, तर शायलॉक त्याच्या पसंतीनुसार अँटोनिओच्या शरीरातील एक पौंड मांस काढून घेऊ शकतो. त्यामुळं अँटोनिओला वाचवणं कुणालाही शक्य नसतं. व्हेनिस ड्यूकपुढे खटला सादर करण्यासाठी दिवस निश्चित करण्यात येतो. तिथं हे प्रकरण धसाला लावून अँटोनिओला शिक्षा करण्यात येणार असते.

दरम्यान, आपला नवरा अँटोनिओला मदत करायला गेला असला तरी त्याच्या मित्राला तुरुंगातून बाहेर काढणं कठीण असल्याचं पोर्शियाच्या लक्षात येतं. त्यामुळं त्याला वाचवण्यासाठी आपल्यालाच काहीतरी करणं भाग असल्याचं तिला वाटतं. मग ती ताबडतोब व्हेनिसला जायला निघते.

आपल्या वडिलांच्या एका मोठ्या वकील मित्रांना पोर्शियानं सगळं प्रकरण पत्रानं सविस्तर लिहून कळवलेलं असतं. त्या वकिलानं तिच्यासाठी वकिलांचा काळा झगा पाठवून दिलेला असतो. तो

तिला कोर्टात घालायचा असतो. त्यासोबत त्यांनी तिला एक पत्रही पाठवलेलं असतं. आणि त्यात अँटोनिओला वाचवण्याकरता तिनं नेमकं काय करायला हवं हे स्पष्टपणे सांगितलेलं असतं.

अखेरीस पोर्शिया ठरलेल्या वेळी कोर्टात येऊन दाखल होते. पण तिनं पुरुष वकिलाचा वेष परिधान केलेला असतो. तिनं तिच्यासोबत नेरिसालाही आणलेलं असतं. तीही पुरुषाचा वेष परिधान करून वकिलाची कारकून बनून आलेली असते.

ड्यूकसमोर हजर होऊन त्या पोर्शियाच्या वकिलांचं पत्र सादर करतात. त्यात असं म्हटलेलं असतं की, आजारपणामुळे ते स्वत: खटला चालवायला येऊ शकत नसल्यानं त्यांनी त्यांच्या

तरुण वकील मदतनिसांना पाठवून दिलेलं आहे. ते त्यांच्या वतीनं खटला चालवतील. आणि मग अशा प्रकारे खटला सुरू होतो.

सुरुवातीला पोर्शिया शायलॉकला सामोपचारानं वागायची विनंती करते. ती दया दाखवण्याचीही विनंती करून पाहते. करार विसरून जायला सांगते. दया दाखवणारा माणूस आणि ज्याच्या बाबतीत दया दाखवली जात आहे तो माणूस, दोघांनाही फायदा होतो असं सांगून ती त्याला मोहात पाडायचा प्रयत्न करते. पण सगळ्याचा शायलॉकच्या मनावर ढिम्म परिणाम होत नाही. त्याचा एकच हेका असतो की

करारात लिहिल्याप्रमाणे त्याला अँटोनिओच्या शरीरातील एक पौंड मांस काढून घेण्याची परवानगी देण्यात यावी. हे इतकंच करता येणं शक्य असतं.

फार काय, बॅसॅनिओ अँटोनिओ खातर शायलॉकला गोड शब्दात त्याच्या निर्णयावर फेरविचार करायची विनवणी करतो. त्याच क्षणी शायलॉकची संपूर्ण रक्कम चुकती करायची तयारी दाखवतो. पण शायलॉक ठामपणे आपलं म्हणणं पुढे रेटतो की एक पौंड मांसाखेरीज अन्य कुठल्याही गोष्टीच्या बदल्यात तो प्रकरण निकालात काढणार नाही, कायदेशीर करारात तसंच म्हटलेलं असतं.

मग पोर्शिया न्यायाधीशांना विचारून पाहते की, शायलॉक जेव्हा अँटोनिओच्या शरीरातून मांस कापून काढेल तेव्हा निदान एखाद्या सर्जनला तिथे हजर रहायची परवानगी मिळू शकेल का? कारण अँटोनिओला मरणप्राय वेदना होऊ शकल्या असत्या. पण शायलॉकला नेमकं तेच तर हवं असतं. त्यामुळं शायलॉक जेव्हा कराराची अंमलबजावणी करेल तेव्हा सर्जनच्या उपस्थितीला नकार देतो.

शेवटी शायलॉकचं म्हणणं मान्य करण्यावाचून पोर्शियासमोर पर्यायच नसतो. ती जाहीर करते की कायद्याचा भंग होऊ नये म्हणून शायलॉकला एक

पौंड मांसाच्या मागणीचा हक्क आहे.

मग ती शायलॉककडे वळून म्हणते, 'तुझ्या वाटणीचं मांस घे, पण रक्ताचा थेंबही सांडता कामा नये. आणि ध्यानात ठेव की, तुला अचूक एक पौंडच मांस घ्यावं लागेल. कमी नाही की जास्त नाही.'

आता मात्र शायलॉकची चांगलीच पंचाईत होते. तो सापळ्यातच अडकतो. रक्ताचा एक थेंबही सांडू न देता तो अँटोनिओच्या शरीराचा एक तुकडा कसा काय बरं कापू शकणार होता? आणि अचूक, नेमकं एकच पौंड मांस तरी तो कसं काय कापून घेऊ शकला असता? पण पोर्शिया अडूनच बसते. करारात म्हटल्याप्रमाणे फक्त एकच पौंड मांस घ्यायला परवानगी असते. त्याहून अधिक एक कणही नाही. आणि मग त्या प्रसंगी शायलॉक करारातल्या त्याच्या भागाबाबतचा शब्द पाळू शकत नसल्यामुळं ती स्पष्ट शब्दात ठणकावते की अशा स्थितीत शायलॉकच्या संपूर्ण संपत्तीतला अर्धा हिस्सा अँटोनिओकडे जाईल आणि उरलेला अर्धा हिस्सा व्हेनिस राज्याला दंडाची रक्कम म्हणून जाईल.

शायलॉकची यातून सुटका होणंच शक्य नसतं. त्यामुळं काय करावं, तेच त्याला कळेनासं होतं. आपल्याला मिळतील त्या पैशावर तडजोड करायला

आपण तयार आहोत असं सांगून बघायचा तो प्रयत्न करतो. पण पोर्शिया त्याला आठवण करून देते की प्रश्न पैशाचा नव्हताच मुळी, पैसा शायलॉकसाठी महत्वाचा नसल्याचं त्यानं स्वतःच बोलून दाखवलेलं असतं.

अँटोनिओ सांगतो की त्याच्या वाटणीला येणारा शायलॉकच्या संपत्तीचा अर्धा हिस्सा शायलॉकच्याच स्वतःच्या मुलीला देऊन टाकल्यास त्याची काहीच हरकत नसते. अँटोनिओला माहीत असतं की, शायलॉकच्या मुलीनं ख्रिश्चन माणसाशी लग्न केलेलं असतं आणि हे न आवडल्यामुळे शायलॉकनं तिला आपल्या संपत्तीतला एक कणही दिलेला नसतो.

शायलॉकला त्यावर एकही शब्द बोलता न आल्यामुळे तो म्हणतो की त्याला बरं वाटेनासं झालं आहे, आणि त्याला जाण्याची परवानगी दिली तर बरं होईल. तो न्यायाधीशांना सांगतो की त्यांनी करार तयार करावा आणि तो त्याच्याकडे पाठवून द्यावा. तो त्या करारावर घरीच सही करून देईल. असं म्हणून तो कोर्टातून पसार होतो. एका तरूण वकिलानं त्याला मात दिलेली असते.

पहिल्या करारातून ड्यूक अँटोनिओची मुक्तता करतो. अँटोनिओला सोडवण्यासाठी केलेल्या

प्रयत्नांबद्दल तरुण वकिलाचंही तो कौतुक करतो. बॅसॅनिओ आणि अँटोनिओला तो सांगतो की त्यांनी तीन हजार डकट्स त्या तरुण वकिलाला देऊन टाकावेत. बॅसॅनिओ आनंदानं तसं करायला तयार होतो, पण पोर्शिया पैसे घ्यायला नकार देते.

पण बॅसॅनिओ जेव्हा हातमोजे काढतो तेव्हा पोर्शियाला त्याच्या हातातली अंगठी दिसते. लग्नाच्या वेळेस ही अंगठी पोर्शियानं त्याला भेट म्हणून दिलेली असते. ती पाहताच त्या तरुण वकिलाला बॅसॅनिओची गंमत करायची लहर येते आणि तो त्याच्याकडे ती अंगठी मागतो. बॅसॅनिओला

हा तरुण वकील म्हणजे दुसरं तिसरं कुणी नसून आपली बायकोच असल्याचं माहीत नसतं. त्यामुळं ती अंगठी द्यायला तो नाखुष असतो. पण तरुण वकील ती अंगठी सोडून बॅसॅनिओकडून दुसरं काहीही घ्यायला तयार नसतो. मग अँटोनिओ बॅसॅनिओला ती अंगठी देऊन टाकण्याचा आग्रह करतो. तो म्हणतो, 'देऊन टाक ना त्याला ती अंगठी. माझ्याविषयीचं प्रेम आणि त्यानं माझ्यासाठी जे काही महान काम केलं त्याचं मोल तुझ्या बायकोच्या नाराजीपेक्षा जास्त मोठं ठरू देत.'

बॅसॅनिओला अर्थातच आपल्या मित्राचा शब्द

डावलायची इच्छा नसते, त्यामुळे तो ती अंगठी देऊन टाकतो.

नेरिसाही हाच खेळ आपल्या नवऱ्याबरोबर, म्हणजे ग्रॅशिअॅनोबरोबर खेळायचं ठरवते. तीही त्याची अंगठी घेते. मग कोर्टातून बाहेर पडल्यावर दोघी मैत्रिणी खूप हसतात. त्यांना आता त्यांच्या नवऱ्यांची चांगलीच फिरकी घेता येणार असते.

घरी परतल्यावर पोर्शिया आणि नेरिसा पुन्हा आपले पहिले कपडे घालतात. आणि आपापल्या नवऱ्यांची वाट पहायला लागतात. लवकरच बॅसॅनिओ आणि ग्रॅशिअॅनो अँटोनिओसोबत घरी परततात. बॅसॅनिओ जेव्हा त्याच्या बायकोची ओळख अँटोनिओशी करून देत असतो तेव्हाच ग्रॅशिअॅनोचं

आणि त्याची बायको नेरिसाचं भांडण पेटल्याचं त्यांच्या कानावर पडतं.

त्यांच्या भांडणाचं कारण विचारलं असता नेरिसा सांगते की ग्रॅशिअॅनोनं कुठल्यातरी क्लार्कला अंगठी देऊन टाकली आहे. ती अंगठी नेरिसानं जेव्हा त्याला दिली होती तेव्हा ती कधीही स्वत:च्या बोटातून दूर न करण्याचं त्यानं तिला वचन दिलं होतं. आपण ती अंगठी का दिली त्याचं ग्रॅशिअॅनो स्पष्टीकरण द्यायचा प्रयत्न करायला लागतो. आणि सगळी हकीकत त्या दोन्ही स्त्रियांना सांगतो.

पण पोर्शियाला आपल्या नवऱ्याचीही गंमत

करायची असते. त्यामुळं ती ग्रॅशिॲनोला ती अंगठी देऊन टाकल्याबद्दल चांगलंच सुनावते. ती म्हणते की घटना काही का घडली असेना, त्यानं ती अंगठी देऊन टाकली हे त्याचं चुकलंच होतं. तिच्या नवऱ्यानं असं कधीही केलं नसतं, असंही ती म्हणते. पण आपल्यावरचा आरोप खोडून काढण्यासाठी म्हणून ग्रॅशिॲनो पोर्शियाला म्हणतो की बॅसॅनिओनं आधी स्वतःची अंगठी देऊन टाकली, आणि म्हणूनच त्यानंही आपली अंगठी दिली.

हे ऐकताच पोर्शिया चांगलीच चिडते. बॅसॅनिओ तिला शांत करण्याचा प्रयत्न करतो. तो सगळी रामकथा तिला पुन्हा सांगतो. पण त्याची सफाई ऐकून घ्यायला ती साफ नकार देते. हा सगळा सावळा गोंधळ आपल्यामुळेच घडला, असं म्हणून अँटोनिओ स्वतःलाच दोष द्यायला लागतो. हे सगळं

जर त्याच्यामुळे घडलं नसतं तर आज ही विवाहित जोडपी आपापसात भांडत बसली नसती. मग पोर्शियाला शांत करण्यासाठी तो तिला म्हणतो की बॅसॅनिओ नेहमी तिच्याशी प्रामाणिक राहील, आणि तो स्वत: याची जबाबदारी घ्यायला तयार आहे.

त्यावर पोर्शिया अँटोनिओला एक अंगठी देते आणि ती त्याच्या मित्राला द्यायला सांगते. ती म्हणते की आता मात्र त्यानं ती पुन्हा कुणालाही देऊन टाकता कामा नये, असं त्याला सांग. ती अंगठी पाहताच बॅसॅनिओ चकित होतो. कारण त्या तरुण वकिलाला त्यानं जी अंगठी देऊन टाकलेली असते, ही तीच अंगठी असते. तेव्हा कुठे त्याच्या लक्षात येतं की अँटोनिओची केस लढणारा आणि त्याचे प्राण वाचवणारा तरुण वकील म्हणजे दुसरं तिसरं कुणी नसून त्याची बायकोच असते.

मग ही आनंदी जोडपी पुन्हा हसायला बोलायला लागतात. तितक्यात एक निरोप्या येऊन बातमी देतो की अँटोनिओची समुद्रात हरवलेली जहाजं सापडली असून ती सगळी सुरक्षित बंदरावर आलेली आहेत. अँटोनिओ आता पुन्हा एकदा श्रीमंत माणूस झालेला असतो!

◆

रोमियो अँड ज्युलिएट

विल्यम शेक्सपिअर

अनुवाद

मंजूषा आमडेकर

मेहता पब्लिशिंग हाऊस

Please contact us at **Mehta Publishing House,** 1941, Madiwale Colony, Sadashiv Peth, Pune 411030.
✆ +91 020-24476924 / 24460313
Email : production@mehtapublishinghouse.com
sales@mehtapublishinghouse.com
Website : www.mehtapublishinghouse.com
** या पुस्तकातील लेखकाची मते, घटना, वर्णने ही त्या लेखकाची असून त्याच्याशी प्रकाशक सहमत असतीलच असे नाही.*

ROMEO AND JULIET by WILLIAM SHAKESPEARE

Translated into Marathi Language by Manjusha Amdekar

रोमियो अँड ज्युलिएट / कुमारसाहित्य

अनुवाद : मंजूषा आमडेकर
१९, रेशमा रेसिडेन्सी, लोकमान्य कॉलनी, पुणे ४११०३८.
मराठी अनुवादाचे व प्रकाशनाचे हक्क मेहता पब्लिशिंग हाऊस, पुणे.
प्रकाशक : सुनील अनिल मेहता, मेहता पब्लिशिंग हाऊस,
१९४१, सदाशिव पेठ, माडीवाले कॉलनी, पुणे – ४११०३०.
मुद्रक : स्पेक्ट्रम ऑफसेट, डी-२/४, सत्यम इस्टेट,
सीडीएसएसच्या मागे, एरंडवणे, पुणे - ४११००४.
मुखपृष्ठ व
आतील चित्रे : देविदास पेशवे
प्रथमावृत्ती : ऑक्टोबर, २०१८
संचाची किंमत : ₹ १५००
P Book ISBN 9789353170950
E Book ISBN 9789353170967
E Books available on : play.google.com/store/books
www.amazon.in/b?node=15513892031

रोमियो

याचा जन्म माँटेग्यूच्या घरी झालेला असतो. तो ज्युलिएटच्या प्रेमात पडतो. ती एक कॅप्यूलेट असते. नंतर तो तिच्याशी चोरून लग्न करतो. तो बुद्धिमान असतो, उतावळा असतो, भाबडा, अपरिपक्व असतो, आणि सच्चा मित्र असतो. तो त्याचं कुटुंब आणि कॅप्यूलेट लोक यांच्यातल्या वैरभावनेला बळी पडतो.

•••

ज्युलिएट

ही कॅप्यूलेटची एकुलती एक मुलगी असते. ती सुंदर आणि आज्ञाधारक असते. तीही अबोधच असते, पण हळूहळू तिला समज यायला लागते. नाटक जसजसं पुढे सरकतं तसं ती फार मोठं साहस करून दाखवते.

फ्रायर लॉरेन्स

हा खूपच सज्जन असतो. त्याच्याकडे नेहमीच कुठली ना कुठलीतरी योजना तयार असते. तो रोमियो आणि ज्युलिएट, दोघांचाही मित्र असतो. तोच त्यांचं चोरून लग्न लावून देतो. तो रोमियोला पळून जायला मदत करतो. त्याला कितीतरी काढ्यांचं आणि वनस्पतींचं ज्ञान असतं.

•••

पॅरिस

याची ज्युलिएटसाठी निवड करण्यात आलेली असते. कॅप्यूलेटना तो आवडलेला असतो. तो श्रीमंत आणि देखणा असतो. पण तो स्वत:चाच विचार करणारा असतो.

रोमियो अँड ज्युलिएट

खूप वर्षांपूर्वी इटलीतल्या वेरोना या शहरात दोन सरदार घराणी रहात असतात. पण त्यांच्यामध्ये कट्टर वैर असतं. मॉंटेग्यू आणि कॅप्यूलेट अशी त्यांची आडनावं असतात. घरातल्या मालकांपासून ते नोकरचाकरांपर्यंत सर्वजण एकमेकांशी सडकून भांडत असत.

मॉंटेग्यूला रोमियो नावाचा फक्त एकच मुलगा असतो. आणि कॅप्यूलेटला ज्युलिएट नावाची

एकुलती एक मुलगी असते.

एकदा कॅप्यूलेटच्या घरचे दोन नोकर कुठेतरी चाललेले असतात. त्याच वेळी मॉंटेग्यूच्या घरचेही दोन नोकर बाहेर पडलेले असतात. ते समोरून चालत येताना पहिल्या दोन नोकरांना दिसतात. त्यांना पाहून कॅप्यूलेटचे नोकर मॉंटेग्यूच्या नोकरांना अंगठा दाखवून त्यांची खोड काढायची ठरवतात. आता या असल्या खोडसाळपणाकडे दुर्लक्ष करतील ते मॉंटेग्यूचे नोकर कसले? त्यामुळे काही क्षणातच त्या चौघांची तिथे रस्त्यातच मारामारी जुंपते.

रोमियोचा चुलतभाऊ बेनव्होलियो नोकरांची ही मारामारी पाहतो. मध्ये पडून तो त्यांचं भांडण थांबवायचा प्रयत्न करतो. पण नेमका त्याच वेळी टायबाल्ट नावाचा कॅप्यूलेटांच्याकडचा एकजण तिथून चाललेला असतो. तो बेनव्होलियोशी भांडायला लागतो. बेनव्होलियो त्याला समजावून सांगायला लागतो की, 'अरे, मी फक्त भांडण थांबवायचा प्रयत्न करतोय.' त्यावर टायबाल्ट त्याला प्रत्युत्तर देत म्हणतो, 'आला मोठा भांडण थांबवणारा! मला या शब्दांचा मॉंटेग्यूंइतकाच तिरस्कार वाटतो! थांब, दाखवतोच तुला...हे घे...भेकड कुठला!'

पण टायबाल्ट बेनव्होलियोवर हल्ला करायला सरसावत असतो तोच राजकुमार इस्कॅलस या वेरोनाच्या राजाचा एक अधिकारी त्यांना थांबवतो. तो तिथून चाललेला असतो आणि या दोन कुटुंबांच्या भांडणाच्या मध्ये पडतो. आपल्या राज्यातल्या रस्त्यावर सतत घडणारा हा रक्तपात बघून राजकुमार इस्कॅलस अगदी कंटाळून गेलेला असतो. त्यामुळे तो ताबडतोब जाहीर करतो की, आता इथून पुढे या दोन्ही कुटुंबांपैकी कुणीही मारामारी करताना सापडलं, तर त्यांना आपल्या प्राणांना मुकावं लागेल. त्यामुळे निदान काही काळ तरी दोन्ही कुटुंबं शांतता पाळायचा प्रयत्न करतात.

एके दिवशी बेनव्होलियोला रोमियो दिसतो. तो अतिशय उदास आणि फिकुटलेला असतो. आपल्या या भावाला रोझॅलिन नावाची त्याच्या स्वप्नातली

राजकुमारी छळतेय, हे त्याला माहीत असतं. तिला त्याच्यात काडीइतकाही रस नसतो. रोमियोनं तिला विसरून जावं याकरता बेनव्होलियो खूप प्रयत्न करतो. पण रोमियोच्या कानात त्याचं बोलणं काही शिरतच नसतं.

दरम्यान शहरातल्या दुसऱ्या एका भागात सरदार कॅप्यूलेट आपल्या घरच्या पार्टीची तयारी करत असतो. पार्टीकरता त्यानं बऱ्याच लोकांना बोलावलेलं असतं. त्यात पॅरिस नावाचा एक तरूणही असतो. तो त्याच्या मुलीच्या, म्हणजे ज्युलिएटच्या प्रेमात पडलेला असतो.

कॅप्यूलेट सरदार आपल्या नोकराच्या हातात एक यादी देतो. त्या यादीत ज्यांची नावे लिहिलेली असतात त्या सर्वांना पार्टीला बोलवायला सांगतो. पण आपला हा नोकर अशिक्षित आहे, हे त्या सरदाराच्या लक्षातच येत नाही.

त्यामुळे काय करावं, तेच न कळल्यामुळे तो नोकर रस्त्यावरून उगाचच कुठेतरी भटकत राहतो. तितक्यात अचानक त्याला दोन माणसं समोरून येताना दिसतात. तो त्यांना थांबवतो आणि हातातल्या कागदावर काय लिहिलेलं आहे ते विचारतो. कारण ते कळल्यावर त्याला त्याच्या

मालकानं स्वत:वर सोपवलेलं काम लवकरात लवकर पार पाडता आलं असतं. रोमियो आणि बेनव्होलियो तो कागद पाहतात. कॅप्यूलेटच्या घरच्या पार्टीत ज्यांना आमंत्रित करण्यात आलेलं आहे त्या लोकांची ही यादी आहे हे त्यांच्या लक्षात येतं. ती वाचत असताना अचानक बेनव्होलियोच्या डोक्यात एक कल्पना चमकते. ते त्या नोकराला त्याची कामगिरी समजावून सांगतात. आणि मग तो निघून गेल्यानंतर बेनव्होलियो रोमियोकडे वळून म्हणतो की त्यांनी त्या पार्टीत गेलं पाहिजे. तिथे आलेल्या काही तरुणींना भेटलं पाहिजे. बेनव्होलियोची खात्री असते की एकदा का रोमियो इतर तरुणींना भेटला, की मग त्याला आपोआप रोझॅलिनचा विसर पडेल.

आपण असं करावं का, पार्टीला जावं का, याबाबत रोमियोच्या मनात आधी शंका असते. दोन्ही घराण्यातल्या कडव्या शत्रुतेचा विचार करता असं करू नये असं त्याला वाटत असतं. पण मरक्युटिओ नावाच्या आपल्या मित्राच्या मदतीनं बेनव्होलियो रोमियोला पटवण्यात यशस्वी होतो. ते त्याला समजावतात की ही पार्टी मुखवट्यांची असल्यामुळे त्यांना तिथे कुणीही ओळखणार नाही.

पार्टीत गेल्यावर रोमियो ज्युलिएटला पहिल्यांदाच पाहतो. तिच्या वडिलांनी तिला मुद्दामच आपल्याबरोबर पार्टीत आणलेलं असतं. कारण त्या निमित्तानं तिला आणि पॅरिसला एकमेकांसोबत काही वेळ घालवता येणार असतो. एकमेकांना समजून घेता आलं असतं. तिला पाहताच रोमियोला रोझॅलिनचा ताबडतोब विसर पडतो. रोमियो ज्युलिएटला पाहताक्षणीच तिच्या प्रेमात पडतो.

टायबाल्टसुद्धा या पार्टीला आलेला असतो. तो रोमियोला ताबडतोब ओळखतो. आपल्या घरात मॉंटेग्यूनं पाऊल टाकलेलं आहे हे पाहताच त्याच्या तळपायाची आग मस्तकात जाते. रोमियोवर लगेचच हल्ला चढवून त्याला ठार मारायची त्याची इच्छा असते. आपल्या एका पाहुण्यावर तुटून पडायला

निघालेल्या टायबाल्टकडे सरदार कॅप्यूलेटची नजर पडते. त्यामुळे तो त्याच्या वाटेत आडवा येतो आणि काय प्रकार आहे त्याची चौकशी करतो. मग रोमियो आपल्या पार्टीला आमंत्रण नसतानाही आलेला आहे हे त्याला टायबाल्टकडून कळतं. पण त्यावर कॅप्यूलेट टायबाल्टला फक्त शांत रहायला सांगतो. तो म्हणतो की रोमियो काहीही चुकीचं वागलेला नाहीये. शिवाय आपल्या घरात रक्त सांडावं हे त्याला मुळीच पसंत नसतं. टायबाल्ट मात्र काहीही समजून घेण्याच्या मन:स्थितीत नसतो. पण कॅप्यूलेट तरीही त्याला आवरण्यात सफल होतो.

तिकडे आपलं हृदय चोरणारी ती गोरीपान सुंदर मुलगी कोण असावी, हे जाणून घ्यायची रोमियोची इच्छा असते. तो हळूच ज्युलिएटकडे सरकत जातो. तिला तो गर्दीपासून दूर नेऊन बाजूला घेतो. पण तो तिच्याशी बोलायला सुरुवात करतच असतो, तितक्यात ज्युलिएटची नोकराणी तिथे येते. ती तिला सांगते की तिची आई तिला शोधते आहे. रोमियोला अजूनही ज्युलिएट खरी कोण आहे ते कळलेलं नसतं. त्यामुळे तो त्या नोकराणीला विचारतो की तिची आई कोण आहे. त्यावर ती उत्तर देते की, 'तिची आई या घराची मालकीण आहे.'

रोमियो हादरतोच. तो स्वत:शीच म्हणतो, ‘म्हणजे, ती कॅप्यूलेट आहे!’ हे पचवणं त्याला इतकं जड जातं की तो पार्टीतून लांब निघून जातो. रोमियोला निघून जाताना पाहून ज्युलिएट आपल्या नोकराणीला विचारते की, तो तरूण कोण होता. कारण तीही त्याच्या प्रेमात पडलेली असते. तो मॉंटेग्यू होता असं तिला सांगण्यात येतं. आपल्या सर्वात मोठ्या शत्रूचा तो एकुलता एक मुलगा आहे हे तिला कळताच ती ओरडते, ‘अरे देवा, माझ्या घराण्याच्या शत्रूवरच माझं प्रेम जडावं का?’

ज्युलिएटचा दुरावा सहन न होऊन रोमियो कॅप्यूलेटच्या घराच्या मागच्या अंगणाच्या भिंतीवर चढतो. आपल्या नव्या नव्या प्रेमाबद्दल विचार करत

तो तिथे उभा असतो. तितक्यात त्याला ती एका गच्चीत उभी असलेली दिसते. पाठोपाठ त्याला तिचं बोलणं ऐकायला येतं, 'रोमियो, अरे रोमियो! तू रोमियो का आहेस बरं? दुसरा कुणी असतास तर बरं नसतं का झालं? तसं पहायला गेलं तर, नावात काय आहे म्हणा? आपण जरी गुलाबाला दुसरं कुठलंही नाव दिलं तरी, त्याचा वास हा तितकाच गोड येणार आहे!'

आता रोमियोला कळतं की ज्युलिएटही त्याच्या प्रेमात पडलेली असते. त्यामुळे स्वत:वर ताबा ठेवणं त्यालाही अशक्य असतं. मग तो ताबडतोब झुडपाआडून बाहेर पडतो आणि म्हणतो, 'मला प्रेम म्हण, नाहीतर दुसऱ्या कुठल्याही नावानं हाक मार.

इथून पुढं मी कधीही रोमियो असणार नाही!'

मग ते रात्रभर बोलत राहतात. आपल्या मनातलं प्रेम व्यक्त करत राहतात. लवकरच त्यांच्या लक्षात येतं की एकमेकांवाचून आपल्याला राहता येणंच शक्य नाही. पण वेळ मात्र झरझर पुढे सरकत असते. पहाट व्हायलाच आलेली असते. रोमियो कुणाच्या तावडीत सापडला असता तर त्याला नक्कीच प्राणाला मुकावं लागलं असतं. त्यामुळे एकमेकांना पुन्हा भेटण्याचं वचन देऊन ते निरोप घेतात.

रोमियोला आपला आनंद लपवून ठेवता येत नसतो. तो ताबडतोब फ्रायर लॉरेन्सच्या खोलीत जातो. कारण त्याला आपल्या आणि ज्युलिएटच्या लग्नाची व्यवस्था करायची असते.

त्याच वेळी मरक्युटिओ बेनव्होलियोला हाक मारून विचारतो की आदल्या रात्री रोमियो आपल्या घरी परत आला की नाही हे पाहून घेतलं पाहिजे. तो मरक्युटिओला रोमियो घरी परत आला नसल्याचं सांगतो. इतकंच नव्हे तर, टायबाल्टकडून रोमियोसाठी एक निरोप आलेला आहे. त्यानं युद्धासाठी रोमियोला आव्हान दिलेलं असतं. त्यामुळे बेनव्होलियो आणि मरक्युटिओ रोमियोला शोधायला बाहेर पडतात.

फ्रायर लॉरेन्सच्या खोलीतून बाहेर पडल्यानंतर रोमियो ज्युलिएटच्या नोकराणीला भेटायला जातो. तो तिला सांगतो की, तिनं ज्युलिएटला दुपारी फ्रायर लॉरेन्सच्या चर्चमध्ये पोचायला सांगावं. ज्युलिएटची नोकराणी धावत पळत ज्युलिएटला तो निरोप द्यायला जाते. आणि मग ठरलेल्या बेताप्रमाणे त्याच दुपारी रोमियो आणि ज्युलिएट एकमेकांशी लग्न करतात.

संध्याकाळी खूप उशीरा बेनव्होलियो आणि मरक्युटिओला रोमियो सापडतो एकदाचा. तो त्यांच्याकडेच चालत येत असतो. तो खूपच आनंदात असतो. तोंड भरून हसत असतो. दिवसभर तो होता तरी कुठे, असं ते त्याला विचारतात. पण तेवढ्यात अचानक टायबाल्ट तिथे येतो आणि रोमियोला दोन हात करायला सांगतो. पण आता रोमियोनं तर

टायबाल्टच्या बहिणीशी, ज्युलिएटशी लग्न केलेलं असतं. त्यामुळे रोमियोला टायबाल्टशी मारामारी करण्यात काहीच रस नसतो. हे सत्य मरक्युटिओला काही माहीत नसतं. त्यामुळे त्याला असं वाटतं की या दुष्ट कॅप्युलेटशी लढायची रोमियोला भीती वाटते आहे. म्हणून मग तो स्वत:ची तलवार उपसतो आणि टायबाल्टला आपल्याशी युद्ध करण्यासाठी आव्हान देतो. रोमियो त्यांना थांबवण्याचा जीव तोडून प्रयत्न करतो. पण या सगळ्या गोंधळात टायबाल्ट आपली तलवार मरक्युटिओच्या अंगात घुसवतो आणि त्याचा प्राण घेतो.

ते पाहून रोमियो प्रचंड संतापतो. तो टायबाल्टला त्वेषानं सांगतो की, 'एकतर तू, नाहीतर मी, किंवा

आपण दोघांनीही मरक्युटिओसोबत गेलंच पाहिजे.' आणि मग ते दोघे लढायला लागतात. काही वेळानंतर रोमियो टायबाल्टला ठार करतो. बेनव्होलियो त्याला तिथून पळ काढायला सांगतो. कारण नाहीतर मग रोमियो प्रिन्सच्या माणसांच्या हाती सापडला असता आणि त्यांनी रोमियोला नक्कीच मारून टाकलं असतं.

थोड्या वेळानं गुन्हा घडला त्या जागी राजकुमार आणि त्याची माणसं येतात. बेनव्होलियो हा तिथे घडलेल्या प्रकाराचा एकमेव साक्षीदार असतो. त्यामुळे जे काही घडलं ते सांगण्यासाठी त्याला भाग

पाडण्यात येतं. राजकुमाराला कळतं की टायबाल्टनं मरक्युटिओला ठार केलं म्हणून रोमियोनं टायबाल्टला मारून टाकलेलं असतं. हे समजल्यावर राजकुमार गोंधळूनच जातो. त्यामुळे तो रोमियोला फाशीची शिक्षा सुनावत नाही. त्याऐवजी तो त्याला वेरोना शहरातून ताबडतोब तडीपार करतो.

रोमियो फ्रायर लॉरेन्सच्या घरी लपलेला असतो. त्याला ही बातमी तिथेच कळते. फ्रायर लॉरेन्स रोमियोला सल्ला देतो की रोमियो आणि ज्युलिएटच्या विवाहाची बातमी तो जाहीर करेपर्यंत रोमियोनं मान्तुआला रहावं. त्यानंतर तो स्वत: रोमियोसाठी राजकुमाराची माफी मिळवेल आणि मगच रोमियोनं वेरोनाला परत यावं.

तिकडे सरदार कॅप्यूलेट तीन दिवसांनी

ज्युलिएटचं लग्न पॅरिसशी लावून देण्याच्या गडबडीत असतो. ज्युलिएट टायबाल्टच्या मृत्यूचं कारण सांगून हे लग्न टाळायचा प्रयत्न करते. अशा दु:खाच्या प्रसंगात लग्नाचा सोहळा नको, असंही ती सांगते. पण तिच्या विनवण्या कुणीही ऐकून घेत नाही.

ज्युलिएटला काय करावं तेच सुचेनासं होतं. कारण रोमियो मान्तुआला जाण्यासाठी कधीच निघालेला असतो. ती चांगलीच अडचणीत सापडलेली असते. त्यामुळे ती फ्रायर लॉरेन्सला जाऊन भेटायचं ठरवते. तिला मदत करू शकेल असा तोच एकमेव माणूस आहे, अशी तिची खात्री असते.

फ्रायर लॉरेन्स तिचं म्हणणं ऐकून घेतो. मग त्याला असं वाटतं की, तिला या संकटातून वाचवण्याचा फक्त एकच मार्ग शिल्लक आहे. तो तिला सांगतो की घरी जाऊन पॅरिसशी लग्न करायला आपली संमती दे. पण जाताना तो तिला एक खास द्रवपदार्थ असलेली कुपी देतो. तिनं त्या बाटलीतला पातळ पदार्थ प्यायल्यावर ती मरून गेली आहे असा लोकांचा समज झाला असता. त्यामुळे दुसऱ्या दिवशी सकाळी जेव्हा घरचे लोक तिला पाहतील

तेव्हा ते तिला दफन करायचं ठरवतील. कॅप्यूलेट घराण्यातले सगळे लोक जिथे पुरले जात असत, तिथेच तिलाही दफन करणं भाग होतं. दरम्यान फ्रायर लॉरेन्स रोमियोला सगळा बेत कळवणार असतो. आणि मग रोमियो येऊन ज्युलिएटला घेऊन मान्तुआला जाणार असतो. तिथे कुणालाही कळू न देता त्या दोघांना आनंदानं संसार करणं शक्य झालं असतं.

फ्रायर लॉरेन्सचा हा बेत आवडल्याचं ज्युलिएट त्याला सांगते. मग ती घरी जाऊन वडिलांना आपण पॅरिसशी लग्न करायला तयार आहोत असं सांगते. रात्री झोपण्यापूर्वी ती फ्रायर लॉरेन्सनं दिलेल्या त्या खास पातळ पदार्थाबाबत पुन्हा एकदा विचार करते. त्यात विष तर नसेल ना? आणि जर रोमियोला यायला फारच उशीर झाला तर? आणि त्या

गडबडीत तिला जाग आली तर? कदाचित ती त्या शवपेटीत घुसमटून जाईल. मरूनही जाईल! पण तिचं रोमियोवर इतकं प्रेम होतं की ती तिच्या मनातल्या या सगळ्या भीतीवर मात करते. मग ती त्या बाटलीतला सगळा पातळ पदार्थ पिऊन टाकते.

अपेक्षेप्रमाणेच दुसऱ्या दिवशी सकाळी तिच्या नोकराणीला ती निपचित पडलेली दिसते. तिला हे असं अचानक मरण आलेलं पाहून कॅप्यूलेट मंडळींना जबरदस्त धक्का बसतो. आणि मग फ्रायर लॉरेन्सनं भाकित केल्याप्रमाणे तिला कॅप्यूलेट

लोकांच्या प्राचीन दफनभूमीत नेण्यात येतं. तिथेच तिनं इतर कॅप्यूलेट पूर्वजांसोबत चिरनिद्रा घ्यावी असा त्यामागे हेतू असतो.

तिकडे फ्रायर लॉरेन्सनं आपल्या फ्रायर जॉन नावाच्या मित्राला मान्तुआला पाठवून दिलेलं असतं. त्यानं त्याच्याबरोबर रोमियोसाठी निरोप दिलेला असतो. पण फ्रायर जॉन रोमियोला जाऊन भेटण्यापूर्वीच ज्युलिएटच्या दुर्दैवी मृत्यूची बातमी सगळीकडे जाऊन पसरलेली असते. अगदी तिच्या लाडक्या रोमियोच्याही कानावर पडलेली असते. ती

बातमी ऐकताच रोमियोच्या डोळ्यांमधून अश्रूच्या धारा वाहू लागतात. मग तो त्याच रात्री वेरोनाला परत फिरायचं ठरवतो. पण निघण्यापूर्वी तो स्वत:करता थोडं विष मिळवतो.

फ्रायर जॉन फ्रायर लॉरेन्सला रोमियो मान्तुआतून नाहीसा झाल्याचं सांगतो. रोमियोला त्या रात्री धोका

असल्याचं फ्रायरला माहीत असतं. प्रिय ज्युलिएटच्या मृत्यूची बातमी ऐकून रोमियोचं मन ताळ्यावर राहणार नाही, हे त्याला समजत असतं. आणि मग तो काय करेल हे त्याला कुणीही सांगायची आवश्यकता नसते. त्यामुळे तो रोमियो सापडेपर्यंत ज्युलिएटला स्वत:च्या खोलीत आणून ठेवायचं ठरवतो.

त्या रात्री पॅरिसही आपल्या ज्युलिएटबद्दलच्या भावना तिच्या थडग्याजवळ जाऊन व्यक्त करायचं ठरवतो. तो निघणारच असतो, तितक्यात त्याला रोमियो तिथेच येत असताना दिसतो. त्याचा असा समज होतो की रोमियो टायबाल्ट आणि

ज्युलिएटच्या मृत शरीरांचा अपमान करण्यासाठीच येत असावा. त्यामुळे तो आपली तलवार उपसतो आणि रोमियोकडे झेपावतो. पण रोमियोचं डोकं मुळीच ताळ्यावर नसतं. तो काही मिनिटातच पॅरिसला संपवून टाकतो.

मरण्यापूर्वी पॅरिस त्याला विनंती करतो आणि आपली शेवटची इच्छा सांगतो. रोमियो त्याचं शरीर दफनभूमीत आणतो. जेणेकरून तिथे त्याला ज्युलिएटसोबत चिरविश्रांती घेता आली असती. सरतेशेवटी रोमियोला ज्युलिएट पुन्हा एकदा दिसते. फ्रायरनं दिलेला पातळ पदार्थ चांगलाच परिणामकारक असल्याचं दिसतं. कारण जरी ज्युलिएट आता जागी होण्याची वेळ आलेली असते, तरी ती रोमियोला मृत असल्यासारखीच दिसते.

रोमियो आपल्या लाडक्या बायकोला शेवटचं, निरोपाचं किस करतो. मग तो उभा राहतो आणि मान्तुआहून त्यानं जे विष स्वत:साठी आणलेलं असतं, ते तो पिऊन टाकतो. काही मिनिटातच तो ज्युलिएटशेजारी मरून पडतो.

रोमियो शेवटचा श्वास घेतच असतो, तितक्यात फ्रायर लॉरेन्स तिथे येतो. आपल्याला फार उशीर झाला आहे हे त्याला कळून चुकतं. त्याच क्षणी ज्युलिएट जागी होते. काही क्षणातच घडला प्रकार तिच्या लक्षात येतो. फ्रायर लॉरेन्स तिला सांगतो की आता तिनं त्याच्यासोबत निघायला हवं. पण ती त्याचं काहीही ऐकून घेण्याच्या मन:स्थितीतच नसते. आपल्या रोमियोला तिथे मरून पडल्याचं पाहून ती

अक्षरशः उध्वस्त होते. त्याच्याविना जगणं आपल्याला शक्य होणार नाही; असं ती ठरवून टाकते. मग ती रोमियोचा खंजीर घेते आणि स्वतःच्या अंगात खुपसते. दुसऱ्याच क्षणी तीही रोमियोशेजारी मरून पडते.

तिथल्या रखवालदाराच्या नजरेला हे सगळं पडल्यावर दोन्ही कुटुंबांना तिथे हजर व्हायला सांगितलं जातं.

राजकुमार जाहीर करतो की दोन्ही कुटुंबांमधील वैरभावनेला हे तरूण प्रेमी जोडपं बळी पडलेलं आहे. आपलं शत्रुत्व हे किती निष्फळ ठरलं आहे, हेच यातून दिसून आलेलं आहे. या वैरभावनेनं दोन्ही कुटुंबांमधली मुलं प्राणांना मुकलेली होती.

कॅप्यूलेट मॉंटेग्यूचा हात आपल्या हाती घेतो

आणि मग आपापसातील वैरभावना ते दोघेही कायमची संपवून टाकतात. त्यानंतर ते दोघे रोमियो आणि ज्युलिएटच्या प्रेमाचं स्मारक उभं करायचं ठरवतात.

◆

ट्वेल्थ नाइट

विल्यम शेक्सपिअर

अनुवाद
मंजूषा आमडेकर

मेहता पब्लिशिंग हाऊस

Please contact us at **Mehta Publishing House,** 1941, Madiwale Colony, Sadashiv Peth, Pune 411030.
✆ +91 020-24476924 / 24460313
Email : production@mehtapublishinghouse.com
sales@mehtapublishinghouse.com
Website : www.mehtapublishinghouse.com

TWELFTH NIGHT by WILLIAM SHAKESPEARE
Translated into Marathi Language by Manjusha Amdekar

ट्वेल्थ नाइट / कुमारसाहित्य
अनुवाद : मंजूषा आमडेकर
१९, रेशमा रेसिडेन्सी, लोकमान्य कॉलनी, पुणे ४११०३८.
मराठी अनुवादाचे व प्रकाशनाचे हक्क मेहता पब्लिशिंग हाऊस, पुणे.
प्रकाशक : सुनील अनिल मेहता, मेहता पब्लिशिंग हाऊस,
१९४१, सदाशिव पेठ, माडीवाले कॉलनी, पुणे – ४११०३०.
मुद्रक : स्पेक्ट्रम ऑफसेट, डी-२/४, सत्यम इस्टेट,
सीडीएसएसच्या मागे, एरंडवणे, पुणे - ४११००४.
मुखपृष्ठ व
आतील चित्रे : देविदास पेशवे
प्रथमावृत्ती : ऑक्टोबर, २०१८
संचाची किंमत : ₹ १५००
P Book ISBN 9789353170950
E Book ISBN 9789353170967
E Books available on : play.google.com/store/books
www.amazon.in/b?node=15513892031

व्हिओला

व्हिओला हे नाटकातली मुख्य पात्र आहे. ही सेबॅस्टिनची जुळी बहीण असते. ती ड्यूकच्या प्रेमात पडलेली असते. जहाज फुटण्याच्या अपघातातून ती वाचते. मग ती जगात आपला आपणच मार्ग काढायचा ठरवते. चेसारिओ नावाच्या तरुणाचा वेष घेऊन ती ड्यूककडे नोकरी करते.

ऑलिव्हिया

ही खूप सुंदर असते. श्रीमंतही असते. ड्यूक तिच्या प्रेमात पडलेला असतो. पण ती त्याला प्रतिसाद देत नसते, कारण ती अजूनही तिचे वडील आणि तिच्या भावाच्या मृत्यूच्या धक्क्यातून सावरलेली नसते. पण तिला चेसारिओ आवडत असतो. चेसारिओ म्हणजे वेषांतर केलेली व्हिओलाच असते.

सेबॅस्टिन

हा व्हिओलाचा जुळा भाऊ असतो. जहाज फुटल्यावर त्याला अँटोनिओ नावाचा माणूस वाचवतो. नाटकाच्या पुढच्या भागात ऑलिव्हियाची सेबॅस्टिनशी लग्न करायची इच्छा असते. मग भले ती त्याला कधीही भेटलेली नसली तरीही.

ड्यूक ओर्सिनो

ड्यूक ओर्सिनो हा आयलिरियातला सरदार असतो. तो ऑलिव्हियाच्या प्रेमात पडलेला असतो. पण ती मात्र त्याला मुळीच प्रतिसाद देत नसते. चेसारिओ नावाचा नोकर ड्यूकच्या खास मर्जीतला असतो. हा नोकर म्हणजे वेषांतर केलेली व्हिओला असते.

ट्वेल्थ नाइट

एका गावात जुळी बहीणभावंडं रहात असतात. भावाचं नाव असतं सेबॅस्टिन आणि बहिणीचं व्हिओला. ते मेसालिन घराण्यातले होते. हे एक अत्यंत श्रीमंत सरदार घराणं असतं. ते दोघेही इतके एकसारखे दिसत की त्यांनी जर एकमेकांचे कपडे घातले तर त्यांच्यातला फरक कुणालाही ओळखता यायचा नाही.

एकदा ते समुद्र सफारीला निघतात. पण दुर्दैवानं वादळाच्या तडाख्यात सापडतात. ते आयलिरियाच्या

किनाऱ्याकडे जातच असतात, तितक्यात त्यांचं जहाज उलटतं आणि त्याचे तुकडे-तुकडे होतात. त्या जहाजाचा कप्तान काही नावाड्यांसोबत कसाबसा जिवानिशी वाचतो. किनाऱ्यावर सुरक्षितपणे पोचतो. मग ते सगळेजण व्हिओलाचा प्राण वाचवून तिला आपल्याबरोबर घेऊन येतात. पण दुर्दैवानं सेबॅस्टिनला मात्र ते वाचवू शकत नाहीत. व्हिओला तर बिचारी खचूनच गेलेली असते. आपण वादळातून बचावलो, याचा तिला मुळीच आनंद होत नाही. आपल्या भावाचा मृत्यू झाल्याचं समजून ती त्याच्यासाठी हमसून हमसून रडते.

जहाजाचा कप्तान तिचं सांत्वन करण्याचा प्रयत्न करतो. तो सांगतो की जहाज फुटत असताना त्यानं सेबॅस्टिनला पाहिलं होतं. जहाजाच्या डोलकाठीला धरून तो तरंगतच कुठेतरी दूर वहात जाताना आपल्याला दिसला होता. सेबॅस्टिन त्याला दिसेनासा होईपर्यंत तो त्याला पाण्याच्या वरतीच दिसत होता. त्यामुळे तो जिवंत असेल, अशी त्याला खात्री असते. ते ऐकून व्हिओलाला खूप आनंद होतो.

पण आता ती एका वेगळ्याच संकटात सापडलेली असते. ती एका अनोळखी प्रदेशात येऊन पोचलेली असते. तिथे कुणाची मदत घ्यावी तेच तिला कळत नसतं. जहाजाचा कप्तान पुन्हा तिच्या मदतीला धावून येतो. तो सांगतो की त्याचं जन्मगाव तिथून जवळच आहे. त्याला त्या भागाची बऱ्यापैकी माहिती आहे. आयलिरियावर ओर्सिनो नावाच्या ड्यूकचं राज्य आहे.

व्हिओलाला आठवतं की तिच्या बाबांनीही एकदा बोलता बोलता ओर्सिनोचं नाव घेतलेलं असतं. बाबा हयात होते तेव्हा तरी त्याचं लग्न झालेलं नव्हतं. त्यावर कप्तान म्हणतो की ते खरं आहे. पण ओर्सिनो एका ऑलिव्हिया नावाच्या सुंदर तरुणीच्या प्रेमात पागल झालेला असल्याचंही तो तिला सांगतो.

लवकरच ते दोघे लग्न करतील अशी सगळीकडे चर्चा असते. ऑलिव्हियाचे वडील आणि भाऊ नुकतेच वारल्याने ती कुणामध्ये फारशी मिसळत नसे. अगदी ड्यूकलाही भेटायला तयार नसे.

व्हिओलाला ते ऐकून असं वाटतं की कदाचित तिला ऑलिव्हियासोबत राहता येऊ शकेल. कारण तसं पहायला गेलं तर दोघीजणी एकसारखंच दुःख अनुभवत असतात. भाऊ गमावणं, म्हणजे काय असतं, ते त्या दोघींनाही माहीत असतं. पण त्यावर तो कप्तान तिला असं सांगतो की, भावाच्या मृत्यूच्या धक्क्यानं ऑलिव्हिया इतकी खचलेली असते की ती शक्यतोवर कुणाला भेटतच नसे. त्यामुळे कदाचित ती व्हिओलालाही भेटणार नाही. सरतेशेवटी असं ठरतं की व्हिओला पुरुषाचे कपडे घालेल आणि

ड्यूकचा नोकर म्हणून रहायला लागेल. त्या क्षणी तरी आपल्यापुढे तोच पर्याय आहे असं तिला वाटतं.

कप्तान लगेचच तिला पुरुषाचे कपडे आणून देतो. ते घातल्यावर ती हुबेहूब तिच्या भावासारखी, सेबॅस्टिनसारखी दिसायला लागलेली असते. मग कप्तान तिला घेऊन ड्यूक ओर्सिनोच्या दरबारात जातो. तो चेसारिओ म्हणून तिची ओळख करून देतो. त्या तरुण मुलाचा कोवळा निरागस चेहरा पाहून ड्यूक खुश होतो. तो ताबडतोब त्याला आपला नोकर म्हणून ठेवून घेतो. चेसारिओ ड्यूकची मर्जी संपादन करण्यात लवकरच यशस्वी होतो. ड्यूकला तो इतका आवडायला लागतो की तो त्याचा सर्वात लाडका नोकर होतो.

त्यामुळे काय होतं, ड्यूकला ऑलिव्हियाबाबत वाटणाऱ्या प्रेमाची तो चेसारिओला कबुली देतो. त्याला आपल्या विश्वासात घेतो. आता इथेच नेमकी अडचण निर्माण होते. ओर्सिनो जेव्हा चेसारिओला, म्हणजे व्हिओलाला आपल्या प्रेमाबाबत सांगत असतो, तेव्हा ती स्वत:च त्याच्या प्रेमात पडते. ड्यूक हा खरोखरच एक उमदा सरदार आहे, असं तिच्या मनात यायला लागतं. त्याच्या प्रेमाकडे दुर्लक्ष करणाऱ्या स्त्रीवरही प्रेम करत राहणारा ड्यूक तिला फारच मोठ्या मनाचा आहे, असं वाटतं.

एके दिवशी ती त्याला विचारते की समजा, दुसरी एखादी स्त्री त्याच्या प्रेमात पडलेली असेल, तर तो तिच्या प्रेमाचा स्वीकार करेल का? पण त्यावर ओर्सिनो म्हणतो की, तो स्वत: ऑलिव्हियावर जितकं जीव ओतून प्रेम करतो, तितकं त्याच्यावर प्रेम

करण्याइतक्या मोठ्या मनाची स्त्री कुठेही सापडणं शक्य नाही. त्यामुळे अशा प्रकारची तुलना करणंही अन्यायाचंच ठरेल असंही तो म्हणतो.

व्हिओला त्याला सांगते की एकदा एक मुलगी एका मुलाच्या प्रेमात पडली. पण भीतीपोटी ती त्याला ते सांगू शकली नाही. त्या तरूण मुलीची ती कथा ऐकून ड्यूक फारच चिडतो. कारण त्याला ऑलिव्हियाबद्दल वाटणाऱ्या प्रेमात आणि या मुलीच्या प्रेमकथेत काहीच सारखेपणा दिसत नाही. ओर्सिनो चेसारिओला विचारतो की गोष्टीतली मुलगी प्रेमाखातर आपला जीव देते का? त्यावर मात्र चेसारिओ ठरवतो की त्याला काहीतरी वरवरचं उत्तर देऊन टाकावं, आणि विषय संपवून टाकावा.

ते गप्पा मारतच असतात. तितक्यात तिथे एक माणूस येतो. तो म्हणतो की ऑलिव्हियाकडून पत्र आलेलं आहे. त्या पत्रात असं लिहिलेलं असतं की ती आणखी सात वर्षं तरी ड्यूकला भेटू शकणार नाही. कारण तिचे वडील आणि भाऊ गेल्याच्या दु:खातून ती अजूनही सावरलेली नसते. ती आपल्या प्रेमाला का प्रतिसाद देत नाही, ते आत्ता कुठे ड्यूकच्या लक्षात येतं. तो म्हणतो की जी स्त्री, सात वर्षं स्वत:ला शिक्षा करून घेण्याइतकं आपल्या वडिलांवर आणि भावावर प्रेम करते, ती त्याच्या प्रेमाला नक्कीच पात्र आहे. त्याला खूप आनंद होतो.

मग आपल्या प्रेमाची घोडागाडी पुढे ढकलण्यासाठी तो काहीतरी करण्याचं ठरवतो.

तो चेसारिओला लगेचच ऑलिव्हियाच्या घरी जायला सांगतो. तो त्याला असंही बजावून सांगतो की ऑलिव्हिया ड्यूकला भेटायला तयार होईपर्यंत त्यानं तिथेच रहावं. त्याची जर तिच्याशी भेट होऊ शकली, तर तो तिला पटवून देऊ शकेल की ड्यूक तिच्यावर खरंखुरं प्रेम करतो.

ऑलिव्हियाचे नोकर चेसारिओला पळवून लावायचा खूप प्रयत्न करतात. आपल्या मालकिणीला बरं वाटत नाहीये, किंवा मग ती गाढ झोपी गेलेली आहे... अशी काहीतरी कारणं देऊन ते त्याला परत पाठवायचा प्रयत्न करतात. ड्यूकनं आपल्या गळ्यात अडकवलेली ही जबाबदारी चेसारिओला मुळीच आवडलेली नसते. कारण तो स्वतःच ड्यूकच्या प्रेमात पडलेला असतो ना! त्यामुळे तो ऑलिव्हियाला भेटल्याविना परत जायला नकार देतो. शेवटी ऑलिव्हिया त्याला भेटायला बाहेर येते. तिच्या येण्यानं प्रश्न सुटत तर नाहीच; उलट, आधीच्या समस्यांमध्ये आणखी नव्या समस्येची भर पडते. चेसारिओला पाहताक्षणीच ऑलिव्हिया त्याच्या प्रेमात पडते.

चेसारिओ ऑलिव्हियाला आपल्या चेहऱ्यावरून बुरखा दूर करायला सांगतो. खरं तर तिनं तो पुढील सात वर्षं घालून ठेवायचं ठरवलेलं असतं. पण चेसारिओच्या विनंतीला मान देऊन ती ताबडतोब बुरखा काढते. आपल्यासमोर असलेली स्त्री ही खरोखरच या घराची मालकीण आहे अशी आता चेसारिओची खात्री पटते. तो तिला सांगतो की आपण ड्यूकचा निरोप घेऊन आलेलो आहोत. आपल्या प्रेमाला ती प्रतिसाद देत नाही, हा तिचा क्रूरपणाच म्हणावा लागेल; असं ड्यूकनं तिला कळवलेलं असतं.

ऑलिव्हिया आता या देखण्या नोकरावर अशी काही भाळलेली असते की तिला त्याच्यासमोर तिची चांगली प्रतिमा निर्माण करायची घाई झालेली असते. ती क्रूर आहे, असं त्याला वाटावं, अशी तिची मुळीच इच्छा नसते. त्यामुळे ती त्याला सांगते की ड्यूक खूपच चांगला माणूस आहे, हे तिला माहीत आहे. पण तिचं त्याच्यावर प्रेम नाहीये. ड्यूकच्या प्रेमाबद्दल सांगून तिच्यावर छाप पाडण्यासाठी म्हणून चेसारिओ तिला सांगतो की तो जर ड्यूकइतकं प्रेम तिच्यावर करत असता तर, ड्यूकनं सकाळी त्याला जे काही सांगितलं ते सगळं त्यानं तिच्यासाठी केलं

असतं. पण त्याच्या त्या सांगण्याचा ऑलिव्हियावर भलताच परिणाम होतो. तिला असं वाटायला लागतं की चेसारिओ स्वतःच्याच मनातलं बोलून दाखवतो आहे. त्यामुळे ती त्याच्यावर जास्तच लट्टू होते.

आता मात्र ऑलिव्हियाच्या मनात येतं की ड्यूकला स्पष्टपणे काय ते सांगून टाकावं. आपण त्याच्यावर प्रेम करू शकत नाही, हे त्याला प्रामाणिकपणे सांगावं असं तिला वाटतं. त्यामुळे ती चेसारिओला तसा निरोप घेऊन जायला सांगते. ती त्याला असंही सांगते की त्यावर ड्यूकची प्रतिक्रिया काय होते, ते सांगायला फक्त चेसारिओनंच तिच्याकडे परत यावं. मग चेसारिओ तिथून निघून

गेल्यावर ऑलिव्हिया इतकी उत्साहानं भारून गेलेली असते की ती लगेच कल्पनेचे मनोरे रचायला लागते. ती देखण्या चेसारिओसोबत आपलं लग्न झालेलं आहे या कल्पनेत रंगून जाते.

मग तिच्या डोक्यात प्रेमाच्या आणि लग्नाच्या कल्पना घोळायला लागल्यावर स्वत:वर ताबा ठेवणं तिला अशक्य असतं. त्यामुळे ती ताबडतोब काहीतरी कृती करायचं ठरवते. ती आपल्या एका नोकराकडे हिऱ्याची अंगठी देते. चेसारिओच्या मागे जाऊन त्याला ती अंगठी द्यायला सांगते. तो ती अंगठी विसरून गेला आहे असं ती सांगायला सांगते. तिची अशी कल्पना असते की असं करण्यानं

तिच्या मनात त्याच्याविषयी काय चाललं आहे त्याची चेसारिओला कल्पना येईल. तिचा बेत जवळपास सफल झाल्यासारखाच असतो. नोकर जेव्हा चेसारिओला गाठतो, तेव्हा ऑलिव्हिया आपल्या प्रेमात पडल्याचं त्याच्या लक्षात येतं. पण चेसारिओ केवळ खेदानं आपलं डोकं झटकतो. कारण आपण प्रत्यक्षात मुलगी असल्याचं तो आता ड्यूकला कधीच सांगू शकणार नसतो. आणि नकली चेसारिओवरचं ऑलिव्हियाचं प्रेमही प्रत्यक्षात येणार नसतं.

चेसारिओ ड्यूककडे जाऊन ऑलिव्हियाचा निरोप देतो. पण आपल्या प्रेमाला सहजासहजी हातून निसटू देणं ड्यूकला मुळीच शक्य नसतं. तो तसा हार मानणारा माणूसच नसतो. त्यामुळे तो पुन्हा दुसऱ्या

दिवशी चेसारिओला ऑलिव्हियाकडे पाठवायचं ठरवतो. या खेपेला तो एक गाणं पाठवणार असतो. हे गाणं त्यानं अलिकडेच ऐकलेलं असतं.

सुरूच्या बनात लाभो मज चिरनिद्रा
मृत्यूचा सोहळा व्हावा असा
श्वासांवरही माझ्या अधिकार तिचा
त्या सुंदरीचा लागला असा लळा...

हे गाणं ऐकून चेसारिओ फारच भावुक होऊन जातो. त्याबरोबर ओर्सिनोला त्याच्या डोळ्यात प्रेमळ भाव दिसतात. तो ताबडतोब चेसारिओला विचारतो की तो ही कुणाच्या प्रेमात पडलाय की काय! आपण प्रेमात पडलो आहोत, अशी चेसारिओ त्याला कबुली देतो. मग ओर्सिनो त्याला त्याची प्रेमिका दिसायला कशी दिसते असं विचारतो. त्यावर चेसारिओ त्याला इतकंच सांगतो की त्याचं ज्या कुणावर प्रेम आहे ती व्यक्ती दिसायला बरीचशी ड्यूकसारखीच आहे. ते ऐकून ड्यूकला फार वाईट वाटतं. कारण त्याला असं वाटतं की चेसारिओ ज्या स्त्रीच्या प्रेमात पडलाय, ती बहुधा वयानं त्याच्यापेक्षा मोठी असावी आणि कदाचित काळीही असावी. पण त्याला हे माहीत

नसतं की चेसारिओ म्हणजे व्हिओला असते. आणि तो ज्या कुणाचं वर्णन सांगत असतो, ती व्यक्ती म्हणजे खुद्द ड्यूकच असतो.

चेसारिओ ऑलिव्हियाला पुन्हा भेटायला जातो तेव्हा त्याला तडक तिच्या खोलीतच नेण्यात येतं. ऑलिव्हिया त्याला स्पष्टपणे सांगते की तिला ड्यूकचे प्रेमसंदेश ऐकण्यात काडीचा रस नाही. तिला त्याबद्दल काही एक बोलायची इच्छा नाही. उलट ती चेसारिओवरच्या प्रेमाबाबत बोलायला लागते. ती त्याला सांगते की जर का त्यानं तिला नकार दिला तर ती मरूनच जाईल. चेसारिओची चांगलीच पंचाईत होते. तो तिला इतकंच सांगतो की आपण कुठल्याही स्त्रीवर कधीही प्रेम न करण्याचा निश्चय केलेला आहे.

असं सांगून तो तिथून उलट्या पावली निघून जातो.

चेसारिओ ड्यूकच्या गढीकडे चालत परत निघालेला असतो. वाटेत त्याला ऑलिव्हियावर फिदा असलेला आणखी एक प्रेमी भेटतो. तो चेसारिओला द्वंद्वयुद्धाचं आव्हान देतो. कारण त्याला असं वाटतं की हा तरूण त्याचा प्रतिस्पर्धी आहे. पण चेसारिओ तर मुलगी असतो. त्यामुळे तो या माणसाशी लढायला तयार होत नाही. आता मात्र तो आपण मुलाचा वेष घातलेली मुलगी आहोत हे सांगून टाकायचा विचार करायला लागतो. तेवढ्यात एकजण तिथून चालत निघालेला असतो. तो हा सगळा समरप्रसंग पाहून त्यांच्याकडे येतो.

तो माणूस त्या प्रेमीला सांगतो की सेबॅस्टिन

त्याचा अगदी जवळचा मित्र आहे. त्यामुळे लढायची वेळ आलीच तर तो माणूस सेबॅस्टिनच्या बाजूनं लढाईत उडी घेतल्याशिवाय राहणार नाही. त्यामुळे युद्ध रद्द होतं. पण चेसारिओ म्हणजे व्हिओलाला खूपच आनंद होतो. कारण त्या माणसाच्या तोंडून तिला आपल्या भावाचं नाव ऐकायला मिळालेलं असतं. याचा अर्थ तो माणूस सेबॅस्टिनला नक्कीच ओळखत असला पाहिजे. तो तिला त्याच्याकडे निश्चितपणे घेऊन जाऊ शकेल. पण व्हिओला त्याच्याशी पुढे काही बोलणार तोच काही रक्षक तिथे धावत येतात. त्या माणसानं फार पूर्वी केलेल्या एका गुन्ह्याबद्दल ते त्याला अटक करतात. तो माणूस चेसारिओकडे वळतो आणि म्हणतो, 'पाहिलंस ना,

मी इथे यायला का तयार नव्हतो ते? आपल्या मैत्रीची ही केवढी मोठी किंमत मला मोजावी लागली बघ!'

चेसारिओ रक्षकांना सांगतो की आपण या माणसाला यापूर्वी कधीही पाहिलेलं नाहीये. त्यावर तो अनोळखी माणूस त्याला त्याच्या कृतघ्नपणाबद्दल दूषणं द्यायला लागतो. रक्षक सांगतात की मागे एकदा ड्यूकच्या पुतण्याला या माणसानं समुद्री युद्धात जखमी केलेलं होतं. त्याचसाठी त्याला आज अटक करण्यात आलेली असते.

त्यानंतर चेसारिओला कळतं की त्या अनोळखी माणसाचं नाव अँटोनिओ असून तो दुसऱ्या एका जहाजाचा कप्तान असतो. व्हिओलाचं जहाज

फुटल्यानंतर अँटोनिओला सेबॅस्टिन डोलकाठीवर लटकत असलेला सापडतो. तो त्याला आपल्या जहाजात घेतो. सेबॅस्टिन त्याला विनंती करतो की त्यानं सेबॅस्टिनला ड्यूककडे घेऊन जावं. आणि मग केवळ मैत्रीखातर अँटोनिओ आयलिरियाला परत आलेला असतो. त्यानं सेबॅस्टिनला एका खाणावळीत बसून त्याची वाट पहायला सांगितलेलं असतं. पण परत गेल्यावर त्याला सेबॅस्टिन तिथे दिसत नाही. त्यामुळे तो पुन्हा एकदा आपल्या मित्राला शोधायला बाहेर पडतो. काही वेळानं त्याला चेसारिओ त्या प्रेमीसोबत वाद घालताना दिसतो तेव्हा तो त्याला सेबॅस्टिनच समजतो. कारण काही झालं तरी ती दोघं हुबेहूब एकसारखी दिसणारी जुळी भावंडं असतात. व्हिओलाला म्हणजेच चेसारिओला सेबॅस्टिन समजल्यामुळेच तो आपल्या मित्राच्या बाजूनं भांडणात पडलेला असतो.

व्हिओला आपल्या भावाला शोधायचं ठरवते. तो जवळपासच असेल असं तिला वाटत असतं. दरम्यान ऑलिव्हियाच्या घराजवळ खऱ्या सेबॅस्टिनची आणि चेसारिओशी लढायला सरसावलेल्या प्रेमीची भेट होते. पण सेबॅस्टिन तर शूर वीर असतो. तो माघार घ्यायला तयार होत नाही.

त्यामुळे काही क्षणातच त्या दोघांमध्ये युद्ध सुरू होतं. ऑलिव्हिया धावतच तिथे येते. सेबॅस्टिनला चेसारिओ समजून ती त्यांना थांबवण्याचा प्रयत्न करते. त्या सज्जन स्त्रीनं हे असं मध्ये पडावं, हे पाहून सेबॅस्टिनला नवलच वाटतं. कारण त्यानं तिला पहिल्यांदाच पाहिलेलं असतं. ऑलिव्हिया पुन्हा एकदा चेसारिओला प्रेमानं लाडीगोडी लावायला लागते. आपल्या समोर असलेला माणूस चेसारिओ नसून सेबॅस्टिन आहे, हे तिला माहीतच नसतं. सेबॅस्टिन तिला मुळीच विरोध करत नाही. त्यालाही तिच्या सौंदर्यानं घायाळ केलेलं असतं.

ऑलिव्हियाला मात्र असं वाटतं की बहुधा चेसारिओनं आपला विचार बदलला असावा. त्याला तिच्या प्रेमानं हरवलेलं असावं. त्यामुळे ती ताबडतोब त्या दोघांचं लग्न लावून देण्याकरता फादरना बोलावते. ते लगेच लग्नही करून टाकतात. लग्न झाल्यावर सेबॅस्टिन तिला सांगतो की त्याला त्याच्या मित्राला, अँटोनिओला शोधलं पाहिजे. आपण खूप नशीबवान आहोत, म्हणूनच आपल्याला ती भेटली, असंही तो तिला सांगतो. मग तो तिचा निरोप घेतो.

मग लवकरच ड्यूक ऑलिव्हियाला भेटतो. त्याच्यासोबत चेसारिओ असतो. ऑलिव्हिया

चेसारिओशी तो आपला नवरा असल्यासारखी बोलायला लागते. पण चेसारिओ मात्र आपण ऑलिव्हियाच्या प्रेमाचा स्वीकार केला नसल्याचं सांगत राहतो. लग्नाचा तर प्रश्नच येत नसतो. ते ऐकून ऑलिव्हिया फारच दुःखी होते. ती लगेचच तिचं लग्न लावून देणाऱ्या फादरना बोलावून आणते. ते म्हणतात की त्यांनी या जोडप्याचा काही तासांपूर्वीच विवाह करून दिलेला आहे, यात काही शंकाच नाही.

आता मात्र ड्यूक चेसारिओवर भयंकर चिडतो. आयुष्यात पहिल्यांदाच त्यानं कुणावर तरी प्रेम केलेलं असतं. आणि ज्या स्त्रीवर त्यानं जिवापाड प्रेम

केलेलं असतं तिलाच आपल्यापासून हिरावून घेतल्याबद्दल तो चेसारिओवर अतिशय संतापतो. ड्यूक चेसारिओला मारायला सरसावतो. तितक्यात अचानक तिथे दुसरा एक चेसारिओ अवतीर्ण होतो. आणि तो ऑलिव्हियाशी तिचा नवरा असल्यासारखा बोलायला लागतो. आता तिथे एकच गोंधळ उडतो. सेबॅस्टिन आणि व्हिओला एकमेकांकडे पहातच राहतात. त्यांचा त्यांच्या डोळ्यांवर विश्वास बसत नसतो. अखेरीस तिथे हजर असलेल्या सर्वांना व्हिओला सांगून टाकते की ती मुलगा नसून मुलगी आहे. ती सेबॅस्टिनची जुळी बहीण, व्हिओला आहे. आता कुठे खरा प्रकार सगळ्यांच्या लक्षात येतो.

मग सेबॅस्टिन आणि ऑलिव्हिया नवरा-बायको असल्याचं सर्वजण मान्य करतात. तेव्हा अचानक ड्यूकला आठवतं की व्हिओलानं तिच्या प्रेमाबद्दल सांगताना ज्याचं वर्णन केलेलं असतं, ती व्यक्ती ड्यूकसारखीच दिसणारी असते. ते बोलणारा मुलगा नसून सुंदर तरूणी असते. त्यामुळे तो व्हिओलाचं प्रेम स्वीकारतो. तिला लग्नाची मागणी घालतो.

मग ज्या फादरना साक्षीदार म्हणून बोलावण्यात आलेलं असतं, तेच व्हिओला आणि ओर्सिनोचं ताबडतोब लग्न लावून देतात. सरतेशेवटी ते चारी जण सुखानं नांदायला लागतात.

◆

द कॉमेडी ऑफ एरर्स

विल्यम शेक्सपिअर

अनुवाद

मंजूषा आमडेकर

मेहता पब्लिशिंग हाऊस

Please contact us at **Mehta Publishing House,** 1941, Madiwale Colony, Sadashiv Peth, Pune 411030.
© +91 020-24476924 / 24460313
Email : production@mehtapublishinghouse.com
sales@mehtapublishinghouse.com
Website : www.mehtapublishinghouse.com
** या पुस्तकातील लेखकाची मते, घटना, वर्णने ही त्या लेखकाची असून त्याच्याशी प्रकाशक सहमत असतीलच असे नाही.*

THE COMEDY OF ERRORS by WILLIAM SHAKESPEARE
Translated into Marathi Language by Manjusha Amdekar

द कॉमेडी ऑफ एरर्स / कुमारसाहित्य
अनुवाद : मंजूषा आमडेकर
१९, रेश्मा रेसिडेन्सी, लोकमान्य कॉलनी, पुणे ४११०३८.
मराठी अनुवादाचे व प्रकाशनाचे हक्क मेहता पब्लिशिंग हाऊस, पुणे.
प्रकाशक : सुनील अनिल मेहता, मेहता पब्लिशिंग हाऊस,
१९४१, सदाशिव पेठ, माडीवाले कॉलनी, पुणे – ४११०३०.
मुद्रक : स्पेक्ट्रम ऑफसेट, डी-२/४, सत्यम इस्टेट,
सीडीएसएसच्या मागे, एरंडवणे, पुणे - ४११००४.
मुखपृष्ठ व
आतील चित्रे : देविदास पेशवे
प्रथमावृत्ती : ऑक्टोबर, २०१८
संचाची किंमत : ₹ १५००
P Book ISBN 9789353170950
E Book ISBN 9789353170967
E Books available on : play.google.com/store/books
www.amazon.in/b?node=15513892031

अँटिफोलस ऑफ सिरॅकस

हा एगॉनचा मुलगा असतो. आणि अँटिफोलस ऑफ इफेससचा हुबेहूब दिसणारा जुळा भाऊ असतो. तो त्याच्या भावाला गेली सात वर्षं शोधत असतो. तो अत्यंत चमत्कारिक परिस्थितीत सापडतो. त्यामुळे तो अस्वस्थ होतो. काळजीत पडतो आणि हरवल्यासारखा होऊन जातो.

•••

अँटिफोलस ऑफ इफेसस

हा अँटिफोलस ऑफ सिरॅकसचा हुबेहूब दिसणारा जुळा भाऊ असतो. हा इफेससचा श्रीमंत व्यापारी असतो. त्याचं ॲड्रियानाशी लग्न झालेलं असतं. त्याचं उत्तम चाललेलं असतं आणि त्याला गावात खूप मानसन्मानही मिळत असतो. पण तोही या नाटकातल्या एका गोंधळाला बळी पडतो.

ॲड्रियाना

अँटिफोलस ऑफ इफेससची बायको असते. ल्यूसियानाची बहीणही असते. स्वभावानं ती अतिशय मत्सरी असते. तिला असं वाटत असतं की तिला तिचा नवरा फसवतो आहे.

•••

ड्रॉमियो ऑफ सिरॅकस आणि ड्रॉमियो ऑफ इफेसस

हे दोघेही हुबेहूब एकसारखे जुळे भाऊ असतात. अगदी त्यांच्या मालकांसारखेच. त्या दोघांचाही स्वभाव भला असतो. ते हुशार असतात पण चुकून चमत्कारिक परिस्थितीत सापडतात.

द कॉमेडी ऑफ एरर्स

कोणे एके काळी इफेसस आणि सिरॅकसमध्ये खूप मोठं शत्रुत्व होतं. या दोन्ही राज्यांमध्ये इतकी वैरभावना होती की एका राज्यातला माणूस दुसऱ्या राज्यात दिसला तरी त्याला ठार करण्यात येई.

एके दिवशी एगॉन, हा सिरॅकसचा वृद्ध व्यापारी इफेससच्या रस्त्यांवरून भटकताना आढळतो. त्याला पकडून राजासमोर उभं करण्यात येतं. राजा दया दाखवतो. तो त्याला दंड भरायला सांगतो. तो त्याला दोन पर्याय देतो - एकतर खूप मोठ्या रकमेचा दंड तरी भर, किंवा मग मरायला तयार हो.

एगॉनकडे अजिबात पैसे नसल्याचं तो राजाला सांगतो. राजा एगॉनला मृत्यूदंडाची शिक्षा सुनावणारच असतो. पण त्याआधी एगॉन राजाला विनंती करतो की त्याची सगळी हकीकत सांगण्याची त्याला शेवटची परवानगी देण्यात यावी. राजा त्याला परवानगी देतो. कारण सिरॅकसच्या एका माणसानं इफेससच्या रस्त्यावर येण्याचं धाडस तरी का केलं, हे त्याला जाणून घ्यायचं असतं. तेही, असं करण्याचे भीषण परिणाम त्याला माहीत असताना!

एगॉन सांगतो की तो सिरॅकसमध्ये जन्माला आलेला होता आणि मग यशस्वी व्यापारी झाला होता. त्याचं एका सुंदर मुलीशी लग्न झालं होतं. त्याचं लग्न झाल्यानंतर लगेचच त्याला कामानिमित्त इपिडॅमनमला जाणं भाग पडतं. आपल्याला इथे बराच काळ घालवावा लागणार आहे असं जेव्हा त्याच्या लक्षात येतं तेव्हा तो त्याच्या बायकोलाही तिकडे बोलावून घेतो. ती तिकडे आल्यानंतर काही काळातच तिला दोन जुळी मुलं होतात. ते हुबेहूब एकसारखेच दिसत असतात. एगॉन आपल्या दोन जुळ्या मुलांचा सांभाळ करायला लागतो. पण तेवढ्यात ते जिथं रहात असतात त्या खाणावळीच्या मालकीणीचा मृत्यू होतो. तिलाही दोन जुळी मुलं

असतात. ती अनाथ होतात. त्यांच्याबद्दल एगॉनला फारच वाईट वाटत असतं. त्यामुळे तो त्यांनाही आपल्या सोबत घेतो आणि आपल्या मुलांचे नोकर म्हणून त्यांचा सांभाळ करतो.

पण तो सिरॅकसला परत यायला निघतो तेव्हा त्याचं दुर्दैव त्याला गाठतं. त्याचं जहाज वादळात सापडतं. इतकं भयानक वादळ त्यांनी आत्तापर्यंत कधीच पाहिलेलं नसतं. लवकरच जहाज बुडायला लागतं. त्यामुळे जहाज वल्हवणाऱ्यांना सोबत घेऊन जहाजाचा कप्तान एका लाईफबोटमध्ये बसतो. एगॉन, त्याची बायको, त्याची दोन मुलं आणि

त्याच्या सोबत असणारी आणखी दोन मुलं, यांना जहाजातच सोडून देऊन कप्तान घाईघाईनं तिथून दूर निघून जातो.

आता काय करावं ते एगॉनला सुचेनासं होतं. तो त्याच्या एका मुलाला आणि एका नोकराला जहाजाच्या डोलकाठीला बांधतो. दुसऱ्या दोन मुलांनाही तशाच प्रकारे दुसऱ्या डोलकाठीला बांधायची बायकोला सूचना देतो. ती ताबडतोब त्यानं सांगितल्याप्रमाणं करते. आणि त्यांचं बांधून होतंय, न होतंय, तोच ते जहाज एका प्रचंड खडकावर आदळतं आणि त्याचे दोन तुकडे होतात. एगॉन दोन मुलांसह लांब जातो. त्याची बायको उरलेल्या दोन मुलांसोबत भरकटत या तिघांपासून भलतीकडेच वहात जाते. एगॉन लाटांच्या तडाख्यात हेलकावे खातच असतो. पण तेवढ्यात त्याला काही कोळी त्याच्या बायकोला आणि दोन मुलांना वाचवून काठावर नेताना दिसतात. किमान ते तिघे तरी सुरक्षित आहेत, हे पाहून एगॉनला खूप आनंद होतो.

थोड्या वेळानंतर काही बोटी येतात आणि एगॉनला दोन मुलांसह सिरॅकसपाशी सोडतात. पण त्या संकटामुळं एगॉनची बायको आणि तिच्यासोबतच्या दोन मुलांपासून ताटातूट होते.

त्याच्यासोबत असलेला मुलगा जेव्हा अठरा वर्षांचा होतो तेव्हा तो मनाशी ठरवतो. आपली आई आणि भावाला शोधून काढायचा तो निर्णय घेतो. आपल्या नोकराला सोबत घेऊन तो निघतो. त्या नोकरालाही त्याच्या जुळ्या भावाचा शोध घ्यायचाच असतो. या घटनेलाही आता सात वर्षं उलटून गेलेली असतात. आणि गेल्या पाच वर्षांमध्ये स्वत: एगॉन आपल्या संपूर्ण कुटुंबाला शोधत अख्खं जग फिरून आलेला असतो. कुटुंबाच्या शोधातच तो आता इफेससला आलेला असतो. ही त्याची शेवटचीच यात्रा आहे, हे एव्हाना त्याला कळून चुकलेलं असतं. त्याला आता फक्त आपलं कुटुंब सुखरूप आहे ना, याचीच खात्री करून घ्यायची असते. स्वत:च्या

जगण्या-मरण्याची आता त्याला काडीइतकीही पर्वा राहिलेली नसते.

त्याची ती करूण कहाणी ऐकून राजाचंही मन कळवळतं. तो त्याला सांगतो की या राज्याचे कायदे बदलणं काही त्याला शक्य होणार नाही. पण तरीही त्याला त्याचे प्राण वाचवावेत असं वाटत असतं. तो एगॉनला त्या दिवसापुरतं जायला सांगतो. म्हणजे मग एगॉनला कुणाकडून तरी पैसे उसने घेता आले असते. आणि त्या पैशातून दंड भरून एगॉनला स्वत:चा जीव वाचवता आला असता.

ते ऐकून एगॉन खचूनच जातो. कारण तो इफेससमधल्या कुणालाही ओळखत नसतो. इतकी मोठी रक्कम त्याला कर्ज म्हणून देऊ शकेल असा

कुणीही ओळखीचा माणूस निदान इफेससमध्ये तरी नक्कीच रहात नसतो. पण ज्या त्याच्या धाकट्या मुलाला तो गेली पाच वर्षं शोधत फिरत असतो तो नेमका त्या वेळी इफेससमध्येच असतो हे मात्र त्याला माहीतच नसतं. आणि त्याचा मोठा मुलगाही तिथेच असतो. त्याला तर त्यानं त्या दुर्दैवी दिवसानंतर पाहिलेलंही नसतं. फार काय, त्याला तो तिथेच राहतो आहे याचीही कल्पना नसते.

एगॉनची दोन्ही मुलं एकसारखीच दिसत असतात. आणि त्या दोघांनाही लोक 'अँटिफोलस' या एकाच नावानं हाक मारत असतात. गंमत म्हणजे, दोन्ही जुळ्या नोकरांचीही तीच स्थिती असते. तेही दिसायला एकसारखेच असतात आणि त्यांचं नावंही एकच असतं - ड्रॉमियो.

ज्या दिवशी एगॉन इफेससमध्ये आलेला असतो,

नेमकं त्याच दिवशी अँटिफोलस ऑफ सिरॅकस आणि ड्रॉमियो हे दोघेही इफेससमध्ये असतात. सिरॅकसमधून इफेससमध्ये येणाऱ्यांच्या बाबतीतला कायदा त्यांना माहीत असतो. त्यामुळे ते आपण एपिडॅमनमचे व्यापारी असल्याचं नाटक करतात.

एगॉनचा मोठा मुलगा, अँटिफोलस ऑफ इफेसस याला त्या वादळापासून कोळ्यांनी वाचवलेलं असतं. पण तेव्हापासून त्याला फार खडतर आयुष्य घालवावं लागलेलं असतं. त्याच्या असहाय्य आईपासून दोन्ही मुलांना कोळ्यांनी हिरावून घेतलेलं असतं. या दोन मुलांना गुलाम म्हणून विकून पैसे

कमवायचा त्यांचा विचार असतो. बरेच चढउतार अनुभवल्यानंतर अँटिफोलस ऑफ इफेसस आता शहरातला एक श्रीमंत व्यापारी बनलेला असतो. तो त्याचा ड्रॉमियो नावाचा नोकर आणि ॲड्रियाना नावाच्या सुंदर बायकोसोबत रहात असतो. ती त्या शहरातली एक श्रीमंत स्त्री असते. त्याला त्याची आई आणि बाबा फारसे आठवतच नसतात. कारण त्यांच्यापासून तो जेव्हा दूर झालेला असतो तेव्हा तो फारच लहान असतो. सिर्कसमधल्या ज्या माणसाला त्या दिवशी पकडण्यात आलेलं असतं, तो माणूस दुसरा तिसरा कुणी नसून आपले बाबाच आहेत हे जर त्याला माहीत असतं तर तो त्यांचा दंड सहजपणानं भरू शकला असता.

तिकडे आपल्या भावाला शोधण्यासाठी आलेला

अँटिफोलस ऑफ सिरॅकस हा ही रस्त्यावरून भटकत असतो. रात्रीच्या जेवणासाठी तो ड्रॉमियोला खाणावळीत पाठवून देतो. सभोवताली थोडी चौकशी करून तो ड्रॉमियोबरोबर जेवायला जाणार असतो. पण त्या शोधादरम्यान त्याचं मन साशंक झालेलं असतं. तो म्हणतो, 'मी म्हणजे महासागरात पडलेला थेंब आहे. असा थेंब, जो सोबतीच्या दुसऱ्या थेंबाला शोधत फिरतो आहे. तो थेंबही त्या महासागरात हरवून गेला आहे.'

स्वत:च्याच नादात तो रस्त्यावरून चालत असतो. तितक्यात त्याला समोरून ड्रॉमियो येताना दिसतो. ड्रॉमियो खाणावळीत आपली वाट पहात का थांबला नसावा, याचं त्याला नवलच वाटतं. त्यामुळं

ॲंटिफोलस ऑफ सिरॅकस त्याच्याकडे जातो आणि त्याला इकडे का आलास म्हणून विचारतो. त्यावर ड्रॉमियो त्याला उत्तर देतो की ॲंटिफोलसला जेवायला बोलावून आण असा मालकीणबाईंचा निरोप घेऊन तो आलेला असतो. ॲंटिफोलस ऑफ सिरॅकसचा नोकर ड्रॉमियो हा नेहमीच त्याच्या मालकाची थट्टा करत असतो. किती झालं तरी ते नोकर आणि मालक म्हणून मोठे होण्याऐवजी भावंडांसारखेच लहानाचे मोठे झालेले असतात. तरी पण ॲंटिफोलस ऑफ सिरॅकसला हा प्रकार जरा अतिरेकीच वाटतो.

पण ड्रॉमियो मात्र पुन्हा पुन्हा त्याला सांगत राहतो की त्याच्या बायकोनं त्याला जेवायला घरी बोलावलं आहे. कारण घरी तिची बहीणही आहे आणि त्या एकत्र जेवण्यासाठी त्याची वाट पहात आहेत. पण ॲंटिफोलस ऑफ सिरॅकस त्याला एकसारखं सांगत राहतो की त्याला बायको नाहीये, आणि आता ड्रॉमियोनं त्याची चेष्टा करणं थांबवावं. त्यावर ड्रॉमियो सांगतो की मालक काय बोलतोय तेच आपल्याला कळत नाहीये. त्यावर मात्र ॲंटिफोलस ऑफ सिरॅकस त्याला बडवायला लागतो. मग ड्रॉमियो जो पळत सुटतो तो थेट ॲंटिफोलस ऑफ

इफेससच्या घरी जाऊन पोचतो. कारण तो दुसरा ड्रॉमियो असतो. घरी जाऊन तो आपल्या मालकिणीला सांगतो की मालक घरी यायला तयारच नाहीत. आणि ते आपल्याला बायकोच नाही, असंही म्हणतायत.

ते ऐकून अ‍ॅड्रियानाचं डोकंच फिरतं आणि ती मत्सरानं जळफळायला लागते. तिची बहीण ल्युसियाना त्यांच्याच घरी रहात असते. ती तिला शांत करण्याचा खूप प्रयत्न करते. पण अ‍ॅड्रियाना काही ऐकूनच घेत नाही.

दरम्यान अँटिफोलस ऑफ सिरॅकस आपल्या खाणावळीत परत येतो. तिथे त्याला ड्रॉमियो त्याची वाट पहात बसलेला दिसतो. आपली थट्टा

केल्याबद्दल तो ड्रॉमियोला चांगलाच झापडणार असतो. पण तितक्यात तिथे स्वत: ॲड्रियानाच येते. त्याच्या समोर जाऊन ती त्याला घरी का येत नाही, असा प्रश्न विचारते. त्यावर अँटिफोलस तिला सांगतो की त्या शहरात त्याचं घरच नसल्यानं घरी जाण्याचा प्रश्नच येत नाही. ते ऐकताच आगीत तेल ओतल्यासारखा ॲड्रियानाचा संताप आणखीनच वाढतो. स्वत:च्याच बायकोला तो ओळख दाखवत नाहीये, असं वाटून ती खूपच चिडते. ॲड्रियानाची समजूत घालणं अशक्य झाल्यामुळे अँटिफोलस ऑफ सिरॅकस आपल्या ड्रॉमियोसोबत नाईलाजानं तिच्याबरोबर आपल्या भावाच्या, म्हणजे अँटिफोलस ऑफ इफेससच्या घरी जातो. तिथे जाऊन भावाची

बायको आणि मेहुणीसोबत जेवण करणंही त्याला भाग पडतं. आपण झोपेत लग्न बिग्न तर करून बसलेलो नाही ना, अशी अँटिफोलस ऑफ सिरॅकसच्या मनात शंका यायला लागते. की जे चाललं आहे तेच मुळी त्याच्या स्वप्नात घडतं आहे, तेच त्याला कळेनासं होतं.

दरम्यान, अँटिफोलस ऑफ इफेससनं ड्रॉमियोला शोधून काढलेलं असतं. त्याला बरोबर घेऊन आता तो आपल्या घरी जेवण्यासाठी म्हणून जाऊन पोचतो. पण आपलं जेवण चालू असताना कुणालाही आत घ्यायचं नाही, अशी ॲड्रियानानं आपल्या नोकरांना सक्त ताकीद दिलेली असते. त्यामुळे जेव्हा अँटिफोलस आणि ड्रॉमियो घरी येतात तेव्हा ते दरवाजा ठोठावतात. पण नोकर त्यांना आतच घेत

नाहीत. बऱ्याचदा प्रयत्न करूनही दार उघडण्यात येत नाही हे पाहून अँटिफोलस रागावतो. आणि संतापानं ताडताड पावलं टाकत तो तिथून निघून जातो. आपली बायको दुसऱ्याच माणसासोबत जेवतेय, असं वाटून त्याला संताप अनावर होतो.

तिकडे अँटिफोलस ऑफ सिरॅकस आपलं जेवण संपवतो. पण त्यानंतर त्या वेड्यांनी भरलेल्या घरातून पळ काढायचं ठरवतो. तशी त्याला ती ल्युसियाना आवडलेली असते. पण ॲड्रियानाला पाहून त्याला धडकीच भरत असते. त्याला असंही

कळतं की ड्रॉमियोला त्याची स्वत:ची बायको घेऊन गेलेली आहे. पण त्याच्या ड्रॉमियोचं तर लग्नच झालेलं नसतं. काही वेळानं त्या घरातून मालक आणि नोकराला सटकण्याचा बहाणा मिळतो. मग मात्र त्यांना सुटकेचा आनंदच होतो.

बाहेर पडून रस्त्यावर गेल्यावर अँटिफोलसला एक सोनार भेटतो. तो त्याला सोन्याची चेन देतो. अँटिफोलस त्याला परोपरीनं पटवून सांगतो की ती चेन त्याची नाहीये. पण तो सोनार त्याला परत परत सांगत राहतो की ती चेन त्यानं अँटिफोलसच्याच खास ऑर्डरवरून तयार केलेली आहे. आणि मग ती चेन त्याच्या हातात खुपसून तो तिथून निघून जातो. अँटिफोलस ताबडतोब ड्रॉमियोला शहरातून बाहेर पडण्यासाठी वाट शोधायला सांगतो. कारण त्याला

आता त्या शहरात अजिबात राहण्याची इच्छा नसते.

कर्ज न फेडल्याबद्दल सोनाराला अटक होते. तेवढ्यात तो रस्त्यावरून फिरणाऱ्या अँटिफोलस ऑफ इफेससला पाहतो. त्याच्याकडे जाऊन सोन्याच्या चेनचे पैसे मागतो. ती रक्कम कर्जाच्या रकमेइतकीच असते. पण अँटिफोलस म्हणतो की त्याला तर चेन मिळालीच नाहाये. त्या सोनारानं त्याला ती अजून दिलेलीच नाहीये. पण सोनार मात्र हटवादीपणानं आपलं टुमणं लावतच राहतो की त्यानं स्वत: ती अँटिफोलसच्या हातात दिली आहे.

हा वाद चालू झाल्यावर पोलिस सोनाराला आणि अँटिफोलसला, दोघांनाही ताबडतोब अटक करतात.

अँटिफोलसला जेलमध्ये नेत असताना त्याला

नेमका सिरॅकसचा ड्रॉमियो भेटतो. तो शहरातून बाहेर पडायची व्यवस्था झाल्याचं त्याच्या मालकाला सांगायला आलेला असतो. तो आपलाच ड्रॉमियो असल्याचं समजून अँटिफोलस ऑफ इफेसस त्याला घरी जाऊन बायकोकडून दंडाची रक्कम घेऊन यायला सांगतो. पण ज्या घरातून आपली सुटका करून घेऊन आपण पळ काढलेला आहे, त्याच घरात मालक आपल्याला पुन्हा का जायला सांगतोय, तेच ड्रॉमियोला कळत नाही. पण तो आज्ञाधारक असतो. त्यामुळे तो ताबडतोब घरी जातो.

घरी गेल्यावर अॅड्रियाना त्याला पैसे देते. ते घेऊन ड्रॉमियो परत चौकीवर जात असतो. वाटेत त्याला अँटिफोलस ऑफ सिरॅकस दिसतो. एक टेलर त्याची बळजबरीनं मापं घेत असतो. कारण तो त्याला नवे

कपडे शिवून देणार असतो. याचा अर्थ अँटिफोलस ऑफ इफेसस हा शहरातला चांगलाच नावाजलेला माणूस असतो, हे स्पष्ट कळतं.

चौकीतून मालकानं स्वतःची सुटका कशी काय करून घेतली हेच ड्रॉमियोला कळत नाही. तो त्याला सगळी हकीकत विचारतो. आपण मालकाच्या सुटकेकरता अ‍ॅड्रियानाकडून पैसे घेऊन आलो आहोत, असंही तो त्याला सांगतो. आता मात्र अँटिफोलस ऑफ सिरॅकसला असं वाटायला लागतं की आपल्यावर कुणीतरी चेटूक केलेलं असावं.

आता काय करावं तेच त्याला सुचेनासं होतं. पण तेवढ्यात एक बाई त्याच्याकडे येते आणि त्याला चेनची आठवण करून देते. ती सोन्याची चेन तो

तिलाच देणार असतो, असं ती म्हणते. पण अँटिफोलस त्या बाईला ओळखतच नाही. त्यावर ती बाई त्याला सांगते की, जर त्यानं तिला ती चेन दिली नाही, तर निदान त्यानं तिला तिची अंगठी तरी परत करावी. ती अंगठी तिनं त्याला दिलेली असते. आता मात्र सगळं अँटिफोलसच्या सहनशक्तीच्या बाहेर जातं. तो किंचाळत तिथून पळून जायला लागतो.

ज्या बाईसोबत अँटिफोलस ऑफ इफेससनं जेवण घेतलेलं असतं, त्यानं तिला खरोखरच सोन्याची चेन द्यायचं वचन दिलेलं असतं. त्यामुळे ती बाई सरळ अ‍ॅड्रियानाकडे जाते आणि तिला सांगते की तिच्या नवऱ्याला वेड लागलेलं आहे. तेवढ्यात अँटिफोलस ऑफ इफेससला जेलर पकडून तिथे आणतो. घरी येऊन स्वत:च्या सुटकेकरता पैसे घेण्याची त्याला परवानगी देण्यात आलेली असते.

कारण ड्रॉमियो त्याला पैसे घेऊन भेटलेलाच नसतो, हे अगदी उघड असतं. पण अॅड्रियाना त्याला सांगते की थोड्या वेळापूर्वीच तिनं ड्रॉमियोला पैसे देऊन पाठवलेलं आहे.

अॅड्रियाना आणि अँटिफोलस त्या बाईवरून भांडायला लागतात. अँटिफोलस तिला सांगतो की तिनं आदल्या रात्री त्याला घरी येऊ दिलेलं नसतं. तर ती सांगते की अॅड्रियाना आपली बायको असल्याचं ओळखायला त्यानं नकार दिला. हा आरोप तो मान्य करत नाही. आपल्या नवऱ्याच्या डोक्यावर परिणाम झाल्याची आता अॅड्रियानाची खात्रीच पटते. ती आपल्या नोकरांना त्याला बांधून ठेवायला सांगते. आणि ती स्वतः डॉक्टरांना आणण्यासाठी जाते.

अॅड्रियाना बाहेर पडते. वाटेत तिला अँटिफोलस

आणि ड्रॉमियो कॉन्व्हेंटजवळ चाललेले दिसतात. आपल्या नवऱ्यानं स्वतःची सुटका करून पळ काढला अशी तिची समजूत होते. त्यामुळे ती आणि ल्युसियाना त्याला परत पकडायचा प्रयत्न करतात. ॲड्रियाना आपल्याकडेच धावत येतेय असं पाहिल्यावर अँटिफोलस आणि ड्रॉमियो पळत पळत कॉन्व्हेंटमध्ये जातात आणि तिथे लपतात.

तिथली संचालिका बाहेर येते. या दोन माणसांचा पाठलाग का करताय, असं ती खडसावून विचारते. त्यावर ॲड्रियाना तिला सगळी हकीकत सांगते. पण संचालिकेचा त्या कहाणीवर विश्वास बसत नाही. ती अँटिफोलसच्या डोक्यावर परिणाम होण्यामागचं खरं कारण शोधून काढायचं ठरवते. पण तिला काहीही समाधानकारक उत्तर मिळत नाही. तिला कोणतंही

कारण पटत नाही. पण ॲड्रियाना तिला सांगते की तो दुसऱ्या कुठल्यातरी बाईच्या प्रेमात पडलेला आहे. त्यामुळे ती त्याला सतत दोष देत असते. आता मात्र संचालिकेची खात्री पटते की ॲड्रियानाच्या मत्सरी स्वभावामुळेच तिच्या नवऱ्याच्या डोक्यावर परिणाम झाला असला पाहिजे. तेव्हा कुठे ॲड्रियानाच्याही लक्षात येतं की हा सगळा आपलाच दोष आहे.

दरम्यान, तिकडे एगॉनला दिलेली मुदत संपत आलेली असते. दिवस संपायच्या सुमाराला त्याला फाशी देण्यात येणार असते. त्याला कॉन्व्हेंटच्या मागच्या बाजूलाच फाशी देण्यात येणार असते. राजा स्वत:ही तिथे हजर राहणार असतो. त्याला आशा वाटत असते की कदाचित कुणीतरी त्या गरीब बिचाऱ्या वृद्ध माणसाची दंडाची रक्कम भरू शकेल.

त्याला माफी मिळू शकेल. पण राजा कॉन्व्हेंटच्या दिशेनं येताच, अॅड्रियाना त्याच्याकडे धावत जाते. आपल्या वेडसर नवऱ्याला घेऊन जायला संचालिका परवानगी देत नसल्याचं ती रडत रडत राजाला सांगते.

ती रडत असतानाच तिथे अँटिफोलस ऑफ इफेसस आणि त्याचा नोकर येतात. त्यांनी कशीबशी स्वतःची सुटका करून घेतलेली असते. अँटिफोलस धावतच तिथे येतो आणि राजाला सांगतो की त्याच्या दुष्ट बायकोनं त्याला पकडून बांधून ठेवलं होतं. तिच्या डोक्यावर परिणाम झालेला आहे.

आपल्या हरवलेल्या मुलाला, अँटिफोलसला सात वर्षांनी पाहिल्यावर एगॉनचा आनंद गगनात मावेनासा होतो. आपला मुलगा आपल्या दंडाची रक्कम ताबडतोब भरेल अशी त्याची खात्री असते. त्यामुळे तो अँटिफोलसला तसं करायला सांगतो. पण त्याचा मुलगा मात्र त्याला ओळखही दाखवत नाही. हे पाहून त्याला आश्चर्याचा धक्काच बसतो. आपण आपल्या संपूर्ण आयुष्यात या वृद्ध माणसाला पाहिलेलंही नाहीये, असं तो साफ सांगून टाकतो. त्यामुळे त्यानं त्याचा दंड भरण्याचा प्रश्नच येत नाही, असंही तो ठासून सांगतो.

बाहेर हा सगळा वेडेपणा चाललेला असताना कॉन्व्हेंटमधून संचालिका बाहेर कसला गोंधळ चालला आहे ते पहायला येते. तिच्यासोबत अँटिफोलस आणि ड्रॉमियो असतात. पण जर बाहेर ॲड्रियाना तिच्या नवऱ्यासोबत आणि नोकरासोबत बोलत होती, तर मग आतली ही दोन माणसं कोण होती?

अखेरीस सगळं रहस्य उलगडतं. राजानं एगॉनची कहाणी आधीच ऐकलेली असते. त्यामुळे घडलेला सगळा प्रकार राजाच्या ताबडतोब लक्षात येतो. एगॉननं ज्या जुळ्या मुलांबद्दल आणि जुळ्या नोकरांबद्दल संगितलेलं होतं, ती जुळ्याची जोडी हीच, असं राजा जाहीर करून टाकतो.

राजा हे सगळं बोलतच असतो, तितक्यात संचालिका जोरात ओरडते. ती म्हणते की ती एगॉनची बायको आहे. त्या वादळी रात्री तिच्याकडून तिची मुलं हिरावून घेण्यात आली होती. त्यानंतर ती चर्चच्या नगरीत जाऊन उत्तम सेवा करत राहिली. तिच्या सेवाकौशल्याच्या जोरावर बढती घेत ती आता संचालिका झाली होती.

अखेरीस आता सगळं काही सुरळित झालेलं असतं. त्यामुळे अँटिफोलस ऑफ इफेसस आपल्या वडिलांसाठी दंडाची रक्कम भरायला ताबडतोब तयार होतो. पण राजा दंड माफ करतो आणि एगॉनलाही सोडून देतो. सगळं कुटुंब एकत्र आलेलं पाहून त्यालाही आनंद होतो. फार काय, दोन्ही ड्रॉमियोंनाही खूप आनंद होतो. त्यांची पुन्हा भेट झालेली असते.

अॅड्रियानाला तिच्या सासूकडून धडा मिळतो. त्यामुळे ती नवऱ्यावर संशय घेणं बंद करते. अँटिफोलस ऑफ सिरॅकसचं ल्युसियानाशी लग्न होतं. मग ते सगळेजण आयुष्यभर इफेससमध्येच सुखानं राहतात.

◆

टिमॉन ऑफ अथेन्स

विल्यम शेक्सपिअर

अनुवाद
मंजूषा आमडेकर

मेहता पब्लिशिंग हाऊस

Please contact us at **Mehta Publishing House,** 1941, Madiwale Colony, Sadashiv Peth, Pune 411030.
© +91 020-24476924 / 24460313
Email : production@mehtapublishinghouse.com
sales@mehtapublishinghouse.com
Website : www.mehtapublishinghouse.com

TIMON OF ATHENS by WILLIAM SHAKESPEARE

Translated into Marathi Language by Manjusha Amdekar

टिमॉन ऑफ अथेन्स / कुमारसाहित्य

अनुवाद : मंजूषा आमडेकर
१९, रेश्मा रेसिडेन्सी, लोकमान्य कॉलनी, पुणे ४११०३८.

मराठी अनुवादाचे व प्रकाशनाचे हक्क मेहता पब्लिशिंग हाऊस, पुणे.

प्रकाशक : सुनील अनिल मेहता, मेहता पब्लिशिंग हाऊस,
१९४१, सदाशिव पेठ, माडीवाले कॉलनी, पुणे – ४११०३०.

मुद्रक : स्पेक्ट्रम ऑफसेट, डी-२/४, सत्यम इस्टेट,
सीडीएसएसच्या मागे, एरंडवणे, पुणे - ४११००४.

मुखपृष्ठ व
आतील चित्रे : देविदास पेशवे

प्रथमावृत्ती : ऑक्टोबर, २०१८

संचाची किंमत : ₹ १५००

P Book ISBN 9789353170950

E Book ISBN 9789353170967

E Books available on : play.google.com/store/books
www.amazon.in/b?node=15513892031

टिमॉन

टिमॉन हा अथेन्स शहरातला श्रीमंत माणूस असतो. त्याला त्याच्या मित्रांना गोळा करून मोठमोठ्या मेजवान्या द्यायची खूप हौस असते. त्यांना तो भेटवस्तूही घेऊन देत असे. पण एके दिवशी त्याचं दिवाळं निघतं. त्यानंतर मात्र सगळेजण त्याला टाळायला लागतात. मग तो सरळ जंगलात निघून जातो. त्याचा माणुसकीवरचा विश्वासच उडून जातो.

फ्लॅव्हियस

हा टिमॉनचा विश्वासू नोकर असतो. तो सतत आपल्या मालकाला सावध करत असतो. इतका भरमसाठ खर्च करू नका, असं सांगत असतो. पण त्याचं बोलणं टिमॉन ऐकूनही घेत नसे. तो टिमॉनला शोधायला जंगलातही जातो. पण टिमॉन त्याच्या अंगावर धावून जातो आणि त्याला हाकलून लावतो.

व्हेन्टिडियस

हा अथेन्समध्ये राहणारा तरूण असतो. त्याची तुरुंगातून सुटका करण्यासाठी टिमॉननं त्याला खूप मदत केलेली असते. पण तरीही टिमॉनवर वाईट वेळ आल्यानंतर मात्र तो टिमॉनकडे चक्क पाठ फिरवतो.

अल्किबिॲडस

हा एक योद्धा असतो. त्यानं अथेन्सचा नायनाट करण्याकरता सैन्याची उभारणी केलेली असते. तो टिमॉनला जंगलात भेटतो. टिमॉन अल्किबिॲडसला त्याच्या कामगिरीत सहकार्य करतो. अल्किबिॲडस आणि टिमॉनची भेट टिमॉनवरचा अन्याय दूर करण्यासाठी फायदेशीर ठरते.

टिमॉन ऑफ अथेन्स

कोणे एके काळी अथेन्स शहरात एक लॉर्ड रहात असे. त्याचं नाव टिमॉन. तो खूप श्रीमंत असतो, त्याचा स्वभाव मात्र उधळ्या असतो. तो त्याच्या उत्पन्नाच्या मानानं भरमसाठ खर्च करत असे. गंमत म्हणजे, तो स्वत:वर फार खर्च करत नसे. त्याचे सगळे पैसे मित्रांवरच खर्च होत असत. गोरगरिबांपासून ते त्याच्यासारख्या श्रीमंत लॉर्डपर्यंत सर्वांसाठी तो दिलदारपणे खर्च करत असे. त्याचं घर

सर्वांसाठी खुलं असायचं. कुणीही, कधीही, अचानक येऊ शकायचं. आलेल्या प्रत्येकासाठी खास मेजवानीचा बेत केला जायचा. शहरातल्या बड्या असामीही टिमॉनकडे मेजवानीवर ताव मारायला जायचे. अथेन्सच्या रस्त्यावर एकही माणूस नव्हता, ज्यानं टिमॉनचा पाहुणचार घेतला नसेल.

तो फालतू कवींचा सत्कार करत असे. ज्या चित्रकारांची चित्रं कुणीही खरेदी करत नसत, त्यांची चित्रं तो विकत घेत असे. जवाहिऱ्यांकडून वाट्टेल त्या किंमतीला रत्नं किंवा दागिने विकत घेत असे. गरजूंना तो शक्य ती मदत करत असे. तो कुणातही भेदभाव करत नसे.

अनेक श्रीमंत लोकही टिमॉनच्या जिवावर चैन करत असत. हे लोक अनेकांकडून कर्ज घेत. पण त्यांची परतफेड करत नसत. त्यामुळे त्यांना जेलमध्ये टाकण्यात आलेलं असायचं. मग टिमॉन त्यांची जेलमधून सुटका करत असे. त्यांचे कर्ज स्वत: फेडत असे. असाच एक व्हेन्टिडियस नावाचा कर्जबाजारी माणूस असतो. टिमॉननं अलिकडेच त्याचं भलं मोठ्ठं कर्ज फेडून त्याला कर्जमुक्त केलेलं असतं.

पण या सर्व लोकांना फक्त पैशात रस आहे याची टिमॉनला जाणीव नव्हती. त्यांना आपली मैत्री नको

आहे, हे त्याच्या कधी लक्षातच येत नसे. टिमॉननं एखाद्या गोष्टीत रस दाखवला तर ते त्याला अक्षरशः लुबाडायचे. तोंडाला येईल त्या किमतीला ते ती गोष्ट टिमॉनला विकून टाकायचे. इतकंच नव्हे तर एखाद्या गोष्टीबद्दल टिमॉन काही वेळापूर्वीच बोलला असेल, तर लोक त्याला ती वस्तू पाठवून देत असत. त्यांना माहीत असायचं की टिमॉन त्यांनी पाठवलेल्या भेटीच्या बदल्यात एखादी किमती वस्तू किंवा पैसे पाठवून देईल.

पण अशा लोकांवर टिमॉन आपला फक्त पैसाच खर्च करायचा असं नाही. तो एखाद्या परोपकारी माणसासारखा वागायचा. उदाहरणार्थ, एकदा त्याचा एक नोकर त्याच्याकडे आला आणि म्हणाला की तो अथेन्समधल्या एका श्रीमंत माणसाच्या मुलीच्या

प्रेमात पडला आहे. अर्थात, त्याच्या गरीबीमुळे तो आपलं प्रेम कधीच व्यक्त करू शकणार नाही, हे त्याला नक्कीच माहीत होतं. पण त्याच्या प्रेमाबद्दल ऐकताच टिमॉननं लगेच त्याला प्रचंड मोठी रक्कम भेट म्हणून दिली. त्या नोकराला त्याच्या कल्पनेपेक्षाही जास्त श्रीमंत केलं. इतकं की त्याला त्याच्या आवडत्या मुलीशी लग्न करता यावं. पण अशा प्रकारचे प्रसंग फारच कमी होते. बाकी एरवी, टिमॉनकडून पैसे उकळणारे लोक हे कर्जबाजारी असायचे आणि ते टिमॉनच्या चांगुलपणाचा गैरफायदाच घेत असायचे.

टिमॉन ज्या प्रमाणात पैसे उडवत असे ते पाहता तो लवकरच कफल्लक होईल, हे टिमॉननं कधी

समजूनच घेतलं नव्हतं. त्याचा फ्लॅव्हियस नावाचा नोकर अतिशय प्रामाणिक असतो. तो नेहमी आपल्या मालकाच्या ही गोष्ट लक्षात आणून देण्याचा प्रयत्न करत असे. पण टिमॉन त्याचं बोलणं ऐकून न ऐकल्यासारखं करत असे. त्याच्या कळकळीच्या बोलण्याकडे त्यानं कधी काडीइतकंही लक्ष दिलं नव्हतं. उलट तो त्याची स्तुती करणाऱ्या लोकांवर मनापासून प्रेम करत असे. रोज रात्री त्याच्या घरात फुकटे लोक लोळत पडलेले असायचे. आणि पाण्यासारखी वाईन पित असत. फ्लॅव्हियस चुपचाप एखाद्या सुनसान कोपऱ्यात जाऊन बसत असे. आपल्या मालकाचा मूर्खपणा पाहून डोकं आपटून घेत असे.

पण एके दिवशी मात्र टिमॉनला वास्तवाचा सामना करावाच लागतो. आपल्या जमिनीपैकी काही जमीन तो फ्लॅव्हियसला विकायची आज्ञा करतो. त्याला स्वत:ची देणी भागवायची असतात. फ्लॅव्हियस त्याला सांगतो की त्याच्या जमिनीपैकी बहुतेकशी जमीन आता विकली गेली आहे. पुष्कळशी जमीन दंड म्हणून सरकारी जमा करावी लागलेली आहे. त्यामुळे आता त्याच्याकडे जी काही जमीन शिल्लक आहे, ती विकून त्याच्या कर्जाच्या

एक तृतियांश रक्कमही चुकती करता येणं शक्य नाही. टिमॉन त्याला पटवून द्यायला लागतो की, अथेन्सपासून लासेडिॲमोनपर्यंतची सगळी जमीन त्याच्या मालकीची आहे. त्यावर फ्लॅव्हियस फक्त इतकंच म्हणतो की, 'अहो मालक, हे जग लहानसंच आहे. त्याला मर्यादा आहेत. ते तुम्हाला वाटतं तितकं मोठं नाही. एक श्वास घेईपर्यंत ते किती लवकर तुमच्या हातून निसटून गेलं आहे पहा!'

दुःखानं हुंदके देणाऱ्या फ्लॅव्हियसची टिमॉन समजूत घालतो. तो त्याला म्हणतो की आपण सगळं अजून गमावलेलं नाही. किती झालं तरी त्यानं जे काही पैसे खर्च केले ते शहाणपणानंच केले आहेत. त्यानं ते सगळे पैसे त्याच्या मित्रांवर खर्च केलेले आहेत. आता ते मित्रच त्याची काळजी घ्यायला पुढे येतील. मग तो फ्लॅव्हियसला वेगवेगळ्या लॉर्डस्‌च्या घरी पाठवून देतो. या सगळ्यांना त्यानं वेळोवेळी उदारपणे मदत केलेली असते. टिमॉन त्यांच्याकडून पैसे उधार मागतो. तो आपल्या या इमानदार नोकराला व्हेन्टिडियसकडेही पाठवून देतो. याच तरूणाला त्यानं नुकतंच तुरुंगातून बाहेर काढलेलं असतं. टिमॉन त्याला सांगतो की त्यानं जी रक्कम व्हेन्टिडियसचं कर्ज भागवण्याकरता दिलेली होती,

ती त्यानं परत केली तर बरं होईल. आणि व्हेन्टिडियसचे वडील नुकतेच वारलेले असतात. त्यांनी आपल्या मागे मुलाकरता भरपूर संपत्ती ठेवलेली असते. टिमॉनला खात्री असते की नुसता निरोप पाठवायचाच अवकाश, त्याचे सगळे मित्र त्यानं मागितलेल्या पैशांच्या शेकडो पटीनं अधिक पैसे त्याला ताबडतोब मदत म्हणून पाठवून देतील.

फ्लॅव्हियस सर्वप्रथम लॉर्ड ल्युकूलसकडे येतो. हा अतिशय श्रीमंत माणूस असतो. आयुष्यभर त्यानं टिमॉनच्या घरी मेजवान्यांवर ताव मारलेला असतो. आपल्याकडे एक चांदीचा कप असावा अशी त्याची फार दिवसांपासूनची इच्छा असते. त्यामुळे टिमॉनचा नोकर आला आहे अशी त्याला वर्दी मिळताच त्याला

फार आनंद होतो. त्याची पक्की खात्री असते की टिमॉननं नक्कीच आपल्याकरता चांदीचा कप पाठवून दिलेला असणार. पण टिमॉनच्या नोकराला भेटल्यावर त्याला त्याच्या येण्यामागचं खरं कारण कळतं. त्यासरशी तो नाचायला आणि गाणी म्हणायला लागतो. तो म्हणतो की, आपण टिमॉनला कितीतरी वेळा इतका उधळेपणा करत जाऊ नकोस असं बजावून सांगितलेलं होतं. तो असंख्य वेळा टिमॉनकडे रात्रीच्या मेजवानीला आलेला असतो. पण प्रत्येक वेळी त्यानं या अशा सारख्या मेजवान्या देणं चांगलं नाही, असं सांगितलेलं असतं. कारण

त्यामुळे एक ना एक दिवस टिमॉन अडचणीत आल्यावाचून राहणार नाही, असा इशाराही त्यानं टिमॉनला दिला होता आणि मग रात्रीच्या जेवणाच्या वेळी तो टिमॉनला आपलं म्हणणं पटवून देऊ शकला नव्हता, म्हणून तो दुसऱ्या दिवशी नाष्टा करायला आला. पुन्हा दुपारचं जेवण करायलाही आला. आणि आपलं म्हणणं पुन्हा पुन्हा टिमॉनच्या गळी उतरवायचा प्रयत्न केला होता; असं सगळं तो फ्लॅव्हियसला ऐकवतो. अखेरीस आपलं तुणतुणं वाजवून झाल्यानंतर तो फ्लॅव्हियसला चक्क लाचही देण्याचा प्रयत्न करतो. का, तर त्या इमानदार नोकरानं घरी जाऊन टिमॉनला सांगावं की, त्याला ल्युकूलस घरी भेटलाच नाही.

लॉर्ड ल्युसियसच्या घरी जरा वेगळा अनुभव येतो. तरी अर्थात, पैसे मिळत नाहीतच, तो भाग वेगळा! आदल्याच रात्री टिमॉनच्या घरी त्यानं मेजवानी चेपलेली असते. त्याचं पोट रात्री इतकं टम्म भरलेलं असतं की त्यामुळे त्याला सुस्ती आलेली असते. त्यामुळे तो अजूनही अंथरुणातच़ लोळत पडलेला असतो. तो टिमॉनची बातमी ऐकतो. आता वारं वेगळ्याच दिशेनं वहायला लागलेलं आहे हे तो ताबडतोब ओळखतो. तो ताडकन उठतो आणि टिमॉनच्या दुर्दैवाबद्दल अश्रू ढाळायला सुरुवात करतो. खरं तर त्यानं आदल्याच दिवशी भरपूर खरेदी केलेली असते. त्यामुळे आपण आज आपल्या उदार मित्राला मदत करू शकत नाही, त्याला त्याच्या

संकटातून बाहेर काढू शकत नाही, असं तो रडगाणं सुरू करतो. तो दुःख होत असल्याचं नाटक करत राहतो. ज्या मित्रानं आपल्यावर भेटवस्तूंचा वर्षाव केला होता, आपलं भरभरून प्रेम देऊ केलं होतं, त्याला आज आपण काहीच मदत करू शकत नाही, याबद्दल तो स्वतःलाच दोष देण्याचा देखावा करत राहतो.

आणि मग संपूर्ण अथेन्स शहरातल्या प्रत्येक घरात थोड्याफार फरकानं हाच प्रसंग अनुभवाला येतो. फ्लॅव्हियस ज्या ज्या घरात मदत मागायला जातो, तिथे तिथे त्याला एकच रडकथा ऐकायला मिळते. सर्वांना आपल्या या मित्राला मदत करायची

इच्छा असते; पण काही ना काही कारणानं ते त्याला मदत करू शकत नसतात. फार काय, स्वत: व्हेन्टिडियसही कृतघ्नपणे वागतो. ज्या मित्रानं त्याला उदारपणे भरपूर मोठी रक्कम दिलेली असते, त्याची तुरुंगातून सुटका केलेली असते, त्याला संकटाच्या वेळी मदत करायला तो चक्क नकार देतो. अन तेही आज त्याच्याकडे चिक्कार पैसा असताना!

कोणे एके काळी टिमॉनच्या घरी सगळेजण यायचे. तिथून जात असलेला माणूस जरासा थांबून आत डोकवायचाच. पण आता त्याच घराकडे कुणी ढुंकूनही पहात नव्हतं. उलट लोक त्या घरापासून दूरच पळत होते. टिमॉन आपल्याला थांबवून पैसे

मागेल की काय या भीतीनं लोक त्याला टाळत असतात. आता टिमॉनला भेटायला फक्त त्याचे सावकार येत असत. ते अत्यंत निर्दयपणे आपली बिलं त्याच्या पुढ्यात आपटत. बिलाचे पैसे ताबडतोब चुकते करायला सांगत. आता टिमॉनचं घर म्हणजे तुरुंगच झालेलं असतं. तिथे राहणंच अशक्य झालेलं असतं.

पण अजून सूर्य पुरता मावळायचा असतो. शेवटची घटना घडायची असते. टिमॉन म्हणजे प्लेग असल्यासारखं त्याला टाळणाऱ्या सर्व लॉर्डस्‌ना टिमॉन अचानक रात्री मेजवानीसाठी घरी बोलावतो. त्यामुळे ते सगळे गोंधळून जातात. त्या सगळ्यांना असं वाटतं की त्याचं आपल्यावर किती प्रेम आहे,

याची परीक्षा पाहण्याकरता त्यानं कदाचित गरीब झाल्याचं फक्त नाटक केलेलं असावं. पण आता टिमॉन पुन्हा नेहमीसारखा वागायला लागल्याचं पाहून ते खुश झालेले असतात. आता त्याला पुन्हा पहिल्यासारखं लुबाडता येईल या विचारानं ते आनंदित झालेले असतात.

त्यामुळे जेव्हा मेजवानीचा दिवस येतो तेव्हा सगळे लॉर्डस् आणि त्यांच्या बायका छान छान पोषाख घालून तयार होऊन टिमॉनच्या घराकडे जायला निघतात. तिथे गेल्यावर त्यांना असं दिसतं की सगळं काही पहिल्यासारखंच आहे. जणू काही टिमॉन कधीच कफल्लक झालेला नव्हता. एक भिकेला लागलेला मनुष्य इतकी शानदार मेजवानी

कसा काय देऊ शकतो, याचंच त्यांना राहून राहून नवल वाटत असतं. आणि मग अचानक त्यांना जेवण वाढण्यात येतं. त्यांना मेजवानीचा खास बेत म्हणून वाफाळलेलं पाणी वाढण्यात आलेलं असतं. आपल्या मित्रांना त्यांची जागा दाखवून देण्याची ही टिमॉनची खास पद्धत असते. काय घडतं आहे हे पाहुण्यांच्या लक्षात येण्यापूर्वीच, टिमॉन त्यांच्या अंगावर पाणी फेकायला सुरुवात करतो. तो त्यांना त्रास देत आपला राग काढायला लागतो. त्याबरोबर सगळे पाहुणे भराभरा पळ काढतात. काही लोकांचे मोजे, रुमालासारखे कपडे तिथेच राहतात. काही

बायकांचे दागिनेही तिथे पडतात. पण तिथे क्षणभरही थांबायची कुणाची हिंमत नसते. कारण हा डोक्यावर परिणाम झालेला माणूस आणखी काय करेल याचा नेम सांगता येत नसतो.

त्या दिवशी त्यांना टिमॉन दिसतो तो शेवटचा. त्यानंतर तो शहराच्या भिंती ओलांडून जंगलाकडे निघून जातो. तिथे गेल्यावर त्याला असं आढळून येतं की जंगलातले क्रूर प्राणी हे खरं तर माणसापेक्षा जास्त कृतज्ञ आहेत. त्यानं ज्या लोकांवर आपली सगळी संपत्ती उधळून टाकली, त्यांच्यापेक्षा ही जंगली श्वापदं जास्त प्रेमळ आहेत. त्याची इच्छा असते की दूरवर त्याला दिसणारी सगळी घरं पडावीत. त्या घरांमध्ये राहणारी सगळी माणसं त्याच्यासारखीच रस्त्यावर यावीत. तो जंगलात मिळणारी रानटी कंदमुळं खायला लागतो.

झऱ्यांमधलं नैसर्गिक पाणी प्यायला लागतो.

एके दिवशी तो दुपारच्या जेवणाकरता जंगलातली जमीन खणून कंदमुळं शोधत असतो. तेवढ्यात त्याची कुदळ कशावर तरी आपटते. ते काय आहे म्हणून काढून पाहतो तर काय! तिथे एक सोनंनाण्यानं भरलेला मोठा पेटारा असतो. बहुधा तो कुठल्यातरी दरोडेखोरांच्या टोळीनं तिथे लपवून ठेवलेला असावा. आणि नंतर तो काढून घ्यायला येणं त्यांना जमलं नसावं. कारण कदाचित ते एखाद्या तुरुंगात शिक्षा भोगत खितपत पडले असावेत. पण आता तो सगळा खजिना टिमॉनच्या ताब्यात असतो.

हा टिमॉन जर पहिल्या टिमॉनसारखा असता तर

इतकी धनसंपत्ती पाहिल्यावर त्याला खूप आनंद झाला असता. कारण त्याला त्याच्या मित्रांना आता अक्षरशः विकत घेता आलं असतं, इतकं सोनं त्याच्याकडे आपसूक चालून आलेलं असतं. पण नवल म्हणजे, ते सोनंनाणं पाहून त्याला अक्षरशः उबग येतो. तो ते पुन्हा एकदा होतं तसं पुरून टाकणारच असतो. तितक्यात त्याच्या मनात असा विचार येतो की कदाचित तो त्याचा उपयोग एखाद्या चांगल्या कामासाठी करू शकेल.

त्या जंगलाच्या काठावरच अथेन्सच्या सैनिकांचा एक लष्करी तळ असतो. अल्किबिॲडस हा त्यांचा सेनापती असतो. त्या सगळ्यांवरही शहरातल्या लोकांनी अन्याय केलेला असतो. याच लोकांसाठी

आपले प्राण पणाला लावून त्या सैनिकांनी त्यांचं रक्षण केलेलं असतं. त्यामुळे आता शहरात घुसून कृतघ्न सिनेटर्सना धडा शिकवायचा त्यांचा बेत असतो. टिमॉन पेटीतलं सोनं काढून ते अल्किबिॲडसला देतो. त्या सोन्याचा वापर करून

सैनिकांना पगार द्यायला सांगतो. त्याच्या बदल्यात तो एकच इच्छा व्यक्त करतो. ती म्हणजे, सैनिकांनी शहरात घुसून तिथे राहणाऱ्या सर्वांना ठार करावं. तिथल्या एकाही माणसाला जिवंत ठेवण्यात येऊ नये, अशी त्याची अपेक्षा असते. टिमॉन खरोखरच अथेन्समध्ये राहणाऱ्या लोकांचा तिरस्कार करत असतो. फार काय, त्याला आता मनुष्यप्राण्याचाच तिटकारा वाटायला लागलेला असतो.

एके दिवशी टिमॉन जंगलात पहुडलेला असतो.

त्याच्या अंगावर एकही कपडा नसतो. कारण आता त्याच्याकडे कपडेच उरलेले नसतात. तेवढ्यात त्याला त्याच्या जवळ एक माणूस उभा असलेला दिसतो. तो त्याच्याकडे अतिशय आदरानं पहात असतो. हा फ्लॅव्हियस असतो. त्याचा जुना, प्रामाणिक नोकर. त्याचं आपल्या मालकावर खरं प्रेम असतं. त्यामुळेच तो त्याला शोधत शोधत जंगलात पोचलेला असतो. पण टिमॉनला वाटतं की

फ्लॅव्हियसही एक माणूसच आहे. त्यामुळे तो ही विश्वासघातकीच असला पाहिजे. त्याचे अश्रूही खोटेच असले पाहिजेत. फ्लॅव्हियस त्याला पटवून देण्याचा प्रयत्न करतो की तो इतर खोटारड्या माणसांसारखा नाहीये. टिमॉनला जेव्हा मदतीची गरज होती तेव्हा त्याला सोडून निघून जाणाऱ्या दुष्ट लोकांसारखा तो नाहीये. अखेरीस तो त्याला पटवून देण्यात यशस्वी होतो की जगात एकतरी इमानदार

माणूस शिल्लक आहे. तरीही तो माणसांमध्येच रहात असल्यामुळे टिमॉन त्याला निघून जायला सांगतो. ती त्या दोघांची शेवटची भेट ठरते.

पण आता मात्र अथेन्समधल्या लोकांना टिमॉनची पुन्हा आठवण येते. कारण तो लोकांचा मित्र तर असतोच. त्याशिवाय तो सैन्याचा जनरलही असतो. भयंकर अल्किबिॲडसचा हल्ला परतवून लावण्याची ताकद फक्त टिमॉनमध्येच असते. अल्किबिॲडसची माणसं आता संपूर्ण शहरात थैमान घालत असतात. हिंस्त्र रानडुकरांसारखं सगळं शहर उध्वस्त करून टाकत असतात. त्यामुळे सिनेटर्सचा एक गट टिमॉनला शोधत जंगलात येतो. ते त्याला आपलं रक्षण करण्याची विनंती करणार असतात. टिमॉन त्यांना सापडतो. त्याचं मन वळवण्याकरता ते शक्य तितके सगळे उपाय करून पाहतात. ते त्याला पैसा, पद, सरदारकी, त्याला झालेल्या जखमांची, अन्यायाची भरपाई, सर्व काही देऊ करण्याची तयारी दाखवतात. पण टिमॉन आता माणूसघाणा झालेला असतो. तो त्यांना सरळ धुडकावून लावतो. त्यांच्या रक्षणासाठी तो परत जाणं शक्यच नसतं.

अश्रू ढाळत असलेले ते सिनेटर आता परत जाणारच असतात. तेवढ्यात टिमॉनला काय वाटतं

कोण जाणे, तो त्यांना थांबवतो आणि सांगतो की क्रूर अल्किबिॲडसपासून स्वतःचा बचाव करण्यासाठी अथेन्सच्या लोकांसमोर एकच पर्याय आहे. तो सांगतो की त्याच्या गुहेसमोर एक मोठा वृक्ष आहे. तो खरं तर त्या वृक्षाला तोडूनच टाकणार असतो. पण तो अथेन्समधल्या लोकांना सांगतो की त्यांनी त्या वृक्षाजवळ जावं आणि तिथे स्वतःला लटकवून घ्यावं. अल्किबिॲडसच्या संतापापासून स्वतःचं रक्षण करण्याचा तोच एकमेव मार्ग होता!

त्यानंतर कधीही कुणीही शहराच्या समुद्री तटावरून फिरायला गेलं तर त्याला तिथे एक थडगं दिसायचं. तिथल्या शिलालेखावर लिहिलेलं होतं :

जिवंत असताना त्यानं संपूर्ण मानवजातीचा तिरस्कार केला. आणि मरताना त्यानं शेवटची इच्छा व्यक्त केली की प्लेग व्हावा आणि उरलेले सगळे लोक मरून जावेत!

अथेन्सचा टिमॉन अखेरपर्यंत माणसांचा तिरस्कार करतच राहिला. त्याला पुरण्याकरता समुद्राइतकं चांगलं दुसरं ठिकाणच नव्हतं. कारण ते पाणीच काय ते कायम त्याच्याकरता रडत राहू शकलं असतं!

◆

ऑथेल्लो, द मूर ऑफ व्हेनिस

विल्यम शेक्सपिअर

अनुवाद
मंजूषा आमडेकर

मेहता पब्लिशिंग हाऊस

Please contact us at **Mehta Publishing House,** 1941, Madiwale Colony, Sadashiv Peth, Pune 411030.
✆ +91 020-24476924 / 24460313
Email : production@mehtapublishinghouse.com
sales@mehtapublishinghouse.com
Website : www.mehtapublishinghouse.com

OTHELLO, THE MOOR OF VENICE

by WILLIAM SHAKESPEARE

Translated into Marathi Language by Manjusha Amdekar

ऑथेल्लो, द मूर ऑफ व्हेनिस / कुमारसाहित्य

अनुवाद : मंजूषा आमडेकर
१९, रेश्मा रेसिडेन्सी, लोकमान्य कॉलनी, पुणे ४११०३८.
मराठी अनुवादाचे व प्रकाशनाचे हक्क मेहता पब्लिशिंग हाऊस, पुणे.
प्रकाशक : सुनील अनिल मेहता, मेहता पब्लिशिंग हाऊस,
१९४१, सदाशिव पेठ, माडीवाले कॉलनी, पुणे – ४११०३०.
मुद्रक : स्पेक्ट्रम ऑफसेट, डी-२/४, सत्यम इस्टेट,
सीडीएसएसच्या मागे, एरंडवणे, पुणे - ४११००४.
मुखपृष्ठ व
आतील चित्रे : देविदास पेशवे
प्रथमावृत्ती : ऑक्टोबर, २०१८
संचाची किंमत : ₹ १५००
P Book ISBN 9789353170950
E Book ISBN 9789353170967
E Books available on : play.google.com/store/books
www.amazon.in/b?node=15513892031

ऑथेल्लो

डेस्डिमोना

इअॅगो

कॅसिओ

ऑथेल्लो, द मूर ऑफ व्हेनिस

माणसाच्या अंगभूत साहसापुढे, वर्ण फिक्का पडतो, याचं मूर्तिमंत उदाहरण म्हणजे मोरोक्कोचा रहिवासी ऑथेल्लो.

तो स्वच्छंद भटकंती करणारा. जंगलं आणि वाळवंटांमध्ये थरारक अनुभवांना सामोरा गेलेला. त्याला गुलाम म्हणून विकण्यातही आलं, पण त्यातून तो शिताफीनं सुटला. व्हेनिसच्या सैन्यात भरती झाला. युद्धात गाजवलेल्या शौर्यामुळं त्याला जनरल पदापर्यंत बढती मिळत राहिली.

त्यानंतर अगदी अनपेक्षित असं काहीतरी घडलं. ऑथेल्लो, अत्यंत सुंदर डेस्डिमोनाच्या प्रेमात पडला. व्हेनिसचा सरदार ब्रॅबॅन्शिओची ती लेक होती. त्याच्या प्रेमाला प्रतिसाद मिळाला. ऑथेल्लोचं मन खरं तर प्रेमासारख्या नाजूक गोष्टीसाठी पुरेसं तयारच नव्हतं. या नव्या भावनेनं तो ओथंबून गेला.

वर्णभिन्नतेमुळे ब्रॅबॅन्शिओकडून विरोध होईल म्हणून डेस्डिमोना आणि ऑथेल्लोनं चोरून लग्न करून टाकलं. त्यांचं गुपित उघडकीला येताच ब्रॅबॅन्शिओ संतापानं चरफडायला लागला. लाडक्या लेकीनं हातोहात फसवलं, यापेक्षाही त्या दोन प्रेमींना एकमेकांपासून दूर करण्यासाठी काहीच करता येत नसल्याचाच त्याला जास्त त्रास झाला.

ऑथेल्लो नवपरिणित वधूसह व्हेनिसपासून दूर निघून गेला. व्हेनिसच्या सिनेटरनं, ऑथेल्लोला सायप्रसच्या बेटावर बंदोबस्तासाठी तैनात सैन्याचा प्रमुख म्हणून हजर होण्याचा आदेश दिला. जहाजानं बंदर सोडताच नवविवाहित जोडपं हरखून गेलं. आपल्या सुंदर आयुष्याची स्वप्नं पाहू लागलं.

एका उबदार चांदण्या रात्री, एनसाईन इऑगो आणि प्रायव्हेट रॉड्रिगो एका व्हेनेशियन लष्करी तळावर पहारा देत उभे होते. तरुण आणि उतावळ्या स्वभावाचा प्रायव्हेट रॉड्रिगो हा नव्यानंच नोकरीला लागला होता. इऑगोनं त्याला बोलतं करण्यासाठी भरपूर ब्रँडी पाजलेली होती.

'कित्येक वर्षांपासून माझं डेस्डिमोनावर प्रेम आहे!' तो दुःखानं कुरकुरत म्हणाला. 'मला तिच्याशी लग्न करायचं होतं, पण तिच्या बाबांना मी तिच्या योग्यतेचा वाटलो नाही. तिनं ऑथेल्लोशी लग्न केलं, तेव्हा मी लष्करात दाखल झालो. सायप्रस बेटावर पाठवावं म्हणून मी कप्तानाला लाच दिली, म्हणजे तिच्या आसपास राहता येईल. तिला ऑथेल्लोसोबत पाहिलं की डोकंच फिरतं.'

रॉड्रिगोच्या डोळ्यांमधून अश्रू वहायला लागले.

'शांत रहा पाहू, धीर धर,' इअॅगोनं त्याला सल्ला दिला. 'डेस्डिमोना आणि ऑथेल्लोनं प्रेमात पडायची घाई केली आणि ते एकमेकांना तितक्याच पटकन कंटाळून जातील बघ. एकदा का असं झालं, की सर्वात पहिला तूच नजरेपुढे असशील.'

'ते कसं काय?' रॉड्रिगोनं गुंगीतच विचारलं.

'माझी बायको एमिलिया डेस्डिमोनाची सेविका आहे,' इॲगो म्हणाला. 'डेस्डिमोनाचा तिच्यावर पूर्ण विश्वास आहे. एमिलियाचा माझ्यावर विश्वास आहे. तिला भेटवस्तू पाठवण्यासाठी मी उपयोगी पडेन. तिचं मन तुझ्यासाठी विरघळेल आणि मग...'

रॉड्रिगोनं उचकी दिली. 'पण मुळात तुला माझ्यासाठी इतकं सगळं करायची गरजच काय?'

'अरे, मला ऑथेल्लो अजिबात आवडत नाही, तिटकारा वाटतो त्याचा,' इॲगो कठोरपणे म्हणाला. 'आपल्यासारख्या मर्दांवर अधिकार गाजवण्याचा त्याला अधिकार नाही. माझं निम्मं आयुष्य लष्कराच्या सेवेत गेलंय. लेफ्टनंट होण्यासाठी मी लायक असताना ऑथेल्लोनं कॅसिओला बढती

दिली. ऑथेल्लोची बायको हिरावून घेण्यासाठी तुला मदत करणं हाच माझा सूड असेल.'

इतकं बोलून इॲगो गप्प झाला खरा, पण ते शब्द त्याच्या मनात घुमत राहिले.

'बायकोच्या बदली बायको' तो कडवटपणे म्हणाला. 'एमिलिया आणि तुझ्याबाबतच्या अफवा खऱ्या असोत-नसोत, पण मत्सराची आग कशी भाजून काढते ते मला विचारून घे. डेस्डिमोना फसवतेय, अशी नुसती कुणकुण लागणं पुरेसं आहे. बाकी मत्सरच बघून घेईल.'

दुसऱ्या दिवशी संध्याकाळी इॲगोनं कॅसिओला गाठलं आणि त्याला कडक सलाम ठोकला.

'तुम्हाला त्रास देतोय त्याबद्दल माफ करा सर, पण

गावातल्या लोकांनी वाईन पाठवली आहे. जनरल साहेबांचं आरोग्य उत्तम रहावं, याकरता शुभचिंतन करण्यासाठी म्हणून.' तो म्हणाला. 'जेवणाच्या खोलीत आमच्यामध्ये सहभागी व्हायला येणार का?'

कॅसिओनं कपाळावर आठ्या घातल्या. 'पण मला लवकरच पहाऱ्यासाठी जायचं आहे,' तो म्हणाला.

इअ‍ॅगो हसून म्हणाला, 'पण एक तासभर तुम्ही मोकळे आहात ना सर. त्यामुळे काही मिनिटं तुम्हाला नक्कीच वेळ देता येऊ शकेल, नाही का?'

'तुला म्हणून खरं सांगतो बघ, प्यायल्यावर माझं डोकं ताळ्यावर रहात नाही,' कॅसिओनं मोकळेपणानं कबुली दिली. 'अगदी एखाद्या कपानंही...'

'त्याची तुम्ही काही काळजी करू नका सर,'

गालातल्या गालात हसत इॲगो म्हणाला.

'ही गावठी वाईन म्हणजे जणू द्राक्षाचा रसच म्हणा ना, फारशी कडक नसते ती.'

'बरं बुवा,' कॅसिओनं मान्य केलं. 'पण मी फार वेळ थांबणार नाही बरं का.'

इॲगोनं वाईनच्या बाटलीत ब्रँडी मिसळली होती.

जेवणाच्या खोलीत ऑथेल्लोला शुभेच्छा देण्यासाठी म्हणून लोक पेय पीत होते. इॲगोपुढे कप उंचावत रॉड्रिगोनं डेस्डिमोनालाही शुभेच्छा दिल्या आणि सगळे जण गायला लागले.

कॅसिओनं शांत राहण्यासाठी खुणावलं. त्याचा फिकुटला चेहरा घामानं डबडबलेला होता. तो भानावर रहायचा प्रयत्न करत होता.

'मित्रांनो, मला कामावर हजर झालं पाहिजे!'

त्यानं जाहीर केलं. 'मी पूर्ण ताळ्यावर आहे. मी प्यायलोय असा कुणीही आरोप करू शकणार नाही.'

अचानक त्याचा मूड बदलला. त्यानं तलवारीची मूठ आवळली. 'माझ्यावर आरोप करायची कुणात हिंमत आहे का?' त्यानं ओरडून विचारलं.

'नाही हो सर, इथं कुणाच्याही अंगात इतकी हिंमत नाहीये,' इॲगो हलक्या आवाजात म्हणाला.

कॅसिओ झोकांड्या खात खोलीतून जायला लागल्यावर इॲगो रॉड्रिगोकडे वळला. 'जा, त्याच्या मागून जा,' इॲगोनं कुजबुजत्या आवाजात त्याला सांगितलं, 'त्याला म्हणावं की, त्याला इतकी चढली आहे की कामावर जाणं त्याला शक्य होणार नाही.'

'तो काय बोलला ते ऐकलंस ना, तरी मी जाऊन सांगू म्हणतोस?' रॉड्रिगोनं हादरून जात विचारलं.

'त्याचं डोकं फिरवून इकडे माघारी घेऊन ये,' इअॅगो पुटपुटला. 'तुला आणि डेस्डिमोनाला एकत्र आणण्याच्या माझ्या योजनेचा एक भाग आहे हा.'

ते ऐकताच रॉड्रिगो धावत जायला निघाला.

मिनिटभरातच आरडाओरडा ऐकायला आला. रॉड्रिगो वेगानं खोलीत घुसला. पाठोपाठ कॅसिओही येऊन धडकला. कॅसिओच्या हातात त्याची तलवार तळपत होती. लेफ्टनंटला शांत करण्याचा रॉड्रिगोनं प्रयत्न केला तर ते दोघेच एकमेकांना भिडले. कॅसिओची तलावार चुकून रॉड्रिगोच्या बाजूला चाटून गेली. त्यांना वेगळं करण्याच्या नादात सैनिकही एकमेकांवर आदळले. आणि एकच गोंधळ माजला.

आपण टाकलेली काडी झकास पेटल्याचं पाहून इअॅगोला हसूच फुटलं, तेवढ्यात ऑथेल्लो धावत

तिथं दाखल झाल्याचं पाहताच त्यानं स्वतःला सावरलं. चेहऱ्यावर कठोर, करडे भाव आणले.

'तुम्हाला जीव प्यारा असेल तर, ताबडतोब दंगा बंद करा,' ऑथेल्लो गरजला. त्यासरशी हाणामाऱ्या बंद झाल्या. सगळे मान खाली घालून उभे राहिले.

'कॅसिओ, हे घडायचं कारण? लोक रक्तबंबाळ का झालेत?' ऑथेल्लोनं खडसावून विचारलं.

'कसं सांगू, सर' कॅसिओ कसंबसं म्हणाला.

ऑथेल्लो इॲगोकडे वळला. 'इॲगो, काय घडलं ते सांग,' त्यानं फर्मावलं.

'सर, हे सगळं अगदी अचानक घडलं,' इॲगो म्हणाला. 'आम्ही सगळे जण आनंदात होतो, गाणीबिणी म्हणत होतो, तेवढ्यात लेफ्टनंट कॅसिओ

कुणाच्या तरी मागावर असल्यासारखे अचानक खोलीत धडकले. रॉड्रिगोनं त्यांना शांत करायचा प्रयत्न केला, पण एकाएकी इथे दंगाच चालू झाला.'

ऑथेल्लोनं जळजळीत नजरेनं कॅसिओकडे पाहिलं. 'लेफ्टनंट कॅसिओ, कामावर असताना दारू प्यायल्याबद्दल मी तुला लष्करातून काढून टाकत आहे. हा तळ सोडून ताबडतोब निघून जा इथून!'

ऑथेल्लो निघून गेला. बाकीचे सैनिकही तिथून सटकले. इअॅगो आणि कॅसिओ तेवढे तिथं राहिले.

कॅसिओनं हातानं चेहरा लपवला. 'माझं करियरच संपलं,' तो हळहळला. 'सगळी प्रतिष्ठा गमावली.'

'पुन्हा मिळवता येईल,' त्याची पाठ थोपटत इअॅगो म्हणाला. 'डेस्डिमोना तुझी मैत्रीण आहे ना?'

आपलं डोकं वर करत कॅसिओनं मान हलवली.

'तिच्याकडे जा आणि घडलेलं तिच्या कानावर घाल. तरुण आहेस. तारुण्याच्या जोशात प्यायलास आणि तुझ्या हातून चूक घडली, ती पुन्हा तुझ्या हातून घडणार नाहीये,' इॲगो धीर देत म्हणाला. 'डेस्डिमोनाला नक्की कळवळा येईल, ती जनरलचं मन वळवल्याशिवाय राहणार नाही.'

'नक्कीच, नक्कीच!' कॅसिओ म्हणाला. 'थँक्स इॲगो. तू किती शहाणा आणि विश्वासू आहेस रे. तुझ्याइतका निष्ठावान मी आयुष्यात पाहिला नाही.'

दुसऱ्या दिवशी दुपारच्या रणरणत्या उन्हात इॲगो टपालांची पिशवी घेऊन ऑथेल्लोकडे गेला. ऑथेल्लो ते सगळं पाहीपर्यंत थांबून राहिला.

'सर, आज कॅसिओला रिपोर्ट करायला सांगितलं आहे का?' सहज विचारल्यासारखं इॲगो म्हणाला.

'नाही बुवा, का बरं?' ऑथेल्लो म्हणाला.

'नाही, तो तुमच्या पत्नीशी बोलताना दिसला.'

पेपर्समधून डोकं वर काढत ऑथेल्लोनं इअँगोकडे पाहिलं. 'बरं मग?'

इअँगो काही लपवल्यासारखा संकोचत हसला. 'सर, ते दोघेही जरा जास्तच जवळ बसल्यासारखे वाटले. कॅसिओनं तुमच्या पत्नीच्या हाताचा किस घेतला, तेव्हा शिष्टाचारापेक्षाही जास्त वेळ त्याचे ओठ त्यांच्या हातावर टेकल्यासारखे वाटले.'

'तुला नेमकं काय म्हणायचं आहे?' ऑथेल्लोनं त्याला करड्या स्वरात विचारलं.

'काही नाही, सर!' इअँगो म्हणाला. 'नवराबायकोत ढवळाढवळ करायचा हेतू नाहीये. माझंच चुकलं, मी थोबाड बंद ठेवायला हवं होतं, पण मी आपला सरळसाधा माणूस आहे हो, मला जे वाटलं ते मी बोलून दाखवलं, इतकंच.'

'हं, खरंय,' ऑथेल्लो म्हणाला, 'तू तसा आहेस हे मला माहीत आहे. इअँगो, आता नीघ पाहू इथून.'

इअँगो गेल्यानंतर ऑथेल्लो समोरच्या भिंतीकडे भकासपणे पहात राहिला. 'कॅसिओ आणि डेस्डिमोनाला एकत्र पाहिलेलं असल्याखेरीज आणि काहीतरी संशयास्पद आढळल्याखेरीज इअँगो असं

बोलणार नाही,' त्याच्या मनात विचार आला. 'असं असू शकेल का? कॅसिओ माझ्यापेक्षा तरूण आहे, शिवाय तो गोराही आहे. माझ्याशी लग्न केल्याचा डेस्डिमोनाला पश्चात्ताप तर होत नसेल ना?'

ऑथेल्लोच्या डोक्यातून संशयाचं भूत जाईना. त्याचं डोकं भणभणायला लागलं. त्याचं लष्कराच्या कठोर शिस्तीवर आधारलेलं जग लग्न झाल्यापासून डगमगल्यासारखं झालं होतं. लग्नानं तो आनंदून गेला होता, तरीही आपण डेस्डिमोनाचं मन जिंकण्यात कसे यशस्वी ठरलो हे काही त्यालाही उमगलेलं नव्हतं. याचा अर्थ तितक्याच रहस्यमय रितीनं तो तिचं प्रेम गमावूनही बसू शकेल की काय?

नेमकी तेव्हाच डेस्डिमोना तिथं आली.

‘आपल्याला कॅसिओबद्दल बोललं पाहिजे,’ ती म्हणाली. ‘सकाळीच मी त्याच्याशी बोलले आणि...’

‘आत्ता नाही, डेस्डिमोना,’ कपाळ हातानं रगडत ऑथेल्लो म्हणाला. ‘माझं डोकं चांगलंच ठणकतंय.’

आपल्या बाहीतून सुंदरसा, भरतकामानं स्ट्रॉबेरीचं चित्र काढलेला रुमाल डेस्डिमोनानं बाहेर काढला.

‘थांब हं, मी तुझं डोकं या रुमालानं घट्ट बांधून देते!’ ती त्याला लाडीगोडी लावत म्हणाली.

‘अगं तो किती छोटा आहे,’ ऑथेल्लो म्हणाला.

‘तिचे डोळे पाहिले का, एखाद्या निरागस लहान मुलासारखे निष्पाप आहेत अगदी!’ त्याच्या मनात आलं. ‘आणि तिच्या त्याच डोळ्यांनी तिच्या वडिलांना फसवलेलं आहे.’

डेस्डिमोनानं हात पुढे केला आणि ती म्हणाली,

'चल, आपण जेवण करायला जाऊया.'

ते तिथून बाहेर पडले तेव्हा, डेस्डिमोनाचा रुमाल तिच्या हातातून बाहेरच्या कॉरिडॉरमधल्या जमिनीवर खाली पडल्याचं त्या दोघांच्याही लक्षात आलं नाही.

काही वेळानं एमिलिया आणि इॲगो तिथून जात होते. तितक्यात एमिलियाचं लक्ष रुमालाकडे गेलं आणि तो उचलण्यासाठी ती थबकली.

'काय गं, ते?' इॲगोनं विचारलं.

'माझ्या मालकिणीचा लाडका रुमाल आहे बाबा हा,' एमिलिया म्हणाली. 'जरा नजरेआड झाला की काही विचारू नकोस, घाबरगुंडीच उडते तिची.'

'ए, मला दे ना हा एक-दोन दिवसांसाठी, देशील का?' इॲगोनं विचारलं. 'मी कुणाचीतरी गंमत करण्यासाठी याचा वापर करेन.'

एमिलियानं आपल्या नवऱ्याला तो रुमाल दिला.

'मागच्या वेळी कुणीतरी तुझी थट्टा केली होती, तसला काही हा प्रकार असणार नाही, अशी आशा करते. त्या वेळी तुला असं वाटलं होतं की माझं आणि जनरलचं काहीतरी चालू आहे, आणि मी तुला फसवतेय,' एमिलिया म्हणाली.

इॲगोनं नुसतेच दात काढून दाखवले, पण त्याच्या मनात मात्र दुष्ट विचारांची जाळीच विणली

जात होती.

संध्याकाळच्या गार हवेत ऑथेल्लो एकटाच चालला होता, आपल्या मनातले मत्सराचे विचार निघून जावेत अशी त्याला आशा वाटत होती. त्या वाईट विचारांनी दिवसभर त्याला छळलेलं होतं. परेड ग्राउंड ओलांडून जाताना त्याला इअॅगो भेटला.

'कसे आहात जनरलसाहेब?' इअॅगोनं विचारलं. 'तुम्ही जरा अस्वस्थ दिसताय...'

'माझं मन विषानं भरलंय, मत्सराच्या आगीत पोळतंय ते!' ऑथेल्लो एकदम उसळलाच. 'हे असले भयंकर विचार मनातल्या मनात सहन करत संशयानं पोखरून जाण्यापेक्षा डेस्डिमोनानं मला फसवलंय असं जरी कळलं तरी जास्त बरं होईल.'

इअॅगो त्याच्या जवळ गेला. 'कदाचित माझ्याकडे पुरावा आहे, सर. एके दिवशी कॅसिओकडे तुमच्या पत्नीचा रुमाल दिसला- स्ट्रॉबेरीचं चित्र भरलेला.'

ते ऐकताच ऑथेल्लोचा चेहराच पडला. 'तिला मी दिलेली पहिलीच प्रेमभेट होती ती! तो कायम स्वत:जवळ ठेवेन, अशी तिनं शपथ घेतली होती.'

'तुम्हाला सांगतो सर,' इअँगो म्हणाला, 'तुमची बायको एमिलियाला सांगत होती की, नोकरी परत मिळविण्यासाठी कॅसिओ सकाळी तुम्हाला भेटणार होता म्हणे. मी असं करतो, त्याला तुमच्या ऑफिसच्या खिडकीखाली थांबवतो. त्याच्यात आणि तुमच्या बायकोमध्ये काय चाललं आहे, ते विचारतो. तुम्ही जर तुमच्या खिडकीतून डोकावून पाहिलंत तर तो त्यावर काय म्हणतो ते तुम्हाला लगेच दिसेल.'

ऑथेल्लोनं इअँगोला घट्ट धरलं.

'किती प्रामाणिक आहेस तू इअँगो!' तो म्हणाला.

'निदान मी तुझ्यावर विश्वास ठेवू शकतो, हे तरी कळलं मला.'

पण इअ‍ॅगोच्या डोळ्यातले तिरस्काराचे भाव ऑथेल्लोच्या लक्षातही आले नाहीत.

दुसऱ्या दिवशी सकाळी लष्करी तळात प्रवेश करताना कॅसिओ काळजीत बुडून गेला होता. जनरलशी काय बोलायचं, हे तो मनात इतक्या एकाग्रपणे घोकत होता की त्या नादात इअ‍ॅगो येत असल्याचं त्यानं पाहिलंही नाही. फार काय, ऑथेल्लो ऑफिसच्या खिडकीतून आपल्यावर नजर ठेवतो आहे हे त्याच्या ध्यानातही आलं नाही.

कॅसिओकडे पाहून इअ‍ॅगोनं डोळे मिचकावले.

'एक तरुणी तुला शोधतेय रे,' इअ‍ॅगो म्हणाला.

'बियांका ना?' कॅसिओ डोळे फिरवत म्हणाला. 'मी जाईन तिथे मागोमाग टपकत असते! काल

सामानात एक बायकी हातरुमाल सापडला - तो कुठून आला काय माहित - पण मी तो बियांकाला दिला तेव्हा मी तिला जणू काही हिऱ्याची अंगठी द्यावी, तशी ती खुश झाली!'

'आता अंगठीचा विषय काढलाच आहेस, म्हणून सांगतो, की तू लवकरच बियांकाशी लग्न करशील अशा पैजा लावतायत काहीजण,' इअ‍ॅगो म्हणाला.

त्यावर कॅसिओ चांगलं सातमजली हसला.

'काहीतरीच काय, बियांकासारख्या बायकांशी कुणी लग्न करतं का?' तो म्हणाला, 'शहाणा माणूस असलं काहीही करणार नाही.'

ऑथेल्लो कानात जणू प्राण आणून ऐकायचा प्रयत्न करत होता.

'कसा हसतोय लबाड, पाहिलं का?' त्याच्या

मनात आलं. 'डेस्डिमोनानं आपल्या कुशीत स्वतःला किती अधीरपणे झोकून दिलं, अशा फुशारक्या मारत असणार तो नक्कीच.'

पण कॅसिओवर नजर ठेवणारा ऑथेल्लो एकटाच नव्हता. एका अंधाऱ्या दारातून बियांका हळूच ग्राउंडवर आली. कमरेवर हात ठेवून ती तिच्या प्रेमीकडे खाऊ की गिळू अशा नजरेनं पहात होती.

'अच्छा, माझ्याबद्दल असे विचार आहेत काय तुझे?' तिचा संतापानं तिळपापड झाला. ती फिस्कारत म्हणाली, 'चांगलं आहे, पुन्हा तुझं थोबाडही दाखवू नकोस, आणि हे तुझं तुला परत!'

आपल्या ड्रेसमध्ये अडकवलेला एक हातरुमाल तिनं खसकन ओढून बाहेर काढला आणि तो कॅसिओच्या दिशेनं भिरकावला. तो हातरुमाल इतका

हलका-फुलका होता की तो हवेत तरंगत भिरभिरला आणि मग खाली पडला, जणू काही एखादा पक्षी आपले पंख मिटून घेत असावा, तसा.

रुमाल ऑथेल्लोला दिसला. तो डेस्डिमोनाचाच आहे हे त्यानं एका क्षणात ओळखलं.

त्याला इतका मोठा धक्का बसला की त्याच्या तोंडून मोठी किंकाळी फुटली आणि घेरी येऊन तो धाडकन खाली कोसळला.

काही मिनिटातच इअॅगोनं ऑथेल्लोला शुद्धीवर आणलं आणि त्यानं त्याला धरुन खुर्चीवर बसवलं. ऑथेल्लोचे डोळे भकास झाले होते आणि त्याचे हात थरथर कापत होते.

'कॅसिओ कुठे आहे?' त्यानं घोगऱ्या आवाजात विचारलं.

'तो निघून गेला,' इअॅगो म्हणाला. 'तुमचा आवाज ऐकताक्षणीच मी इकडे धाव घेतली, तुमची तब्येत ठीक दिसत नाही असं पाहून मी कॅसिओला सांगितलं की त्याला बोलावून घेतलं जाईपर्यंत त्यानं त्याच्या राहण्याच्या ठिकाणी परत जावं हे बरं. मी त्याला प्रश्न विचारत असताना तुम्ही पाहिलंत ना?'

'होय, आणि मी तो रुमालही पाहिला.'

'खोटारडा कुत्तरडा!' इअॅगो दातओठ खात गुरगुरला. 'तुम्ही त्याच्यावर किती विश्वास ठेवला होता, त्याचा विचार माझ्या मनात आला तरी -'

'त्या कॅसिओला संपवूनच टाकलं पाहिजे!' ऑथेल्लो कुजबुजत्या आवाजात म्हणाला.

'त्या उंदराची कशी वाट लावायची ते मी पाहतो सर, माझ्यावर सोपवून द्या हे काम,' इअॅगोनं विनंती केली. 'पण तुम्ही तुमच्या बायकोला काय सांगाल?'

'बायको?' ऑथेल्लो म्हणाला. 'माझी बायको!'

त्यानं हाताच्या मुठी करकचून आवळल्या.

'अहाहा, याला म्हणतात परमानंद!' इअॅगो मनातल्या मनात सुखावून गेला होता.

'आज रात्री मी रॉड्रिगोला इतकी दारू पाजेन की त्याला भानही राहणार नाही, त्याला पटवून देईन की डेस्डिमोनाला जिंकण्यासाठी त्याला कॅसिओला ठार करावंच लागेल. कॅसिओ ज्या खाणावळीत जेवायला जातो तिच्या जवळच्या गल्लीत आम्ही दोघं वाट पहात दबा धरून बसू. तो आला रे आला, की लगेच रॉड्रिगो त्याच्या अंगावर धावून जाईल. तेव्हा मला फक्त हळूच माझा खंजीर रॉड्रिगोच्या बरगड्यांमध्ये खुपसावा लागेल. त्यानंतर कॅसिओच्या खुनाशी माझा काही संबंध होता याचा या कानाचा त्या कानाला पत्ताही लागणार नाही!'

त्या रात्री ऑथेल्लो बेडरुममध्ये गेला तेव्हा डेस्डिमोनाची नुकतीच प्रार्थना झाली होती. नवऱ्याला किस करण्यासाठी म्हणून ती पुढे गेली, पण त्याच्या डोळ्यातला कठोरपणा पाहून ती थबकली.

'अरे देवा, काय झालं, काही बिनसलंय की काय?' तिनं विचारलं. 'माझं काही चुकलंय का, माझ्यामुळे तुझा अपमान तर नाही ना झाला?'

'माझ्या प्रेमाची भेट म्हणून मी तुला दिलेला रुमाल कुठे गेला?' ऑथेल्लोनं विचारलं.

आपल्या हातून तो हरवला असल्याचं कबूल करायची तयारी नसल्यानं डेस्डिमोना चाचरत बोलू लागली की, 'अं...अं...कुठं बरं ठेवलाय मी तो...?'

ऑथेल्लोनं तिचे खांदे धरले आणि तिला खस्कन

ओढलं. 'तू जेव्हा त्या कॅसिओचा प्रेमी म्हणून हात हातात घेतलास ना, तेव्हाच तो त्याच्या हाती पडला!' त्यानं तिला ऐकवलं.

डेस्डिमोना अविश्वासानं पहातच राहिली.

'तुझं काय, डोकंबिकं फिरलंय की काय?' ती किंचाळली. 'वाट्टेल ते का बोलतो आहेस? कॅसिओ फक्त मित्र आहे, त्याहून जास्त कुणीही नाही.'

'पुरे झाला खोटारडेपणा!' ऑथेल्लो कडाडत म्हणाला. 'लग्नाच्या वेळी दिलेलं वचन तू मोडलेलं आहेस, आणि आता तुला मरावंच लागेल!'

त्यानं डेस्डिमोनाला पलंगावर ढकललं आणि तिच्या तोंडावर उशी दाबून धरली.

ऑथेल्लोच्या मनात अंधार दाटून आला आणि त्याचं मन दगड बनून गेलं. त्याला काहीही ऐकू आलं नाही, की दिसलं नाही आणि जाणवलंही नाही.

थोड्या वेळाने तो भानावर आला तोच दारावर

टकटक वाजलं. बाहेरून एमिलियाच्या ओरडण्याचा आवाज ऐकायला आला, 'खून, अरे देवा!'

ऑथेल्लोनं जाऊन दार उघडलं.

'कुणाचा खून?' त्यानं विचारलं.

'रॉड्रिगोनं कॅसिओवर हल्ला केला आणि कॅसिओनं त्याला ठार केलं!' एमिलिया अडखळत म्हणाली. 'कॅसिओ जखमी झालाय, पण तो जगू शकेल, आणि -'

तेवढ्यात तिचं लक्ष डेस्डिमोनाच्या देहाकडे गेलं. ती किंचाळून म्हणाली, 'इथे काय घडलंय?'

'मी तिला मारलं!' ऑथेल्लो कठोरपणे म्हणाला.

एमिलियाच्या किंकाळ्या ऐकून इॲगो धावत आला. डेस्डिमोनाच्या देहाकडे पाहून हादरला.

'तू कशासाठी किंचाळलीस?' इॲगोनं विचारलं.

'मी माझ्या विश्वासघातकी बायकोला खलास करून टाकलं,' ऑथेल्लो म्हणाला. 'तिनं तिच्या प्रेमीला, कॅसिओला तिचा हातरुमाल दिल्याचं माझ्या ध्यानात आलं होतं.'

'तुमचा गैरसमज झाला होता, मालक!' एमिलिया हुंदके देत म्हणाली.

'थोबाड बंद ठेव, बये!' इअॅगो खेकसला.

'मला तो रुमाल काल सापडला होता,' एमिलिया ऑथेल्लोला सांगू लागली. 'कुणाची तरी गंमत करण्यासाठी म्हणून इअॅगोनं तो माझ्याकडून घेतला होता. त्यानं ती गंमत तुमच्याच बाबतीत केली.'

पापणी लवायच्या आत इअॅगो एमिलियाकडे झेपावला. त्यानं तिच्या छातीत खंजीर भोसकला. ती धडपडत जमिनीवर कोसळत असतानाच त्यानं खोलीतून पळ काढला. पण फार लांब जाऊ शकला नाही, त्याच्या अटकेसाठी आलेल्या सैनिकांच्या एका तुकडीवरच जाऊन तो आदळला. रॉड्रिगोच्या अंगात खंजीर खुपसत असताना त्याला कॅसिओनं पाहिलं होतं. त्याच्या विरुद्ध रिपोर्टही केलेला होता.

इअॅगोला दोरखंडानं करकचून बांधण्यात आलं. त्याला ऑथेल्लोसमोर हजर करण्यात आलं.

ज्यानं हातोहात फसवलं होतं, त्याच्याकडे

ऑथेल्लो आग ओकणाऱ्या डोळ्यांनी पाहू लागला.

'माझी गंमत करतोस काय?' तो खरबरीत आवाजात म्हणाला. 'तू माणूस आहेस की सैतान? तू सैतान असशील तर तुला ठार करणं शक्य नाही.'

तलवार उपसत ऑथेल्लो इअॅगोवर चालून गेला. इअॅगो पाठीमागे सरकत वेदनांनी किंचाळला.

तरी कुत्सितपणे इअॅगो म्हणाला, 'मी रक्तबंबाळ झालोय, पण मेलो नाही!' त्यानं त्याला खिजवलं.

आपल्या पलंगावर अंग टाकून ऑथेल्लोनं डेस्डिमोनाचा निष्प्राण हात आपल्या हातात घेतला.

'मी तिला ठार केलं!' तो आक्रोश करत म्हणाला. 'इअॅगोच्या खोटारडेपणावर मी विश्वास ठेवला. ती जगातून निघून गेली आहे. मला भानच उरलेलं नाही. ऑथेल्लो नावाचा तो माणूस हरवला तरी कुठे?'

ऑथेल्लोनं अंगरख्यातून सुरा काढून स्वतःच्या छातीत खुपसला. डेस्डिमोनाच्या बाजूला कोसळत तिच्या ओठावर ओठ टेकवत त्यानंही प्राण सोडला.

'प्राणाच्या बदल्यात प्राण!' म्हणत इअॅगोनं गुन्ह्याची कबुली दिली. त्याला फासावर लटकवलं गेलं. लष्करी तळाच्या चर्चच्या आवारात ऑथेल्लो आणि डेस्डिमोनाचं एकत्र दफन करण्यात आलं.

◆

रिचर्ड ३रा

विल्यम शेक्सपिअर

अनुवाद
मंजूषा आमडेकर

मेहता पब्लिशिंग हाऊस

Please contact us at **Mehta Publishing House,** 1941, Madiwale Colony, Sadashiv Peth, Pune 411030.
✆ +91 020-24476924 / 24460313
Email : production@mehtapublishinghouse.com
sales@mehtapublishinghouse.com
Website : www.mehtapublishinghouse.com
** या पुस्तकातील लेखकाची मते, घटना, वर्णने ही त्या लेखकाची असून त्याच्याशी प्रकाशक सहमत असतीलच असे नाही.*

RICHARD III by WILLIAM SHAKESPEARE
Translated into Marathi Language by Manjusha Amdekar

रिचर्ड ३रा / कुमारसाहित्य
अनुवाद : मंजूषा आमडेकर
१९, रेश्मा रेसिडेन्सी, लोकमान्य कॉलनी, पुणे ४११०३८.
मराठी अनुवादाचे व प्रकाशनाचे हक्क मेहता पब्लिशिंग हाऊस, पुणे.
प्रकाशक : सुनील अनिल मेहता, मेहता पब्लिशिंग हाऊस,
१९४१, सदाशिव पेठ, माडीवाले कॉलनी, पुणे – ४११०३०.
मुद्रक : स्पेक्ट्रम ऑफसेट, डी-२/४, सत्यम इस्टेट,
सीडीएसएसच्या मागे, एरंडवणे, पुणे - ४११००४.
मुखपृष्ठ व
आतील चित्रे : देविदास पेशवे
प्रथमावृत्ती : ऑक्टोबर, २०१८
संचाची किंमत : ₹ १५००
P Book ISBN 9789353170950
E Book ISBN 9789353170967
E Books available on : play.google.com/store/books
www.amazon.in/b?node=15513892031

रिचर्ड
(ग्लाउसेस्टरचा ड्यूक :
राजा रिचर्ड तिसरा)

बकिंगहॅमचा ड्यूक
(रिचर्डचा समर्थक)

हेन्री ट्यूडर
(रिचमंडचा अर्ल,
नंतर राजा हेन्री सातवा)

किंग एडवर्ड चौथा

राजकुमार एडवर्ड
(राजा एडवर्डचा मुलगा)

रिचर्ड, यॉर्कचा ड्यूक
(राजा एडवर्डचा मुलगा)

काळ - १५ व्या शतकातलं इंग्लंड

रिचर्ड ३रा

बॉसवर्थ फिल्डच्या रणभूमीवर येऊन बघा, तुम्हाला मी नकळत भेटेन. माझा आत्मा फांद्यांमधून सळसळताना किंवा ढगाच्या काळ्या सावलीसारखा सरकताना दिसेल. खूप वर्षांपूर्वी मीही जिताजागता माणूसच होतो. इथे येईपर्यंत तरी राजा होतो. इथंच मी राजमुकुट, माझं आयुष्य आणि राज्यही गमावलं.

मी राजा रिचर्ड होण्यापूर्वी, ग्लाउसेस्टरचा ड्यूक होतो. मी यॉर्क घराण्यात जन्मलो होतो. पाठीचं कुबड आणि तुटक्या हातामुळं मला इतरही नावं मिळालेली होती, तो भाग वेगळा! माझे शत्रू मला, 'कुबडा रिचर्ड', 'डुक्करडा' किंवा 'कोळी' म्हणत. मला शत्रूही होते. खास करून लॅंकॅस्टरांच्या घराण्यात.

जवळपास तीस वर्षं यॉर्क आणि लँकॅस्टर घराण्यात इंग्लंडच्या सत्तेवरून युद्ध सुरू होतं. माझा भाऊ एडवर्ड राजा होता. अर्थात, राजा हेन्रीनं मुकुट काढून घेऊन राज्यातून हद्दपार करेपर्यंतच; पण तो राजधानीत परत आला. सोबत मी आणि क्लॅरेन्सचा ड्यूक, जॉर्जही होता. जॉर्ज एडवर्डच्या बाजूनं उभा राहिला. मग राजा हेन्रीला लंडनच्या बुरुजात कैद करून ठेवण्यात आलं - अर्थात, त्याच्याच सुरक्षिततेसाठी! आमचं सैन्य पश्चिमेकडे निघालं. टेवकेसब्यूरी इथं आम्ही वेल्सचा राजकुमार एडवर्डविरुद्ध खूप मोठं यश मिळवलं. राजकुमाराला ताब्यात घेण्यात आलं. त्याला काही इजा करण्यात आली नव्हती. पण कसा कुणास ठाऊक, त्याला एक

दुर्दैवी अपघात झाला, आणि तो भोसकल्याच्या जखमा अंगावर घेऊन मरून गेला.

माझे भाऊ विजयोत्सव साजरा करत असताना मी लंडनला परत गेलो. बुरुजातल्या राजाला गुप्तपणे भेटून त्याच्या मुलाच्या मृत्यूची बातमी दिली. बिच्चारा हेन्री! तो हळवा माणूस होता. मी माझ्या खंजिरानं त्याला दुसऱ्या जगात पाठवून दिलं. बाकी बाहेर, तो दुःखानं मेला, अशीच बातमी पसरवली.

राजाच्या मृत्यूनं मला विचारात पाडलं. अंतर्मुखच केलं म्हणा ना. यॉर्क घराण्यानं लँकॅस्टरना धूळ चारली होती. याचा परिणाम शांततेपेक्षा तहासारखाच जास्त होता. वरवरच्या अस्वस्थ पृष्ठभागाखाली सूडाची आगच धगधगत होती. यामुळं मला एक दुःखद जाणीव झाली; ती म्हणजे,

एखादा खोडसाळ मनुष्य, केवळ सूचक असं अर्धवट काहीतरी बोलून आणि अफवा पसरवून किती कुटीलपणा करू शकतो!

माझा रस्ता साफ होता. माझ्या भावाला, राजाला पाठिंबा देऊन यॉर्क आणि लँकॅस्टर या दोन्ही घराण्यात मी एकी घडवून आणू शकलो असतो, पण शांतीबिंतीच्या उचापती मला पसंत नव्हत्या. कुणीतरी खलनायकाची भूमिका निभावण्यासाठी उत्तम वातावरणनिर्मिती झालेली होती. मला तेच करून दाखववावंसं वाटत होतं. मी फसवणूक, दुटप्पीपणा करू शकलो असतो. आणि एखादा खून केला असता तरी हसूही शकलो असतो.

युद्ध संपलं आणि जेते विस्कळीत झाले.

माझ्या भावाला, एडवर्डला त्याच्या हद्दपारीच्या काळात जीवघेणा खोकला झाला होता. हाडाची काडं झाली होती. पुन्हा राजपद मिळाल्यावर त्यानं राज्य केलं. पण त्याला आजारपणानं मेटाकुटीला आणलं होतं अगदी. कट-कारस्थानांच्या भीतीनं झपाटलं होतं. त्यामुळे तो रोज ज्योतिषाला भेटत असे.

एकदा मला राजानं क्लॅरेन्सच्या ड्यूकच्या अटकेचं फर्मान काढल्याचं समजलं. मी ताबडतोब क्लॅरेन्सच्या घराकडे धाव घेतली. दोन रक्षकांसोबत तो मला वाटेतच भेटला.

'क्लॅरेन्स, काय ऐकतो आहे मी? आपल्या भावानं, एडवर्डनं असं का करावं?' मी ओरडलो.

क्लॅरेन्स दात काढून हसला.

'कारण, माझं नाव जॉर्ज आहे ना,' तो म्हणाला.

'कुणीतरी अर्धवट ज्योतिष्यानं सांगितलं आहे की 'जी' अक्षरापासून नाव असणारा माणूस त्याच्या पोरांना फसवणार आहे. त्यांचा राज्यावरचा हक्क हिरावून घेणार आहे. हा! अकलेचा कांदा कुठला!'

'ही राणीची करणी आहे बघ,' मी गुरगुरलो. 'त्याच्या डोक्यात असल्या कल्पना भरवून देते.'

रक्षकांच्या कॅप्टननं मला सलाम ठोकला.

'लॉर्ड ऑफ ग्लाउसेस्टर, कैद्याशी कुणालाही बोलू द्यायचं नाही, अशी ताकीद आहे,' तो म्हणाला. 'कृपया बाजूला व्हा. मला माझं कर्तव्य करू द्या.'

'बरं, बरं, ठीक आहे,' मी ते मान्य केलं. 'काळजी करू नकोस, क्लॅरेन्स. तुला तुरुंगात रहावं लागू नये म्हणून मी नक्कीच प्रयत्न करेन.'

रक्षक कैद्याला बुरुजाकडे घेऊन गेले. मी

गालातल्या गालात हसलो. कारण, राजाला काय सांगायचं ते मीच त्या ज्योतिष्याला पढवून ठेवलेलं होतं. आणि त्याला त्याबद्दल मी पैसेही चारले होते.

'अरेरे, क्लॅरेन्स!' मी उसासा टाकला. 'मी तुझं भलंच चिंतत असतो. तुझ्या आत्म्यानं स्वर्गात रहावं अशी इच्छा आहे. मी लवकरच तशी व्यवस्था करेन बरं, काळजी नको करूस. मी तुला तसं वचन देतो.'

योजनेचा पहिला भाग सफल झाला होता. दुसरा भाग सुरू होणार होता. मी आनंदानं वेस्टमिन्स्टरला निघालो. माझ्यासाठी वधू जिंकायला चाललो होतो.

चर्च मेणबत्त्यांच्या प्रकाशात चमकत होतं. आसपास दगडी खांबच खांब होते. मंद उजेडात मी चर्चचा कोपरा शोधू लागलो. तिथे राजा हेन्रीची शवपेटी वेदीवर ठेवण्यात आलेली होती. त्या वेदीसमोर लेडी ॲनी उभ्या होत्या. ती राजकुमार एडवर्डची विधवा होती. तारुण्याचा उंबरठा ओलांडला तरीही ती देखणी दिसते असं मी ऐकलेलं. ती फारच कमकुवत मनाची बाई होती. तिला अगदी सहजपणानं गंडवता यायचं. त्यामुळे मी तिला एक अफवा ऐकवणार होतो.

मी तिथं आल्याची चाहूल तिला लागली होती. त्यामुळे तिनं वळून पाहिलं. माझ्यावर नजर पडताच

तिनं माझ्याकडे अत्यंत तिरस्कारानं पाहिलं.

'कुठल्या काळ्या जादूगारानं तुला पैदा केलं रे, सैताना?' ती फिसकारली.

मी विनम्रपणे तिला अभिवादन केलं. 'मी ऐकलं की रात्रभर तू प्रार्थना करत जागी राहणार आहेस. त्यामुळे तुला मानवंदना देण्यासाठी इथं आलो आहे.'

लेडी ॲनी शहारली.

'आला मोठा मानवंदना देणारा, नकोय तुझी ती मानवंदना!' ती दातओठ खात म्हणाली. 'मला वाटतं की पृथ्वीनं दुभंगून तुला परत नरकात घ्यावं.'

'अरेच्चा, देवदूत रागावतात याची कल्पनाच नव्हती,' मी दुःखानं मागे सरकत म्हणालो. 'तू माझ्याशी इतकी कठोरपणानं का बोलते आहेस?'

'तू माझ्या नवऱ्याचा खुनी आहेस!' लेडी ॲनी किंचाळली.

'मी खून का केला ते तुला माहित आहे का?' मी प्रतिप्रश्न केला. 'तुझ्या सौंदर्यानं माझ्या हृदयात आग पेटवली आहे. तुला दुसऱ्याच्या मिठीत पाहण्याची कल्पनाही सहन होत नाही. मनात मत्सराचा भडका उडाला होता. त्याच्यापुढे डोकंच चालेना बघ.'

लेडी ॲनी एकाच वेळी हादरलेली आणि हुरळूनही गेली होती. मी तिला तिरस्करणीय वाटत

होतोच, पण आकर्षकही वाटत होतो.

मी अंतिम खेळी खेळणार होतो. मी जमिनीवर अंग टाकून दिलं. खंजीर उपसला. खंजीराच्या मुठीवर लेडी ॲनीचा हात आवळून धरला आणि खंजीराचं टोक माझ्या गळ्यावर टेकवलं.

'तुझं प्रेम मिळणार नसेल, तर ठारच करून टाक मला!' मी तिला गयावया करत सांगितलं.

क्षणभर वाटलं की खरंच ठार करतेय की काय! पण ती भांबावली. तिच्या हातातून खंजीर गळून खाली दगडावर आदळला. मी झटकन तो उचलला आणि माझ्या गळ्यावर त्याची कड दाबून धरली. मुसमुसत म्हणालो, 'मला स्वतःला संपवण्याची आज्ञा दे!'

‘तुला मारण्याची माझी इच्छा नाहीये.’ लेडी ॲनी म्हणाली.

मी तिच्याकडे कौतुकानं पाहिलं.

‘मग मी आशा करू ना, राणी?’ मी पुटपुटलो.

पाचव्याच दिवशी आमचं लग्न झालं.

राजाची तब्येत झपाट्यानं ढासळत चाललेली. डॉक्टरांनी विश्रांतीचा सल्ला दिलेला. पण त्यानं तो धुडकावून लावला. आणि माझ्या नववधूच्या स्वागतासाठी जंगी मेजवानी आयोजित केली.

मेजवानीच्या दिवशी सकाळीच मी माझ्या विश्वासू आणि पराकोटीच्या कल्पक पाठीराख्याला, टिरेलला बोलावलं. क्लॅरेन्सच्या ड्यूकच्या चौकशीसाठी परवाना घेऊन सोबत्यासह पाठवलं. टिरेल संध्याकाळी एकटाच परतला. त्याचा रिपोर्ट

खूपच सुखद वाटला. जवळपास रंजकच म्हणा ना.

मेजवानीवेळी राजा एडवर्ड यॉर्क घराण्यासाठी शुभचिंतन करत म्हणाला, 'क्लॅरेन्सच्या बाबतीत खुशखबर द्यायची आहे. त्याच्या माफीनाम्यावर सही करून उद्याच त्याला सोडण्यात येईल.'

त्याच्या बोलण्याला दुजोरा देणारे आवाज विरल्यानंतर मी बोलायला तोंड उघडलं.

'महाराज, तुम्हाला अजून कुणी खबर दिलेली दिसत नाही, पण क्लॅरेन्स या जगात नाही राहिला हो. दुपारीच तो बुरुजातल्या तुरुंगात वाईनच्या बॅरलमध्ये बुडलेला सापडला. पिण्याबद्दल खूपदा बजावूनही त्यानं माझं बोलणं मनावर घेतलंच नाही.'

राजा खुर्चीतच कोसळला. त्याला खोकल्याची प्राणांतिक उबळ आली. तोंडातून रक्त पडू लागलं.

'सेवकांनो!' राणी एलिझाबेथ जोरात

किंचाळली. 'महाराजांना त्यांच्या पलंगावर नेऊन ठेवा. ताबडतोब राजवैद्याला बोलावणं पाठवा!'

सगळे पाहुणे अत्यवस्थ राजाच्या प्रकृतीविषयी ऐकायला वाट पहात थांबले होते. मी बकिंगहॅमच्या ड्यूकशी बोलायला लागलो. तो लोभी आणि विश्वासघातकी होता. पण मी त्याची स्तुती केली.

'राणीचा भाऊ, लॉर्ड रिव्हर्स, लॉर्ड ग्रे, लॉर्ड हॅस्टिंग्ज आणि रिचमंडच्या अर्लशी इतकं बोलतोय तरी काय बुवा? आश्चर्यच आहे.' त्याच्या ग्लासात आणखी वाईन ओतत मी म्हणालो.

'तुमच्या महत्वाकांक्षांना खीळ कशी घालावी, याबद्दल बोलत असतील, सरकार,' तो म्हणाला.

मी माझे ओठ मुडपले. 'अच्छा, आणि माझ्या मनात महत्वाकांक्षा आहेत का?'

'होय सरकार, राजमुकुट घालायची तुमची इच्छा आहे,' बकिंगहॅम म्हणाला.

'समजा, मी तो घातला माझ्या डोक्यावर, तर तू माझ्या बाजूनं असशील?' मी चाचपून पाहिलं.

बकिंगहॅमनं वाईनचा एक घोट घेतला.

'ज्याला मी परवडू शकतो, त्याच्याशी मी एकनिष्ठ असतो,' तो म्हणाला.

'हिअरफोर्डचा अर्ल होणं पुरेसं आहे का, तुझा

पाठिंबा मिळायला?' मी कल्पना मांडून पाहिली.

बकिंगहॅमनं त्याची मान तुकवली. 'सरकार, मी तुमचाच माणूस आहे.'

तेव्हाच दालनाचा दरवाजा उघडला गेला. राणी एलिझाबेथ आत आली. केस विस्कटलेले होते. फिकुटल्या गालांवर अश्रूंची धार लागलेली होती.

'राजाचा देहान्त झाला आहे!' तिनं जाहीर केलं. 'ग्लाउसेस्टरच्या रिचर्डची, म्हणजे राजाच्या भावाची लॉर्ड प्रोटेक्टर म्हणून नेमणूक व्हावी; आमच्या मुलांचं पालकत्व त्याच्याकडे सोपवण्यात यावं अशी त्यांची अंतिम इच्छा होती.'

ही काही हसायची वेळ नक्कीच नव्हती. त्यामुळे मी आणि बकिंगहॅमनं एकमेकांकडे पाहिलं आणि फक्त डोळ्यांनीच हसलो.

अशा प्रकारे, मी दोन पुतण्यांचा पालक बनलो. एडवर्ड वेल्सचा राजकुमार बारा वर्षांचा होता. माझंच नाव असलेला यॉर्कचा ड्यूक रिचर्ड दहा वर्षांचा होता. एडवर्डचा राजा म्हणून राज्याभिषेक होणार होता आणि तो एकवीस वर्षांचा होईपर्यंत मी त्याच्या वतीनं राज्यकारभार चालवणार होतो.

काहीच वर्षं सत्ता अनुभवायची, राब-राब राबायचं, आणि ती पुतण्याच्या हाती सोपवायची, हे काही मला समाधानकारक वाटेना. माझ्या सत्ता मिळवण्याच्या वाटेतल्या अडथळ्यांवर मी बराच वेळ काथ्याकूट केला. मी आणि बकिंगहॅमनं बराच खल केला. पण वेळ सत्कारणी लागला बरं का!

त्यानंतर सनसनाटी बातम्या धडकू लागल्या. लॉर्ड रिव्हर्स आणि लॉर्ड ग्रे लहानग्या राजकुमारांचं

अपहरण करणार असल्याचे लेखी पुरावे सापडले. मग या विश्वासघातक्यांना अटक झाली. त्यांच्यावर खटले चालवून त्यांना शिरच्छेदाची शिक्षाही झाली.

घातपाती कारवायांपासून पुतण्यांच्या रक्षणासाठी मी त्यांना बुरुजात हलवलं. तिथे त्यांच्यावर नजर राहिली असती. मी त्यांना जपलं असतं.

दरम्यान, रिचमंडचा अर्ल, हेन्री टूडरनं इंग्लंड सोडून फ्रान्सची वाट धरली. हेरांनी बातमी दिली की माझ्याविरुद्ध सैन्य गोळा करायचा त्याचा प्रयत्न होता. पण हे ऐकून धक्काबिक्का बसला नाही. हेन्री टूडरच्या अंगात रक्तच वेल्शांचं होतं. एक गोष्ट जास्त अस्वस्थ करणारी होती; ती म्हणजे, लॉर्ड हॅस्टिंगची वल्गना! त्याचं म्हणणं होतं की, तो जिवंत असेपर्यंत मी चुकूनही राजा होणं शक्य नव्हतं!

आणखी एक सनसनाटी बातमी येणार होती.

पुतण्याच्या राज्याभिषेकासाठी मी एक बैठक बोलावली होती. इथेच ती बातमी फुटली. तिथे हॅस्टिंग्ज हजर होताच. शिवाय बकिंगहॅम, लॉर्ड स्टॅन्ले आणि एलीचा बिशपही होते.

हॅस्टिंग्जनं लांबलचक भाषण ठोकलं. भाषणाच्या शेवटी मी दिवस नक्की करावा अशी सूचनाही केली.

त्यावर मी एक लांब उसासा सोडून कण्हलो.

'तब्येत बरी नाहीये का, सरकार?' लॉर्ड हॅस्टिंग्जनं विचारलं.

'माझं काळीज पिळवटून निघतंय,' मी उत्तर दिलं. 'मला सांगा, लॉर्ड हॅस्टिंग्ज, राजघराण्यातल्या एखाद्या माणसावर चेटूक करणाऱ्या माणसाला तुम्ही कुठली शिक्षा फर्मावाल?'

'अर्थात मृत्यूदंडाची' हॅस्टिंग्ज ताडकन बोलला.

'तुम्ही स्वतःलाच शिक्षा सुनावलेली आहे, लॉर्ड साहेब!' मी म्हणालो. 'राजा हेन्रीची पत्नी आणि तुम्ही मिळून माझ्यावर जादूटोणा केलाय.'

'नाही!' हॅस्टिंग्ज किंचाळला.

'नाही?' मी तोच शब्द पुन्हा उच्चारला. माझा

वाळका हात पंज्यासकट सर्वांना नीट दिसेल असा उंच केला. 'तुम्ही जादूटोणा केला नाही, तर याचं कोणतं स्पष्टीकरण तुम्ही देऊ शकाल?'

हॅस्टिंगचे डोळे भकास झाले होते. मी नेमका मर्मावर आघात केला, त्याला ते पुरेपूर कळून चुकलं.

'म-मी याचं काहीही स-स्पष्टीकरण देऊ शकत नाही, ल-लॉर्ड,' तो अडखळत बोलला.

एलीचा बिशप अक्षरश: अवाक झालेला होता.

'या माणसावर खटला चालवलाच गेला पाहिजे,' अखेरीस तो तोंडातल्या तोंडात पुटपुटला.

'छे, खटल्याबिटल्याची काही गरज नाही,' मी म्हणालो. 'त्याचा अपराध उघड कळतोय. रक्षकांनो, याला बाहेर न्या आणि फासावर चढवा!'

पाठोपाठ सर्वात मोठा दणका बसणार होता. बकिंगहॅमनं दरबारात एडवर्डच्या लग्नाचा विषय

काढला. लक्षात आणून दिलं की माझा भाऊ राजा एडवर्ड पाळण्यात असतानाच फ्रेंच सरदाराच्या मुलीशी त्याचं लग्न ठरलं होतं. पण त्याचा सर्वांना विसर पडला होता. त्या आधारानं राजा एडवर्डचं आणि राणी एलिझाबेथचं लग्नच मुळी बेकायदेशीर ठरत होतं. याचा अर्थ होता की माझे पुतणे देखील राज्याचे बेकायदेशीर वारस ठरत होते. त्यामुळे त्यांचा पित्याच्या राजमुकुटावर काडीचाही अधिकार नव्हता. हे सगळं ऐकल्यावर मला काय वाटलं असेल, कल्पना तरी करून पहा, म्हणजे झालं!

लंडनवासी रस्त्यावर उतरुन मला राजा होण्यासाठी विनवू लागले. हे बकिंगहॅमनंच जमवून आणलं होतं. त्यानं शहरातल्या मान्यवरांनाही मला

आग्रह करण्यासाठी प्रेरित केलं होतं.

मी विनम्रपणे नकार देण्याचा प्रयत्न केला. मी म्हणालो की मी दुबळा आणि अयोग्य माणूस आहे. पण मी स्वत:पेक्षा माझ्या कर्तव्याला महत्व दिलं पाहिजे, हे त्यांनी माझ्या गळी उतरवलंच. अखेरीस जड मनानं मी राजवस्त्रं अंगावर चढवली बुवा.

घटना वेगानं घडत गेल्या. राज्याभिषेकाच्या दोनच दिवस आधी रिचमंडनं लढाऊ गलबतांसह मोठ्या सैन्याला घेऊन फ्रान्सचा किनारा सोडला होता. माझ्यावर चढाईच्या तयारीनं निघाला होता. मी नौदलाला पाचारण केलं आणि त्याला सैन्यासह जलसमाधी देण्याचं फर्मान सोडलं.

राज्याभिषेकाच्या मेजवानीच्या वेळी माझी पत्नी, ॲनी पोटदुखीनं आजारी पडली. त्यामुळे मग तिला आराम करण्यासाठी तिच्या महालात ठेवण्यात आलं.

त्या संध्याकाळी बकिंगहॅमनं माझ्या खाजगी दालनात एक दु:खद बातमी आणली.

'वादळानं नौदल बंदरावरच रोखलं आहे, सर,' त्यानं सांगितलं. 'रिचमंड वेल्सच्या किनाऱ्यावर थडकलासुद्धा. लॉर्ड स्टॅन्ले आणि एलीच्या बिशपनं त्याच्याशी हातमिळवणी केली आहे.'

'त्यांना चिरडून टाकल्यावर मी त्यांची मुंडकी

लंडनच्या पुलावर टांगणार आहे.' मी आवाज हळू केला. 'बकिंगहॅम, सगळीकडे जाहीर कर की राणी मरणपंथाला लागलेली आहे.'

बकिंगहॅमनं भुवया उंचावल्या. 'खरंच सर?'

'नाहीतर काय, चांगले मजबूत पैसे मोजलेत मी त्या विषाकरता!' मी फिस्कारलो. 'अरे, ही राणी

चांगला वारस देण्याच्या दृष्टीनं जरा वयस्करच आहे. त्या बंडखोरांची कंबरडी मोडल्यानंतर मी माझ्या भाचीशी एलिझाबेथशी लग्न करणार आहे. ती चांगली तरूण आणि दणकट आहे बघ. आणि हो, त्या माझ्या पुतण्यांना जरा यमसदनाला पाठवून दे बरं. करशील ना बाबा माझं एवढं काम?'

जणू काही आपण काहीतरी चुकीचंच ऐकलं असावं, अशा थाटात बकिंगहॅमनं डोकं झटकलं. 'काय म्हणाला, सर?'

'अरे राजा, माझ्या वंशावळीला पुतण्यांकडून

धोका आहे रे. त्यामुळे त्यांनी नरकाचा रस्ता धरलेला बरा पडेल, समजलं?' मी त्याला जरबेनं ऐकवलं.

'जशी आज्ञा सरकार!' बकिंगहॅम गुरगुरत म्हणाला, 'पण मला जरा वेळ तर द्याल की नाही -'

'आता वेळ नाही नि काळ नाही,' मी त्याचं बोलणं मध्येच तोडत म्हणालो.

बकिंगहॅम करडेपणानं म्हणाला, 'सरकार, पण तुम्ही मला हिअरफोर्डचा अर्ल करण्याचं वचन दिलेलं होतं, ते अजून तुम्ही पाळलेलं नाहीत.'

मी स्मितहास्य केलं. 'वचन, बकिंगहॅम? मी तर तुला कसलंही वचन दिलेलं नव्हतं. चल, फूट इथून. तुझी अक्कल आणि आठवण जाग्यावर आली की मला पुन्हा एकदा येऊन भेट.'

बकिंगहॅम निघून गेल्यानंतर मी हळूच टिरेलला हाक मारली. तो येऊन शेजारी उभा राहिला.

'अरे, हा लेकाचा, माझ्या पाठीत खंजीर खुपसणार वाटतंय,' मी म्हणालो. 'मी सांगितलेलं काम त्याला झेपलेलं दिसत नाहीये.'

'काळजी करू नका सरकार. माझ्यावर सोपवा ते प्रकरण. मी करतो तुमचं काम,' टिरेल म्हणाला.

'काही झालं तरी ते राजकुमार आहेत, हे मात्र विसरू नकोस म्हणजे झालं.' मी त्याला समज दिली.

'त्यांचं मौल्यवान रक्त जमिनीवर सांडता कामा नये.'

'थेंबही सांडणार नाही जी,' टिरेलनं वचन दिलं.

त्या विश्वासू पठ्ठयानं शब्द खरा केला बरं का. माझ्या पुतण्यांना नाकावर उशी दाबून गुदमरवून मारलं, त्याचं सविस्तर वर्णन करून सांगितलं त्यानं.

आकाशात युद्धाचे काळेकुट्ट ढग दाटून आले. अनेक सरदार मला सोडून रिचमंडकडे धावले. बकिंगहॅम जाण्यापूर्वीच त्याला माझ्या जनरल्सनी वादाचं निमित्त करून ताब्यात घेतलं. आणि त्याचं मुंडकं भेट म्हणून पाठवून दिलं होतं. मी अत्यंत कनवाळूपणानं त्याचा सन्मान केला होता.

रिचमंडचं सैन्य पूर्वेकडे निघालं आणि मी सैन्यासोबत पश्चिमेकडे. अखेरीस आम्ही बॉसवर्थच्या रणांगणावर एकमेकांच्या समोर ठाकलो.

युद्धाच्या आदल्या रात्री स्वप्नात माझ्या सावजांच्या भुतांनी माझ्या पराभवाचं भाकित केलं.

'माझी विवेकबुद्धी मला घाबरवतेय!' मी पुटपुटलो. 'मी तिच्याविनाच सत्ता-संपत्ती मिळवली ना. मीच स्वत:ला खलनायक बनवलं.'

महाधूर्त रिचमंडनं मात केली. त्यानं पहाटेपूर्वीच आमचं सैन्य गाफील असतानाच हल्ला चढवला. माझ्या पहिल्या तुकडीची दाणादाण उडवली. मग त्याच्या घोडदळानं मुसंडी मारली. माझ्या सैनिकांनी अवसान गोळा केलं असतं, पण कमांडर, नॉरफ्लॉकच्या ड्यूकनं बलिदान दिल्यानं त्याच्या पलटणीनं माघार घेतली. मी त्यांना पुढे रेटण्याचा प्रयत्न केला. पण नॉर्थउंबरलँडच्या भेकड अर्लनं माझ्या आज्ञा पाळायला नकार दिला.

तो दिवस आम्ही गमावलाच. त्यातल्या त्यात मी

पळ काढू शकलो. त्यानंतर अचानक माझ्यावर बाणांचा वर्षाव सुरू झाला. माझा घोडा खालच्या खालीच कापला गेला. युद्धाच्या धुरळ्यात मी जोरात ओरडायला लागलो, 'घोडा! एक घोडा! एका घोड्यापायी माझं राज्य पणाला लागलंय!'

एका करड्या लढाऊ घोड्यावरून रिचमंडचा अर्ल, हेन्री माझ्याजवळ आला. त्याच्या हातात एक कुऱ्हाड होती. त्यानं ती घुमवताच ती चमकली....

बस्स...माझ्या आठवणी तिथेच संपतात. त्याच्या पुढचं मला काहीही आठवत नाही.

माझा राजमुकुट हेन्री टूडरला चढवण्यात आला. त्यानं उभी केलेली सरदारांची फळी आजही शाबूत आहे. त्याचे खापर-खापर पणतूसुद्धा अजूनही राजवाड्यात तळ ठोकून राहतायत....

आणि माझं काय! ? मी वाऱ्याचा एक झोत बनून गेलो आहे. अंधारउजेडाचा खेळ फक्त. माझी आठवण काढली गेलीच तर लोक मला रक्तपिपासू रिचर्ड म्हणतात. किंवा मग छोट्या राजकुमारांची कत्तल करून टाकणारा जुलमी, दुष्ट रिचर्ड म्हणतात.

असेना का. काही हरकत नाही. आपला लोकांना साफ विसर पडून जाण्यापेक्षा बरं की हो. सरतेशेवटी माझ्यातल्या खलनायकानं मला एक प्रकारे अमरच करून ठेवलं आहे, नाही का?

◆

मच अ‍ॅडो अबाऊट नथिंग

विल्यम शेक्सपिअर

अनुवाद
मंजूषा आमडेकर

मेहता पब्लिशिंग हाऊस

Please contact us at **Mehta Publishing House,** 1941, Madiwale Colony, Sadashiv Peth, Pune 411030.
✆ +91 020-24476924 / 24460313
Email : production@mehtapublishinghouse.com
sales@mehtapublishinghouse.com
Website : www.mehtapublishinghouse.com
** या पुस्तकातील लेखकाची मते, घटना, वर्णने ही त्या लेखकाची असून त्याच्याशी प्रकाशक सहमत असतीलच असे नाही.*

MUCH ADO ABOUT NOTHING by WILLIAM SHAKESPEARE
Translated into Marathi Language by Manjusha Amdekar

मच ॲडो अबाउट नथिंग / कुमारसाहित्य
अनुवाद : मंजूषा आमडेकर
१९, रेशमा रेसिडेन्सी, लोकमान्य कॉलनी, पुणे ४११०३८.
मराठी अनुवादाचे व प्रकाशनाचे हक्क मेहता पब्लिशिंग हाऊस, पुणे.
प्रकाशक : सुनील अनिल मेहता, मेहता पब्लिशिंग हाऊस,
१९४१, सदाशिव पेठ, माडीवाले कॉलनी, पुणे – ४११०३०.
मुद्रक : स्पेक्ट्रम ऑफसेट, डी-२/४, सत्यम इस्टेट,
सीडीएसएसच्या मागे, एरंडवणे, पुणे - ४११००४.
मुखपृष्ठ व
आतील चित्रे : देविदास पेशवे
प्रथमावृत्ती : ऑक्टोबर, २०१८
संचाची किंमत : ₹ १५००
P Book ISBN 9789353170950
E Book ISBN 9789353170967
E Books available on : play.google.com/store/books
www.amazon.in/b?node=15513892031

बिॲट्रिस

ही हेरोची लांबची बहीण आहे. ही हेरोच्या वडिलांची, म्हणजे लिओनाटोची भाचीही आहे. ती हुशार, दिलदार, बंडखोर आणि उमद्या मनाची असते. ती नेहमीच हुशारीनं लोकांची मस्करी करत असे. वरून जरी ती कणखर वाटली, तरी आतून मात्र संवेदनशील असते.

•••

बेनेडिक

हा पडुआचा लॉर्ड असतो. तो नुकताच युद्धावरून परत आलेला असतो. तो ही हुशार असतो आणि स्वभावानं बिॲट्रिससारखाच असतो. त्यालाही लोकांची चेष्टा करायला आवडत असतं. त्याला दुसऱ्यांना मदत करायलाही आवडायचं. अन्यायाविरुद्ध तो उघडपणे आवाज उठवत असे.

क्लाउडिओ

हा एक सरळ मनाचा तरूण असतो. तो नुकताच युद्धावरून परत आलेला असतो. तो लिओनाटोची मुलगी हेरोच्या प्रेमात पडतो. पण नाटकात तो सहजपणानं मूर्ख बनतो. हेरोच्या प्रामाणिकपणाबद्दल त्याच्या मनात शंका येते. तो तिला अद्दल घडवायची घाई करतो.

•••

डॉन जॉन

हा डॉन पेड्रोचा भाऊ आणि खलनायकही असतो. हेरो आणि क्लाउडिओच्या आनंदात मिठाचा खडा टाकण्यासाठी तो एक दुष्ट योजना आखतो.

मच ॲडो अबाउट नथिंग

मसिना या शहराचा लिओनाटो गव्हर्नर असतो. त्याला हेरो नावाची मुलगी असते. ती त्याच्या सोबतच रहात असते. शिवाय बिॲट्रिस नावाची त्याची भाचीही त्यांच्यासोबत रहात असते. या दोन बहिणींपैकी बिॲट्रिस आनंदी आणि खोडकर असते. शांत स्वभावाच्या हेरोच्या ती सतत खोड्या काढत असते.

एके दिवशी लिओनाटोचे जुने मित्र शहरातून

चाललेले असतात. ते लिओनाटोला भेटून पुढे जायचं ठरवतात. मसिनापासून थोड्या अंतरावरच झालेल्या एका घनघोर लढाईत या वीरांनी भाग घेतलेला असतो. युद्ध संपवून हे वीर घरपरतीच्या वाटेवर असतात. पहिला वीर असतो डॉन पेड्रो. हा ॲरेगॉनचा राजकुमार असतो. दुसरा क्लाउडिओ हा फ्लोरेन्सचा लॉर्ड असतो. तर तिसरा बेनेडिक हा पडुआचा लॉर्ड असतो.

लिओनाटो त्या तिघांचं आनंदानं स्वागत करतो. तो त्याच्या तरूण मुलीशी आणि भाचीशी त्यांची ओळख करून देतो. पडुआचा लॉर्ड बेनेडिक उत्साही तरूण असतो. तो लगेचच लिओनाटोशी नुकत्याच झालेल्या युद्धाबाबत गप्पा मारायला लागतो.

बिॲट्रिसला कंटाळा यायला लागतो. तिला त्या गप्पांमध्ये काहीच रस वाटत नसतो. तरीही ती त्यात भाग घेण्याचा आटोकाट प्रयत्न करत असते. शेवटी न राहवून ती म्हणते, 'अरे, किती बोलतोस तू? लोकांचं तुझ्याकडे लक्ष तरी आहे का?'

बेनेडिक हा स्वभावानं बिॲट्रिससारखाच असतो. पण लिओनाटोसोबत चाललेल्या त्याच्या संभाषणात बायकांनी पडायचं काही कारण नाही असं त्याला

वाटतं. त्यापूर्वीही त्यानं आणि बिॲट्रिसनं एकमेकांच्या भरपूर खोड्या काढलेल्या असतात. पण प्रत्येक वेळी हळूच काहीतरी पुटपुटून बेनेडिकनं नापसंतीचा सूर काढलेला असतो. पण या खेपेला मात्र बिॲट्रिसचा आगाऊपणा त्याला आवडत नाही. त्यामुळे त्याला गप्प राहणं शक्य होत नाही. तो तिला फक्त म्हणतो की, 'अरे, तू अजून इथेच आहेस वाटतं?'

आता याचा परिणाम काय होतो ते सांगायची खरं तर गरजच नाहीये. त्या दोघांमध्ये जोरदार शाब्दिक लढाई सुरू होते. बिॲट्रिस बेनेडिकला सांगते की लढाईत त्यानं जे काही मारलेलं आहे ते सगळं आपण खाऊ शकतो. म्हणजे, थोडक्यात, त्यानं

कुणालाही युद्धात मारलेलं नाही, आणि शौर्यही गाजवलेलं नाही. तेव्हा मात्र भांडणाला वेगळंच वळण लागतं. पुढेही ती वटवट करतच राहते. ती त्याला राजकुमाराचा विदुषकही म्हणते. तिथे हजर असलेल्या सर्वांनाच माहीत असतं की नुकत्याच झालेल्या लढाईत बेनेडिकनं खूप शौर्य गाजवलेलं असतं. त्यामुळे बिॲट्रिसचा आरोप काही त्याला पसंत पडत नाही. एका अविचारी आगाऊ स्त्रीनं केलेला भेकडपणाचा आरोप जगातला कुठला पुरूष सहन करू शकेल?

हेरो मात्र आपल्या सन्माननीय पाहुण्यांसमोर फार वटवट करत नसते. त्या वेळी लॉर्ड क्लाउडिओ हा तिच्या सौंदर्याची आणि शालीनतेची स्तुती करत असतो. तरीही मध्येच बेनेडिक आणि बिॲट्रिसचं

बोलणं त्याच्या कानावर पडतं. नकळत त्याला हसू येतं. तो लिओनाटोला म्हणतो की बेनेडिक आणि बिअ‍ॅट्रिसची जोडी छान शोभून दिसेल. त्यावर लिओनाटो म्हणतो की या दोघांचं लग्न झालंच तर ते दोघे आठवड्याभरातच एकमेकांना वेडं करून सोडतील. दोघेही अखंड बकबक करत राहतील आणि एकमेकांची डोकी फिरवतील. पण क्लाउडिओ मात्र हा विषय थट्टेवारी नेत नाही.

बेनेडिक आणि क्लाउडिओ राजवाड्यातून परतल्यावरही क्लाउडिओ हेरोचं सौंदर्य आणि रुबाबदारपणाबाबत बोलतच राहतो. तिनं आपल्या हृदयात घर केलं आहे, हे ही तो सांगून टाकतो. त्याचं बोलणं ऐकून बेनेडिकच्या मनात येतं की

आपल्या या मित्राचं आणि हेरोचं कदाचित लग्न होऊ शकेल. तो क्लाउडिओला विचारतोही की तो हेरोच्या प्रेमात तर नाही ना पडलेला! त्यावर क्लाउडिओ उत्तर देतो की तो जर लढाईच्या गडबडीत असलेला फक्त एक सैनिकच असता तर त्यानं कदाचित तिचा विचारही केला नसता. प्रेमबिम करत बसण्याइतका त्याच्याकडे वेळ तरी कुठे होता? पण आता मात्र युद्ध संपून शांततेचा काळ निर्माण झालेला असतो. त्यामुळे त्याला तिचा विचार करता येणं शक्य आहे.

त्याचं बोलणं ऐकून बेनेडिक जे काही समजायचं ते ताबडतोब समजतो. क्लाउडिओ तिच्या प्रेमात पडलेला असतो. मग तो वेळ वाया न घालवता लगेचच लिओनाटोकडे जातो. तिथे तो आपल्या मित्राकरता हेरोला लग्नाची मागणी घालतो. लिओनाटोला ही कल्पना चांगली वाटते. हेरोची संमती मिळवणंही फारसं अवघड नसतं. कारण क्लाउडिओ हा निश्चितपणे जगातला सर्वात जास्त कर्तबगार माणूस असतो. मग बेनेडिक लग्नाकरता जवळचीच एक तारीख ठरवतो.

लवकरच लग्नाची वेळ जवळ येऊन ठेपते. खरं तर आता लग्नाला काही दिवसांचाच अवकाश राहिलेला असतो. पण क्लाउडिओला असं वाटत

असतं की काळ काही पुढे सरकतच नाहीये. आपल्या मित्राच्या मनाचा हा अधिरपणा डॉन पेड्रोच्या लक्षात येतो. त्यामुळे त्याच्या मनातला एकटेपणा दूर करण्यासाठी तो वेळ घालवण्याचा काहीतरी उपाय शोधतो. तो असं सुचवतो की जे काही थोडे दिवस राहिले आहेत, त्यात बेनेडिक आणि बिॲट्रिसला एकमेकांच्या जवळ आणण्याकरता काहीतरी करुया. त्या दोघांना एकमेकांच्या प्रेमात पाडण्यासाठी काहीतरी युक्ती करुया. क्लाउडिओनंही यावर आधीच विचार करून ठेवलेला असतो. त्यामुळे तो राजकुमाराच्या या बेताला संमती देतो. ते दोघे त्यांचा हा बेत लिओनाटोच्या कानावर घालतात. तोही

त्यांना मदत करायची तयारी दाखवतो. फार काय, आपल्या बहिणीच्या भल्याकरता काहीही करायची हेरोही तयारी दाखवते.

मग ते सगळे मिळून एक बेत आखतात. बिॲट्रिस बेनेडिकच्या प्रेमात पडलेली आहे, असं तिन्ही पुरुषांनी बेनेडिकला पटवायचं ठरलेलं असतं. आणि हेरोनं बिॲट्रिसला बेनेडिक तिच्या प्रेमात बुडून गेला आहे हे सांगायचं असतं.

मग ठरलेला बेत प्रत्यक्षात आणायचं ते ठरवतात. पुरुष सांगतात की सर्वप्रथम ते त्यांची कामगिरी पार पाडतील. मग ते बेनेडिकला शोधायला बाहेर पडतात. त्यांना तो एकटाच बसलेला दिसतो. तो

राजवाड्यापासून काही अंतरावर एका शांत कोपऱ्यात बसून एक पुस्तक वाचत असतो. बेनेडिक अगदी बेसावधपणे निवांत बसलेला असतो. हे तीन पुरुष त्याच्या आसपासच्या झाडांच्या मागे जाऊन थांबतात. मग चार इकडच्या तिकडच्या गप्पा मारल्यानंतर डॉन पेड्रो लिओनाटोला विचारतो की, 'बिॲट्रिस बेनेडिकच्या प्रेमात पडल्याबद्दल तू काय सांगत होतास रे?'

लिओनाटो नाटक पुढे चालू ठेवतो. पडुआच्या लॉर्डवर बिॲट्रिसचं कसं प्रेम बसलं आहे, आणि आपल्या ते कसं लक्षात आलेलं आहे, हे तो रंगवून सांगतो. क्लाउडिओसुद्धा त्याच्या या बोलण्याला दुजोरा देतो. तोही नाटकातली आपली भूमिका झकासपणे पार पाडतो.

तो म्हणतो, ‘हो ना, मला हेरोही तेच सांगत होती. ती म्हणाली की बेनेडिक निघून गेला तर बिॲट्रिसचं काही खरं नाही. ती दुःखानं जीवच देईल.’

आपलं बोलणं बेनेडिकच्या कानावर नक्की पडतंय याची ते खात्री करून घेतात. मग डॉन पेड्रो पुढे म्हणतो की, आपण ही गोष्ट बेनेडिकला सांगायला हवी. पण क्लाउडिओ त्याला अडवतो आणि म्हणतो की बेनेडिकला जाऊन सांगण्यात काहीही अर्थ नाही. कारण त्याला हे कळलं तर तो फक्त बिॲट्रिसला त्यावरून टोमणे मारत राहील आणि तिला चिडवत राहील. त्यावर डॉन पेड्रो म्हणतो की, ‘तो जर तिच्या भावनांशी खेळला तर त्याला फासावरच लटकवावं लागेल. कारण

बिॲट्रिस खरोखरच एक चांगली आणि संवेदनशील तरुणी आहे.'

त्यांचं बोलून झाल्यावर डॉन पेड्रो आपल्या मित्रांना तिथून चलण्याची खूण करतो. त्याची अशी इच्छा असते की बेनेडिकनं जे काही ऐकलेलं असेल, त्यावर त्यानं विचार करावा.

त्यांचे शब्द काही दगडावर नक्कीच पडलेले नसतात. आपल्या कानी जे काही पडलं आहे ते खरं असेल का याबाबत बेनेडिक आश्चर्यानं विचार करायला लागतो. तो स्वत:शीच म्हणतो की बिॲट्रिस नक्कीच एक चांगली मुलगी आहे. आणि स्वत: क्लाउडिओनं हेरोच्या तोंडून हे ऐकलेलं असेल तर ते नक्कीच खरं असलं पाहिजे.

बेनेडिक यावर विचार करतच असतो. तितक्यात

तिथे बिॲट्रिस येते. ती त्याला म्हणते, 'खरं तर, माझी इथे यायची इच्छा नव्हती. पण तरीही तुला जेवायला बोलावून आणण्यासाठी मला इथे पाठवण्यात आलेलं आहे.' आता एरवी तिचं हे उद्धटपणाचं बोलणं ऐकून बेनेडिक वैतागला असता. पण आता मात्र तो शांतपणे म्हणतो की, 'माझ्यासाठी इतका त्रास घेतलास! किती गोड आहेस गं तू?' त्यावर काहीतरी खवचटपणानं बोलायचा बिॲट्रिस प्रयत्न करते. पण आपल्या बोलण्यात प्रेमच डोकावतं आहे हे तिच्या लक्षात येतं.

पुरुष लोकांनी त्यांच्या भूमिका पार पाडलेल्या असतातच. पण आता हेरोची कामगिरी बाकी असते.

तिनं बिॲट्रिसला हे पटवून द्यायचं असतं की बेनेडिक तिच्या प्रेमात पडलेला आहे. मग ती ताबडतोब तिच्या दोन मैत्रिणींना मदत मागते. ती उर्सुला आणि मार्गारिटला बोलावते. ती मार्गारिटला सांगते की, 'तू जाऊन जरा बिॲट्रिसला शोध. तिला सांग की मी आणि उर्सुला पाठीमागच्या अंगणात तिच्याबद्दलच बोलत बसलोय.'

मार्गारिट तिचं काम करायला गेल्यावर हेरो उर्सुलाला आपला बेत समजावून सांगते. ती तिला सांगते की, 'मी बेनेडिकचं नाव घेतलं की तू त्याचं प्रचंड कौतुक करायचंस. तो तिच्या प्रेमात पडलाय यावर तिचा विश्वास बसेल असं आपल्याला बोलावं लागेल. ती बघ...ती आलीच...चल, करूया सुरुवात!'

मग पुरुषांप्रमाणेच त्याही आपापसात बोलायला लागतात. हेरो उर्सुलाला सांगत राहते की बेनेडिकच्या मनात काय आहे ते बिॲट्रिसला मुळीच कळता कामा नये. कारण नाहीतर ती त्याची टिंगल करत राहील. उर्सुला मात्र बेनेडिकच्या हुशारीबद्दल बोलत राहते. ती म्हणते की आख्ख्या इटलीतला तो सर्वात चांगला माणूस आहे. त्यांच्या त्या बोलण्याचा त्यांना हवा तसा परिणाम बिॲट्रिसवर घडून येतो. ती ते सगळं ऐकून थक्कच होते. मग ती स्वत:शीच म्हणते की, 'तो जर माझ्यावर इतकं प्रेम करत असेल, तर मीही त्याच्यावर प्रेम करेन.'

मग काय, लवकरच त्यांच्यातलं कडवट शत्रुत्व संपतं. त्या वैराचं गोड प्रेमात रुपांतर होतं. पण

चांगले दिवस फार काळ टिकत नाहीत, हे दुर्दैवच म्हणायचं. दुसऱ्याच दिवशी हेरोचं आणि क्लाउडिओचं लग्न असतं. पण तो तिच्या आयुष्यातला सर्वात काळा दिवस ठरतो.

त्या दिवशी डॉन पेड्रोचा भाऊ, डॉन जॉन हा मसिनाला येतो. तो म्हणजे चक्क एक गुंडच असतो. त्याच्या भावाच्या अगदी विरुद्ध स्वभाव असतो त्याचा. क्लाउडिओ हा डॉन पेड्रोचा जिवलग मित्र असल्यामुळे तो त्याचा तिरस्कार करत असतो. त्यामुळे त्याला काहीही करून हे लग्न मोडायचंच असतं. म्हणून मग तो बोरॅशियो नावाच्या त्याच्या माणसाला मार्गारिटला पटवायला सांगतो. तिला आपली आज्ञा पाळायला सांगतो.

मग त्या रात्री बोरॅशियोनं सांगितल्याप्रमाणे मार्गारेट हेरोचे कपडे घालून तयार होते. तिकडे हेरो मात्र गाढ झोपलेली असते. मार्गारेट क्लाउडिओच्या येण्याची वाट पहात थांबते.

मग डॉन जॉन क्लाउडिओकडे येतो. तो त्याला सांगतो की आपण हेरोला अंधारात उभं राहून दुसऱ्या पुरुषाशी बोलताना पाहिलं आहे. हे ऐकून क्लाउडिओला धक्काच बसतो. तो ताबडतोब शपथ घेतो की हे जर खरं निघालं, तर तो दुसऱ्या दिवशी हेरोचा लग्नसमारंभात अपमान करेल. इतकंच नव्हे, तर डॉन जॉन सांगतोय ते खरं असेल तर आपणही क्लाउडिओला साथ देऊ, असं स्वतः डॉन पेड्रोही सांगतो.

त्यानंतर संतापलेल्या या दोन्ही लॉर्डना डॉन जॉन हेरोच्या खोलीपाशी घेऊन येतो. तिथे ते 'तिला' बोरॅशियोशी बोलताना पाहतात. आता मात्र क्लाउडिओचं प्रेम लगेचच उडून जातं. त्या प्रेमाची जागा तिरस्कार घेतो. बिचाऱ्या निष्पाप हेरोचा तो तिटकारा करायला लागतो. मग तो आणि डॉन पेड्रो दुसऱ्या दिवशी चर्चमध्ये तिचा अपमान करायचं ठरवतात.

अखेरीस लग्नसोहळ्याचा दिवस उजाडतो. हेरो आणि क्लाउडिओ आपापल्या मित्रमैत्रिणींसह चर्चमध्ये येतात. तिथल्या फादरसमोर ते जमतात. पण लग्नाचे विधी सुरू होण्यापूर्वी क्लाउडिओ शक्य तितक्या नीचपणे हेरोवर आरोप करतो आणि तिला अपमानित करतो. आपण काय ऐकतो आहोत, यावर

लिओनाटोचा आणि हेरोचा विश्वासच बसत नाही. बिचारी हेरो कशीबशी क्लाउडिओला विचारते की, 'तुला बरं वाटत नाहीये का? तू असं का बोलतो आहेस माझ्याशी?'

मग तिथे जमलेल्या लोकांना क्लाउडिओ आदल्या रात्री त्यानं जे काही पाहिलेलं असतं ते सगळं सांगतो. त्यावर बेनेडिकचा काडीइतकाही विश्वास बसत नाही. हेरो खूप चांगली आहे हे त्याला माहीत असतं. त्यामुळे क्लाउडिओचा नक्की काहीतरी गैरसमज झाला असला पाहिजे असं त्याला वाटतं.

आपल्या चारित्र्यावर संशय घेतला जात आहे हे हेरोला मुळीच सहन होत नाही. ती चक्कर येऊन

खाली पडते. तिला इतका मोठा धक्का बसलेला असतो की तिच्या चेहऱ्यावरचा रंगच उडून जातो. जणू काही तिच्यात आता जीवच राहिलेला नसतो. पण तिकडे जराही लक्ष न देता क्लाउडिओ आणि डॉन पेड्रो तिथून निघून जातात. पण बेनेडिक मात्र बिचाऱ्या हेरोजवळ आणि तिच्या हताश झालेल्या वडिलांसोबत थांबून राहतो.

हेरोच्या दयनीय चेहऱ्याकडे पाहून लग्न लावून देणाऱ्या फादरना कळून चुकलेलं असतं की ती खरंच सांगते आहे. मग ते एक बेत आखतात. हेरो शुद्धीवर आल्यानंतर ते लिओनाटोला सांगतात की हेरो हे जग सोडून गेली आहे, अशी बातमी त्यानं सगळीकडे पसरवून द्यावी. इतकंच नाही, तर ते त्याला तिचे अंत्यसंस्कार करण्याची तयारीही करायला सांगतात. त्या वेळी मग क्लाउडिओच्या खऱ्या भावना बाहेर येतील, असं त्यांना वाटत असतं.

बिॲट्रिसचं आपल्या या बहिणीवर, हेरोवर फार फार प्रेम असतं. तिच्याबद्दल जे काही बोललं गेलं आहे, ते सगळं धादांत खोटं आहे, अशी तिची पक्की खात्री असते. त्यामुळे ती बेनेडिकला, तिच्या प्रेमीला विनंती करते की हेरोचा असा अपमान केल्याबद्दल त्यानं क्लाउडिओला युद्धाचं आव्हान

द्यावं. खरं म्हणजे, आपल्या चांगल्या मित्रावर तलवार उगारावी असं बेनेडिकला अर्थातच वाटत नसतं. पण बिअ‍ॅट्रिसला इतकं दुःखात पाहणंही त्याला सहन होत नाही. मग बराच विचार केल्यानंतर तो क्लाउडिओशी दोन हात करायला तयार होतो.

पण दोन मित्रांनी खरोखरच आपल्या तलवारी उपसण्यापूर्वी काही चांगल्या बातम्या कानी येतात. त्यामुळे सर्वांच्या समस्या काही काळापुरत्या तरी सुटणार असतात. बोरॅशियो, आपण क्लाउडिओला कसं मूर्ख बनवलं, अशा फुशारक्या मारत फिरत असतो. त्याचं ते बोलणं तिथल्याच एका मॅजिस्ट्रेटच्या कानी पडतं. त्याच्याकडूनच सर्वांना डॉन जॉनच्या दुष्ट बेताचा पत्ता लागतो. त्या रात्री

खिडकीशी अंधारात बोरॅशियोशी बोलत असलेली मुलगी हेरो नसून तिची मैत्रीण मार्गारिट होती, हे ही सर्वांना कळतं.

आता मात्र क्लाउडिओला मेल्याहून मेल्यासारखं होतं. तो ताबडतोब धावत पळत हेरोची माफी मागण्यासाठी राजवाड्याकडे जातो. कारण लिओनाटोनं त्याला हेरो मरून गेल्याची बातमी कळवलेली असते. ती बातमी ऐकताच क्लाउडिओच्या काळजात धस्स होतं. तिच्या मृत्यूसाठी आपणच जबाबदार आहोत असं म्हणून तो स्वतःला दोष द्यायला लागतो. त्यावर लिओनाटो आपलं नाटक पुढे चालू ठेवायचं ठरवतो. तो म्हणतो, 'ठीक आहे, तर मग, जर तुला तुझ्या वागण्याचा खराखुरा पश्चात्ताप झाला असेल तर मी

तुला हेरोच्याच आणखी एका बहिणीशी लग्न करायला सांगतो. तुझी तसं करायची तयारी आहे का क्लाउडिओ?'

क्लाउडिओसमोर दुसरा कुठलाही पर्यायच नसतो. त्याला हा प्रस्ताव मान्य करावाच लागतो. त्यामुळे दुसऱ्याच दिवशी क्लाउडिओनं हेरोच्या बहिणीशी लग्न करायचं, असा बेत ठरतो.

दुसऱ्या दिवशी क्लाउडिओ चर्चमध्ये येतो. तिथे तो एका बुरखा घातलेल्या बाईशी लग्न करतो. लग्न समारंभ सुरू होतो. क्लाउडिओ तिच्याकडे वळून म्हणतो, 'मॅडम, मी संपूर्ण आयुष्यभर तुमचा नवरा होऊन राहीन.'

त्यावर ती बाई आपला बुरखा काढते आणि विचारते, 'जसा तू माझ्या आधीच्या आयुष्यात माझा नवरा होणार होतास, तसाच का?'

क्लाउडिओचा त्याच्या डोळ्यांवर विश्वास बसत नाही. त्याच्यासमोर दुसरी तिसरी कुणी नसून त्याचीच लाडकी हेरो उभी असते. मग बेनेडिक त्याला सगळं काही समजावून सांगतो. क्लाउडिओ आणि डॉन पेड्रो घाईघाईनं चर्चमधून निघून गेल्यानंतर आपण सर्वांनी कसा बेत आखला त्याची हकीकत सांगतो.

तिकडे मॅजिस्ट्रेटनं बोरॅशियोला पकडल्याचं ऐकल्यावर डॉन जॉननं मसिनामधून पळ काढलेला असतो. पण नंतर त्याला शोधून काढण्यात आलेलं

असतं आणि शहरात परत आणलेलं असतं. त्यानं जे काही काळं कृत्य केलेलं असतं, त्याबद्दल त्याला जबरदस्त शिक्षा ठोठावण्यात आलेली असते.

मग लवकरच बेनेडिक आणि बिॲट्रिसही लग्न करतात. त्यानंतरच, त्यांना प्रेमात पाडण्यासाठी आपण कसा बेत आखला होता, त्याची सगळी

कहाणी त्या दोघांचे मित्र त्यांना सांगतात. अर्थात त्यामुळे काहीच बिघडत नाही. कारण बेनेडिक आणि बिअ‍ॅट्रिस आता एकमेकांवर खूप प्रेम करायला लागलेले असतात. आता एकमेकांना सोडून राहणं त्यांना अजिबात शक्य नसतं.

पाहुणे निघून गेल्यानंतर ही सर्व आनंदी माणसं मागे उरतात. बेनेडिक सर्वांकडे वळून म्हणतो, 'चला, जे झालं ते चांगल्याकरताच झालं असं म्हणायचं.' क्लाउडिओ त्याला दुजोरा देत म्हणतो की, 'खरं आहे. आपण सर्वजणांनी एकमेकांच्या खोड्या काढल्या. आणि तरीही आज आपण इथे एकत्र आहोत. शेवटी तेच सर्वात जास्त महत्वाचं आहे.'

लिओनाटो आपल्या मुलीचं आणि भाचीचं लग्न चांगल्या सरदार घराण्यातल्या तरुणांशी झाल्यानं समाधानी असतो. शेवटी त्याला बोलल्यावाचून राहवत नाही. अखेरीस तो म्हणतो, 'हो ना. कारण नसताना उगीचच राईचा पर्वत केला गेला. पण आता ते सगळं भूतकाळात जमा झालेलं आहे हे पाहून मला खूप आनंद होतो आहे.'

◆

किंग लिअर

विल्यम शेक्सपिअर

अनुवाद
मंजूषा आमडेकर

मेहता पब्लिशिंग हाऊस

Please contact us at **Mehta Publishing House,** 1941, Madiwale Colony, Sadashiv Peth, Pune 411030.
✆ +91 020-24476924 / 24460313
Email : production@mehtapublishinghouse.com
sales@mehtapublishinghouse.com
Website : www.mehtapublishinghouse.com
** या पुस्तकातील लेखकाची मते, घटना, वर्णने ही त्या लेखकाची असून त्याच्याशी प्रकाशक सहमत असतीलच असे नाही.*

KING LEAR by WILLIAM SHAKESPEARE
Translated into Marathi Language by Manjusha Amdekar

किंग लिअर / कुमारसाहित्य
अनुवाद : मंजूषा आमडेकर
१९, रेश्मा रेसिडेन्सी, लोकमान्य कॉलनी, पुणे ४११०३८.
मराठी अनुवादाचे व प्रकाशनाचे हक्क मेहता पब्लिशिंग हाऊस, पुणे.
प्रकाशक : सुनील अनिल मेहता, मेहता पब्लिशिंग हाऊस,
१९४१, सदाशिव पेठ, माडीवाले कॉलनी, पुणे – ४११०३०.
मुद्रक : स्पेक्ट्रम ऑफसेट, डी-२/४, सत्यम इस्टेट,
सीडीएसएसच्या मागे, एरंडवणे, पुणे - ४११००४.
मुखपृष्ठ व
आतील चित्रे : देविदास पेशवे
प्रथमावृत्ती : ऑक्टोबर, २०१८
संचाची किंमत : ₹ १५००
P Book ISBN 9789353170950
E Book ISBN 9789353170967
E Books available on : play.google.com/store/books
www.amazon.in/b?node=15513892031

कॉर्डेलिया

राजा लिअरची ही सर्वात धाकटी मुलगी असते. त्याची स्तुती करायला नकार दिल्यामुळे राजा इस्टेटीतला तिचा हक्क काढून घेतो. तिचं फ्रान्सच्या राजाशी लग्न झालेलं असतं. नाटकाच्या शेवटी, ती आपल्यावर झालेला अन्याय विसरून आपल्या बाबांना मदत करायला येते.

राजा लिअर

हा ब्रिटनचा राजा असतो. त्याला सत्ता आणि स्तुतीचं वेड असतं. त्याला त्याच्या विरुद्ध एक शब्दही बोललेला खपत नसतो. त्यानं राजा होण्याच्या जबाबदारीतून स्वत:ची मोकळीक करून घेतलेली असली, तरीही त्याला अधिकार गाजवायला आवडत असतं.

गॉनरिल

ही राजा लिअरची सर्वात मोठी मुलगी असते. ती अल्बनीच्या ड्यूकची बायको असते. राज्याचा तिसरा हिस्सा मिळवण्यासाठी ती आपल्या बाबांची अफाट स्तुती करते. ती अतिशय मत्सरी, विश्वासघातकी आणि निर्दय असते.

केंटचा सरदार

हा लिअरच्या दरबारातला एक सरदार असतो. राजा लिअरशी तो अतिशय प्रामाणिक असतो. राजा लिअर जेव्हा त्याला हद्दपार करतो तेव्हा तो कैस नावाच्या माणसाचं रुप घेऊन राजासोबत त्याची सेवा करत राहतो. कारण त्याला त्याच्या मालकाची सेवा करायची इच्छा असते. संपूर्ण नाटकात याच्यावर संकटं कोसळत राहतात.

किंग लिअर

कोणे एके काळी, इंग्लंडवरती एक वयोवृद्ध आणि हुशार राजा राज्य करत होता. त्याचं नाव होतं राजा लिअर. या राजा लिअरला तीन मुली होत्या - त्यातल्या सर्वात मोठ्या मुलीचं नाव होतं गॉनरिल. हिनं अल्बनीच्या ड्यूकशी लग्न केलेलं होतं. रेगन, या त्याच्या दुसऱ्या मुलीचं कॉर्नवॉलच्या ड्यूकशी लग्न झालेलं होतं. आणि कॉर्डेलिया ही त्याची सर्वात

धाकटी मुलगी. बर्गंडीचा ड्यूक आणि फ्रान्सच्या राजाची तिच्याशी लग्न करायची इच्छा होती.

राजाचा ऐंशीवा वाढदिवस झाल्यानंतर त्यानं निवृत्त व्हायचं ठरवलं. आयुष्याचा शेवटचा काळ इतर काही गोष्टी करण्यात घालवायचं त्याच्या मनात होतं. त्यानं तिन्ही मुलींना बोलावून घेतलं. त्यांचं त्याच्यावर किती प्रेम आहे, हे त्याला त्यांच्याच तोंडून ऐकायची इच्छा होती. त्या काय सांगतात, त्यावर राज्याचा किती हिस्सा त्यांना द्यायचा ते ठरवायचं असं त्याच्या मनात होतं.

त्याचा हा हेतू त्याच्या मोठ्या मुलीला,

गॉनरिलला आधीच कळलेला होता. त्यामुळे ती आल्या-आल्याच राजाची प्रचंड स्तुती करायला लागली. ती म्हणाली की तिच्या स्वतःच्या डोळ्यातल्या प्रकाशापेक्षाही ती त्यांच्यावर जास्त प्रेम करते. आपलं प्रेम व्यक्त करायला योग्य असे शब्द आख्ख्या जगात नाहीतच, असंही सांगते. ते ऐकून राजाला आनंदाच्या उकळ्या फुटतात. त्यानं लगेच तिला आणि तिच्या नवऱ्याला राज्याच्या तीन भागांपैकी एक हिस्सा देऊन टाकायचं ठरवलं.

गॉनरिलनंतर रेगनला बोलावण्यात आलं. तिनं तर तिच्या मोठ्या बहिणीलाही मागे टाकलं. बाबांच्या खोलीत पाऊल टाकल्या-टाकल्या तीही त्यांची अफाट स्तुती करायला लागली. बाबांनी जेव्हा तिला विचारलं की, तिचं त्यांच्यावर किती प्रेम आहे, तेव्हा तिनं तोंड फाटेपर्यंत त्यांची स्तुती केली. तिनं सांगितलं की ती त्यांच्यावर गॉनरिलपेक्षाही जास्त प्रेम करते. ती फक्त इतकं सांगूनच थांबली नाही. तिनं सांगितलं की बाबांवरच्या प्रेमापुढे जगातली सगळी सुखं तिला तुच्छ वाटतात. इतकी अफाट स्तुती ऐकून राजा लिअरचं मन आनंदानं थुईथुई नाचायलाच लागलं आणि काही क्षणातच त्यानं राज्याच्या तीन भागांपैकी दुसरा हिस्सा तिला आणि तिच्या नवऱ्याला देऊन टाकला.

आता कॉर्डेलियाची वेळ होती. त्याच्या या धाकट्या मुलीनं खोलीत येऊन बाबांवर आपलं किती प्रेम आहे, ते सांगायचं शिल्लक होतं. राजा लिअरनं आपल्या पहिल्या दोन मुलींचं आपल्यावर किती प्रचंड प्रेम आहे ते ऐकलेलं होतं. त्यामुळे त्याची पक्की खात्री असते की कॉर्डेलियाचं त्या दोघींपेक्षाही आपल्यावर जास्त प्रेम असणार. पण कॉर्डेलियानं आपल्या दोघी बहिणींचा नाटकीपणा आधीच

पाहिलेला असतो. ती बाबांना वेगळंच उत्तर देते. ती म्हणते की तिनं आपल्या बाबांवर जेवढं प्रेम करणं गरजेचं आहे, तितकं ती नक्कीच करते. पण त्याहून ती ना जास्त प्रेम करते, ना कमी.

आपल्या मुलीच्या तोंडून असे खणखणीत स्पष्ट शब्द ऐकताच राजा लिअरला धक्काच बसला. त्याला वाटलं की ती कदाचित गंमत करत असेल, त्यामुळे त्यानं तिला पुन्हा विचार करून बोलायला सांगितलं. नाहीतर तिचं भवितव्य अंधारात जाणार होतं. त्यावर तिनं सांगितलं की तिचं तिच्या बाबांवर खूप प्रेम आहे. तिला त्यांच्याबद्दल आदरही वाटतो. पण तिचं लग्न झाल्यानंतर नवऱ्यावर प्रेम करणंही तिचं कर्तव्यच ठरलं असतं. मग तिनं त्यांना असंही विचारलं की तिच्या मोठ्या बहिणी आपल्या प्रेमाचं इतकं प्रदर्शन का करत आहेत? बाबांवरच्या प्रेमाबाबत इतका मीठमसाला लावून त्या का बोलत आहेत? कारण काही झालं तरी त्या दोघींनीही लग्नं केलेली आहेतच की. त्यांना बाबांवरच्या प्रेमापुढे सगळंच तुच्छ वाटत होतं तर त्यांनी लग्न करण्यापेक्षा बाबांसोबतच रहायला हवं होतं.

खरं सांगायचं तर आपल्या दोन्ही मोठ्या

बहिणींपेक्षा कॉर्डेलियाचं बाबांवर जास्त प्रेम होतं. पण पैसा मिळवण्यासाठी त्या दोघींनी आपल्या बाबांना फसवलेलं होतं आणि त्यांचं बाबांवर मुळीच प्रेम नसल्याचं कॉर्डेलियाला कळालं होतं. त्यामुळे तिनं बाबांवरच्या प्रेमाच्या बढाया मारायच्या नाहीत, असं ठरवलं. तिला बाबांचा पैसा किंवा राज्याची मुळीच हाव नव्हती.

पण म्हातारपणामुळे राजाची बुद्धी फिरलेली होती. त्याला चांगलं-वाईट यातला फरक कळेनासा झाला होता. आपल्यावर कुणाचं खरं प्रेम आहे, आणि कुणाचं नाही, हे ही त्याला ओळखू येईनासं झालेलं

होतं. त्यामुळे कॉर्डेलियाच्या तोंडचे शब्द ऐकून तो इतका चिडला की तिच्या वाटणीचा राज्याचा तिसरा हिस्सा काढून घेत त्यानं तो गॉनरिल, रेगन आणि त्यांच्या नवऱ्यांमध्ये वाटून टाकला. पण राजाचं पद त्यानं स्वत:साठी राखून ठेवलं. दोन मुलींना राज्याचा ताबा देईपर्यंत त्यानं शंभर नोकरांसोबत एक महिनाभर गढीतच रहायचं ठरवलं.

ही सगळी व्यवस्था राज्य चालवण्याच्या दृष्टीनं धोकादायक होती. पण तरीही राजाची आज्ञा मोडायचं साहस कुणाच्याही अंगात नव्हतं. फक्त केंटच्या सरदारानं याविरुद्ध बोलायची हिंमत केली.

तो राजाला वडिलांप्रमाणे मानत होता आणि आपला मालकही समजत होता. त्यानं आपलं मत स्पष्ट बोलून दाखवलं. हा सरदार अतिशय प्रामाणिक माणूस होता. पण त्याचा परिणाम भलताच झालं. आगीत तेल ओतल्यासारखा राजा जास्तच संतापला. केंटचा सरदार कॉर्डेलियाला पाठीशी घालत असल्याचं पाहून राजानं चिडून त्याला दरबारातून हद्दपार केलं.

केंटच्या सरदारानं राजाचा निरोप घेतला. कॉर्डेलियावर तिच्याच बाबांनी केलेला अन्याय

ईश्वरानं दूर करावा अशी प्रार्थना केली. आणि तो राजा लिअरचा दरबार सोडून निघून गेला.

त्यानंतर राजा लिअरनं बर्गंडीचा ड्यूक आणि फ्रान्सच्या राजाला दरबारात बोलावलं. कॉर्डेलियाचे हक्क काढून घेण्यात आल्याचं त्यानं त्या दोघांना सांगितलं. तिच्या उद्धट बोलण्यामुळे ती कशी सर्व काही गमावून बसली आहे, हे ही सांगितलं. तिच्या असं वागण्यामुळे ती तिच्या लग्नात नवऱ्याला हुंडा म्हणून संपत्ती देऊ शकत नसल्याचंही स्पष्ट केलं. हे ऐकून बर्गंडीच्या ड्यूकचं तिच्यावरचं प्रेम उडून गेलं. यापुढे आपण तिच्याशी नातं जोडणार नाही, असं सांगून तो तिथून तडक निघून गेला. पण घडलेला प्रकार फ्रान्सच्या राजानं समजून घेतला. तो म्हणाला की कॉर्डेलियातले गुण आणि प्रामाणिकपणा त्याला राज्यापेक्षा जास्त मोलाचे वाटतात. फ्रान्सच्या राजानं कॉर्डेलियाचा हात हातात घेतला आणि तिला आपल्या वडिलांचा आणि बहिणींचा निरोप घ्यायला सांगितला. त्यानं तिला त्याच्यासोबत फ्रान्सला जाऊन त्याची राणी म्हणून आयुष्यभर तिथेच रहावं, असं विनवलं.

मग कॉर्डेलियानंही आपल्या बहिणींना शुभेच्छा दिल्या आणि बाबांची काळजी घ्यायला सांगितलं.

त्यांनी बाबांवर जितकं प्रेम व्यक्त केलं होतं, तितकं खरोखरंच करावं असंही सुचवलं. तिच्या बहिणींनी तिला सांगितलं की, आम्हाला तू शहाणपण शिकवू नकोस. मग भरल्या डोळ्यांनी कॉर्डेलियानं सर्वांचा निरोप घेतला आणि आपल्या होणाऱ्या नवऱ्यासोबत फ्रान्सला निघून गेली.

कॉर्डेलिया निघून गेल्यानंतर अगदी थोड्याच दिवसात गॉनरिल आणि रेगननं आपले खरे रंग दाखवायला सुरुवात केली. राजा लिअर गॉनरिलकडे पाहुणा म्हणून गेला तेव्हा त्याच्या लगेचच ते लक्षात

आलं. आपल्या मुलीशी जेव्हा जेव्हा तो बोलायचा प्रयत्न करत होता, तेव्हा तेव्हा ती काहीतरी नाटक करत होती. आपण आजारी असल्याचं दाखवत होती. किंवा खूप कामात असल्याचं नाटक करत होती. बाबा आपल्याला त्रास देतात, असा आव आणून नाराजी दाखवत होती. अगदी नोकरचाकरही त्याच्याकडे दुर्लक्ष करायला लागले होते. त्याचं ऐकेनासं झाले होते.

लवकरच खरं काय ते राजाच्या सगळं लक्षात यायला लागलं. आपल्या मुलीनं जे काही सांगितलं होतं, ते सर्व काही खोटं होतं. तिचं त्याच्यावर मुळीच प्रेम नव्हतं, हे त्याला कळून चुकलं.

अशा विपरीत परिस्थितीतसुद्धा काही जण असे असतात की ते आपल्याला मान देत असतात. त्यांना तुमचा सहवास आवडत असतो. आणि ते आपली कर्तव्ये उत्तम रीतीनं निभावतात. केंटचा सरदार ही असाच होता. खरं तर, राजा लिअरनं त्याला हाकलून दिलं होतं; पुन्हा ब्रिटनमध्ये दिसलास, तर फासावर लटकवण्यात येईल, असंही सांगितलं होतं. तरीही तो निघून गेला नव्हता. आपला राजा सुरक्षित आहे ना, याची खात्री करून घेण्यासाठी तो थांबून राहिला होता. त्याला त्याची काळजी घ्यायची इच्छा होती.

त्यामुळे कैस नावाच्या माणसाचा वेष घेऊन तो राजाचा नोकर म्हणून आला होता. पण आपली सेवा करणारा माणूस म्हणजे आपण ज्याला हाकलून दिलं तो केंटचा सरदारच आहे, हे राजा लिअरच्या लक्षातही आलं नाही.

या कैसशिवाय, राजा लिअरचा आणखी एक पाठीराखा होता. राजाच्या दरबारातला गमत्या हा राजाशी प्रामाणिक राहिलेला होता. तो राजाची करमणूक करत होता आणि त्याला सतत हसवत होता. तेही हसण्यासारखं आणि आनंदी होण्यासारखं राजाच्या आयुष्यात काहीही उरलेलं नसताना.

शेवटी एके दिवशी गॉनरिल राजाकडे आली आणि त्याला सांगितलं की तिच्या गढीत राहून राजा तिची गैरसोय करतो आहे. तो एव्हाना खूप दिवस तिच्याकडे राहिलेला होता आणि आता त्यानं तिथून ताबडतोब निघून जावं हे बरं. आणि जणू काही हे वागणं कमी होतं की काय, म्हणून तिनं त्याला असंही सांगितलं की आता त्यानं त्याच्याहून जास्त वयस्कर लोकांशी मैत्री करावी. त्यांच्याच सहवासात त्यांनी राहिलेलं बरं पडेल.

तिचं बोलणं ऐकून राजा अवाकच झाला. ज्या गॉनरिलनं आपल्यावर प्रेमाचा वर्षाव केलेला होता,

तीच आता आपल्याला चालतं व्हायला सांगते आहे, यावर त्याचा विश्वासच बसत नव्हता. मग त्यानं ताबडतोब आपले घोडे तयार करायला सांगितले. त्यानं आता रेगनच्या घरी जायचं ठरवलं. जाता जाता त्यानं गॉनरिलला शाप दिला. तिला कधीही मूलबाळ होऊ नये कारण कदाचित ती एके दिवशी तिच्या पोटच्या पोरालाही घर सोडून निघून जायला सांगू शकली असती, असं म्हणत लिअरनं ताबडतोब तिचं घर सोडलं.

लिअरनं कैसला पुढे जाऊन, आपण येत आहोत, असं रेगनला कळवायला सांगितलं. पण गॉनरिलनं

रेगनला आधीच बाबांमुळे होणाऱ्या गैरसोयीबद्दल सांगून ठेवलं होतं. तिनं रेगनला असंही सांगितलं होतं की बाबांच्या शंभर नोकरचाकरांना मुळीच थारा देऊ नकोस. कारण ही शंभर माणसं म्हणजे डोक्याला नुसता तापच होता.

कैस हा बाबांचा निरोप्या आहे हे कळल्यावर रेगननं त्याला तुरुंगात डांबून ठेवलं. जेव्हा लिअर गढीत पोचला तेव्हा त्यानं सर्वांत प्रथम काय पाहिलं तर निरोप्याला कैद करून ठेवलं होतं. त्यानंतर आपली मुलगी आणि जावई स्वागत करायलाही आले नाहीत हे पाहून त्याची घोर निराशा झाली.

सगळा प्रकार पाहून तो अतिशय संतापला. तेव्हा कुठे ते एकदाचे खोलीतून बाहेर आले. पण तिथं गॉनरिलही आलेली पाहून लिअरला धक्काच बसला. आणि अखेरीस आत्ता कुठे कॉर्डेलियाचे गुण त्याला आठवायला लागले. रेगन जणू काही आपल्या बहिणीला निरोप देत असताना बोलत असल्यासारखी मोठ्यानं म्हणाली की, तिच्या वडिलांचे शंभर नोकरचाकर जरा जास्तच होत आहेत. ही जबाबदारी फार मोठी आहे. त्यातले फक्त पंचवीसच राहिले तर बरं होईल. हे ऐकून लिअरला धक्काच बसला. आपल्या स्वतःच्याच मुलींना

आपली काडीइतकीही किंमत नाहीये, हे त्याला कळून चुकलं. गॉनरिलनं तर त्याहीपुढे जाऊन मुक्ताफळं उधळली. ती म्हणाली की, खरं तर बाबांना एकाही नोकराची गरज नाहीये.

मग मात्र लिअरनं निर्णय घेऊन टाकला. दोघींपैकी एकाही मुलीच्या गढीत पाऊलही टाकायचं नाही असं त्यानं ठरवलं. त्यानंतर जोरदार वादळ सुरू झालं. पण वादळाला न जुमानता लिअर आपल्या घोड्यावर स्वार झाला आणि गावाकडे जायला निघाला. पण दोन्ही मुलींपैकी कुणीही त्याला थांबवायचा साधा प्रयत्नही केला नाही.

त्यानं एका मोठ्या झाडाखाली आसरा घेतला. पण तरीही बिचाऱ्या राजाला पाऊस झोडपून काढतच होता. राजाच्या गमत्यानं त्याला मागं फिरण्यासाठी विनवलं. पण लिअर इतका हट्टाला पेटलेला होता की, एक वेळ तो सैतानासारखं थैमान घालणाऱ्या निसर्गाला शरण जाईल. पण त्याच्या मुलींपुढे हात पसरणार नाही. त्यांच्या दयेची भीक तो मुळीच घेणार नव्हता.

तिकडे रेगनच्या माणसांनी कैसला सोडून दिलं. त्यानं आपल्या मालकाला शोधून काढलं. आपल्या मालकाला असं वादळात उभं राहू देणं त्याला मुळीच

सहन झालं नाही. तो त्याला एका लहानशा खोपटात घेऊन गेला. तिथं त्यांना थोडासा आश्रय मिळाला. तिथं लिअरला एक भिकारी दिसला. मरणाच्या थंडीत तो गारठून झोपला होता. त्याच्याकडे एक ब्लँकेट सोडलं तर दुसरं काहीही नव्हतं. ते दृश्य पाहून लिअर कैसला म्हणाला की त्यानंही आपल्या दुष्ट मुलींना आपली सगळी संपत्ती देऊन टाकली असावी. बिचाऱ्या राजाच्या डोक्यावर परिणाम झाल्यासारखं वाटत होतं.

थोड्या वेळानं वादळ शमलं. मग केंटचा सरदार, राजाच्या काही विश्वासू सहकाऱ्यांच्या मदतीनं राजा

लिअरला डोव्हरच्या गढीत घेऊन गेला. तिथं त्याचे काही मित्र होते. त्यानं राजाला तिथेच सोडलं. आपल्या काही लोकांना त्याची काळजी घ्यायला सांगितली. आणि मग स्वतः केंटचा सरदार घाईघाईनं फ्रान्सला कॉर्डेलियाकडे जायला निघाला. ती आता फ्रान्सची राणी झाली होती. त्यानं तिला तिच्या वडिलांची अवस्था सांगितली. काय घडलंय ते

कळताक्षणीच ती ताबडतोब डोव्हरला जायला निघाली. स्वत:सोबत तिनं राजाचं फ्रेंच सैन्यही घेतलं. तिनं आपल्या बहिणींना धडा शिकवायचं ठरवलं. आपल्या वडिलांचं राज्य त्यांना परत देण्याचा निश्चय केला.

दरम्यान लिअर काहीतरी करून गढीतून निसटला. आणि त्यानं गावाकडे धाव घेतली.

कॉर्डेलियाला तो वेडापिसा झालेल्या अवस्थेत सापडला. डोक्यावर गवताचा मुकुट घालून तो गाणी गात फिरत होता. कॉर्डेलियाच्या वैद्यांनी त्याला काहीतरी औषध दिलं. आणि लवकरच वडील आणि मुलगी एकत्र आले. आपल्यावर खरंखुरं प्रेम करणारी मुलगी लिअरला अखेरीस भेटली. आणि तिला पाहून त्याला मनापासून आनंद झाला. त्यानं तिची माफी मागितली. त्यावर कॉर्डेलियानं त्याला सांगितलं की, मुळात माफी मागण्यासारखं त्यानं काहीच केलेलं नाहीये.

तिकडे दोन्ही बहिणींना आपापल्या आयुष्यात काही ना काहीतरी अडचणी येत होत्या. त्या दोघी एडवर्डच्या प्रेमात पडल्या होत्या. एडवर्ड हा ग्लॉस्टरचा सरदार होता. त्यानं स्वत:च त्याच्या भावाला, एडगरला फसवलं होतं. त्याच्यापासून त्याचा हक्क त्यानं हिरावून घेतला होता. त्या वेळी कॉर्नवॉलचा ड्यूक, म्हणजे रेगनचा नवरा मरण पावला होता. रेगननं ताबडतोब एडवर्डशी लग्न करायचं ठरवलं. पण हे काही गॉनरिलला आवडलं नाही. कारण तिलाही त्याच्याशी लग्न करायचं होतं.

त्यामुळे आपल्या वाटेतला काटा दूर व्हावा म्हणून तिनं रेगनला विष दिलं. पण ती नेमकी पकडली गेली. अल्बनीच्या ड्यूकला, म्हणजे गॉनरिलच्या नवऱ्याला तिचं ग्लॉस्टरच्या सरदारावर प्रेम बसल्याचं कळलं. मग त्यानं तिला तुरुंगात टाकलं. आपला अपमान सहन न होऊन गॉनरिलनं आत्महत्या केली.

याच काळात आणखी एक दुर्घटना घडली, ती म्हणजे कॉर्डेलियाचा मृत्यू. रेगन आणि गॉनरिल या दोघींनी मिळून एका मोठ्या सैन्याला कॉर्डेलियाच्या सैन्याशी लढायला पाठवलं होतं. या सैन्याचा सेनापती ग्लॉस्टरचा सरदार होता. या लढाईत

कॉर्डेलिया पकडली गेली. त्या वेळी तिनं तुरुंगात खितपत पडण्याऐवजी विष घेऊन आपलं आयुष्य संपवून टाकायचं ठरवलं. तिच्या मृत्यूची बातमी ऐकल्यानंतर लिअरही फार काळ जगला नाही.

कॉर्डेलियाचं आयुष्य सफल झालं होतं. तिला वडिलांच्या सेवेची संधी मिळाली होती. शिवाय त्या दोघांमधला दुरावाही संपला होता.

विश्वासू कैसच्या रुपातला केंटचा सरदार आपल्या मालकाचा मृत्यू पचवू शकला नाही. एखाद्या खऱ्याखुऱ्या निष्ठावान चाकरासारखा त्यानं त्याला

शेवटपर्यंत साथ दिली. बहुधा आपल्या मालकाची स्वर्गातही सेवा करता यावी म्हणून तो राजाच्या मागोमाग जग सोडून गेला.

शेवटी दुष्ट एडवर्ड युद्धात मारला गेला. त्याचा भाऊ एडगरनं त्याला ठार केलं. राजगादीचा तो खरा वारसदार होता. ब्रिटनचा राजमुकुट वारसाहक्कानं गॉनरिलचा नवरा म्हणजे अल्बनीच्या ड्यूकच्या माथ्यावर चढवला गेला. त्याला आपल्या बायकोनं तिच्या वडिलांना दिलेली वागणूक कधीच आवडत नव्हती. त्यानं अत्यंत हुशारीनं पुढे कितीतरी वर्षं राज्य केलं.

◆

द टेमिंग ऑफ द श्रू

विल्यम शेक्सपिअर

अनुवाद
मंजूषा आमडेकर

मेहता पब्लिशिंग हाऊस

Please contact us at **Mehta Publishing House,** 1941, Madiwale Colony, Sadashiv Peth, Pune 411030.
✆ +91 020-24476924 / 24460313
Email : production@mehtapublishinghouse.com
sales@mehtapublishinghouse.com
Website : www.mehtapublishinghouse.com
** या पुस्तकातील लेखकाची मते, घटना, वर्णने ही त्या लेखकाची असून त्याच्याशी प्रकाशक सहमत असतीलच असे नाही.*

THE TAMING OF THE SHREW by WILLIAM SHAKESPEARE
Translated into Marathi Language by Manjusha Amdekar

द टेमिंग ऑफ द श्रू / कुमारसाहित्य
अनुवाद : मंजूषा आमडेकर
१९, रेश्मा रेसिडेन्सी, लोकमान्य कॉलनी, पुणे ४११०३८.
मराठी अनुवादाचे व प्रकाशनाचे हक्क मेहता पब्लिशिंग हाऊस, पुणे.
प्रकाशक : सुनील अनिल मेहता, मेहता पब्लिशिंग हाऊस,
१९४१, सदाशिव पेठ, माडीवाले कॉलनी, पुणे – ४११०३०.
मुद्रक : स्पेक्ट्रम ऑफसेट, डी-२/४, सत्यम इस्टेट,
सीडीएसएसच्या मागे, एरंडवणे, पुणे - ४११००४.
मुखपृष्ठ व
आतील चित्रे : देविदास पेशवे
प्रथमावृत्ती : ऑक्टोबर, २०१८
संचाची किंमत : ₹ १५००
P Book ISBN 9789353170950
E Book ISBN 9789353170967
E Books available on : play.google.com/store/books
www.amazon.in/b?node=15513892031

कॅथेरीन

ही बाप्तिस्ताची सर्वात मोठी मुलगी असते. बियांकाची बहीणही असते. ही अतिशय भडक डोक्याची असते. मनात जे काही येईल ते ती सरळ कुणाच्याही तोंडावर बोलून दाखवत असे. ती नेहमी कुणावर ना कुणावर तरी उखडलेलीच असायची. इतरांना त्रास देत असायची. पण नंतर तिला पेट्रूशिओ सरळ करतो.

पेट्रूशिओ

हा एक श्रीमंत माणूस असतो. सणकी, भडक माथ्याचा आणि कठोर माणूस असतो. तो एका श्रीमंत स्त्रीशी लग्न करण्यासाठी पाडुआला आलेला असतो. तो कॅथेरीनशी लग्न करायचं ठरवतो आणि तिला आज्ञाधारक नि समजंस बायको बनवायचा निश्चय करतो.

•••

बाप्तिस्ता

हा पाडुआतला एक श्रीमंत माणूस असतो. त्याला कॅथेरीन आणि बियांका नावाच्या दोन मुली असतात. त्यांच्यावरून तो आपली संपत्ती ओवाळून टाकत असतो. मात्र, त्या दोघींपैकी संतापी स्वभावाच्या कॅथेरीनचा सांभाळ कसा करायचा, हेच त्याला कळत नसतं.

द टेमिंग ऑफ द श्रू

कॅथेरीन ही बाप्तिस्ताची मोठी मुलगी असते. बाप्तिस्ता हा इटलीतल्या पाडुआ नावाच्या शहरातला अत्यंत श्रीमंत व्यापारी असतो. शहरातले सर्वजण कॅथेरीनला सर्वात कजाग स्त्री म्हणून ओळखत असतात. ती उगाचच काहीही कारण नसताना लोकांवर ओरडायची. तिच्या वागण्यामुळे तिच्या वडिलांना कधी कधी लाजिरवाण्या प्रसंगांना तोंड द्यायची वेळ येत असे. त्यामुळं ती शहरात 'कजाग कॅथेरीन' म्हणून बदनाम असते.

पण कॅथेरीनच्या बाबतीतली बाप्तिस्ताची समस्या वेगळीच असते. बाप्तिस्ताच्या घरी रोज शूर, सरदार घराण्यातल्या देखण्या तरुणांच्या लग्नाच्या मागण्या येत. विवाहोत्सुक तरुणांच्या मागण्या कॅथेरीनसाठी नसून बियांकासाठी असत. मात्र बाप्तिस्ताला त्या मागण्या परतवून लावाव्या लागत. मोठीचं लग्न झाल्याशिवाय धाकटीचं कसं करायचं, हा खरा प्रश्न असतो. त्यामुळं आपल्या या कजाग बहिणीमुळे बिच्चाऱ्या बियांकाचंही लग्न अडलेलं असतं.

त्याच वेळी शहरात पेट्रूशिओ नावाचा तरूण आलेला असतो. तो वधूसंशोधनासाठी आलेला असतो. त्यानं कॅथेरीनच्या स्वभावाबद्दल आणि

तिच्या सौंदर्याबद्दलही ऐकलेलं असतं. गंमत म्हणजे, तिच्याशीच लग्न करायचं ठरवून तिला आज्ञाधारक स्वभावाची बायको करायचं त्यानं ठरवलेलं असतं.

खरं तर पेट्रूशिओ चांगल्या स्वभावाचा माणूस असतो. पण कधी कधी तो इतका संतापायचा की एखाद्याला रागाच्या भरात मारूनही टाकेल. आपल्या स्वभावातल्या भडकपणामुळेच त्याला असं वाटत असतं की तो कॅथरीनला सहजपणे नमवू शकेल.

पेट्रूशिओ एक बेत आखून कॅथरीनला प्रेमाच्या जाळ्यात ओढायचं ठरवतो. तो तिच्या बाबांना जाऊन भेटतो. तो बाप्तिस्ताला सांगतो की त्याला त्याच्या प्रेमळ मुलीला मागणी घालायची आहे.

कॅथेरीनला प्रेमळ म्हणल्याचं ऐकून बाप्तिस्ताला धक्काच बसतो. तरीही कॅथेरीनशी कुणीतरी लग्न करायला तयार असल्याचं पाहून तो खुश झालेला असतो. तो काही बोलणार तेवढ्यात कॅथेरीनचे संगीत शिक्षक खोलीत ओरडत धापा टाकत घुसतात. कॅथेरीनच्या ल्यूटवादनात (हे एक तंतूवाद्य असते) शिक्षकांनी चूक लक्षात आणून दिल्यानं तिचं डोकं फिरलेलं असतं. तिनं तो ल्यूट सरळ संगीतशिक्षकांच्या डोक्यात घातलेला असतो. आणि मारमारून तो ल्यूट फोडून टाकलेला असतो.

हा किस्सा ऐकताच पेट्रूशिओ जोरजोरात हसायला लागतो. तो म्हणतो की कॅथेरीन फारच

बालिश आहे. तिचा नाठाळपणा पाहून त्याला ती आणखीनच आवडायला लागते. तो म्हणतो की बाप्तिस्तानं लग्नाची परवानगी लगेचच दिली तर बरं होईल. कारण तो स्वत: फारच घाईत असतो. त्याचे वडील नुकतेच वारलेले असतात. त्यांनी आपल्या माघारी आपल्या या मुलाकरता आपला जमीनजुमला आणि सगळी संपत्ती ठेवलेली असते.

कॅथेरीनच्या लग्नात बाप्तिस्ता किती हुंडा देईल हे पेट्रूशिओला जाणून घ्यायचं असतं. एखाद्या प्रेमीनं असं विचारणं हे जरा खटकण्यासारखं आहे, असं बाप्तिस्ताला वाटतं. पण कॅथेरीनचं लग्न होतं आहे, याच गोष्टीचा त्याला अपार आनंद झालेला असतो. तो त्याला वीस हजार क्राउन्स आणि त्याच्या मृत्यूनंतर अर्धी इस्टेट हुंडा म्हणून द्यायचं मान्य करतो. ते ऐकून पेट्रूशिओला समाधान वाटतं. तो भावी बायकोला पाहण्याची इच्छा व्यक्त करतो.

बाप्तिस्ता कॅथेरीनला बोलवायला आत जातो. तोपर्यंत उमद्या स्वभावाचा पेट्रूशिओ या कजाग मुलीला सरळ कसं करायचं, याबाबत मनात बेत आखायला लागतो. तो स्वत:शीच म्हणतो की, 'ती माझ्यासमोर येईल तेव्हा मी काय वाट्टेल ते करून तिला जिंकून घेईन. ती अंगावर खेकसायला लागली,

तर सांगेन की तिचा आवाज एखाद्या कोकिळेसारखा मंजूळ आहे. आणि जर तिनं कपाळावर आठ्या घातल्या, तर म्हणेन की, ती दवात भिजलेल्या नुकत्याच उमललेल्या गुलाबासारखी सुंदर दिसते. आणि ती जर काहीच बोलली नाही, तर मी तिच्या गोड बोलण्याचं कौतुक करेन. तिनं जर निघून जायला सांगितलं तर, मी तिचे असे आभार मानेन, की जणू तिनं आठवडाभर रहायलाच बोलावलेलं असावं.' काही झालं तरी आपण तिला खुश केलं पाहिजे, हे पेट्रूशिओला चांगलंच समजलेलं असतं.

कॅथेरीन त्याच्या समोर येते. पेट्रूशिओ ताबडतोब ठरलेल्या बेताप्रमाणे वागायला सुरुवात करतो. तो तिला 'केट' अशी हाक मारतो. आता त्या क्षणाला कॅथेरीन पेट्रूशिओशी मैत्री करण्याच्या मूडमध्ये अजिबात नसते. त्यामुळे ती त्याला ठणकावून सांगते की, तिचं नाव कॅथेरीन आहे, 'केट' नाही. पण सहज माघार घेईल तो पेट्रूशिओ कसला? तो तरीही 'केट' म्हणूनच हाक मारत राहतो. तिला सांगतो की ती जगातली सर्वात सुंदर मुलगी आहे. असंही म्हणतो की तिच्या मनमिळावू स्वभावाची सगळीकडे चर्चा असून इटलीभरातील लोक तिची स्तुती करतात. त्यामुळंच त्याला तिच्याशी लग्नाची इच्छा आहे.

आता मात्र कॅथेरीन अवाकच होते. पुरती वैतागून जाते. तिला ज्या कारणानं लोक 'कजाग कॅथेरीन' म्हणून ओळखत असतात, ते सगळे दुर्गुण त्याला दाखवू लागते. पण गंमत म्हणजे ती जितकी पेट्रूशिओला अपमानित करायचा प्रयत्न करते, तितक्याच प्रमाणात तो तिची तोंड फाटेपर्यंत स्तुती करू लागतो. मग पेट्रूशिओला बाप्तिस्ताच्या येण्याची चाहूल लागते. आपलं नाटक पुढे चालू ठेवत तो मुद्दामच मोठ्यानं म्हणतो की, व्वा, दोघांच्या छान गप्पा झाल्या. त्यामुळे आता लवकरच त्यांना लग्न करायला काहीच हरकत नाही. तसं त्याचं तिच्या वडिलांशी मगाशीच बोलणंही झालंय.

मग बाप्तिस्ता तिथं येतो. पेट्रूशिओ त्याला लगेच

सांगतो की कॅथेरीननं त्याचं प्रेमानं स्वागत केलं. इतकंच नाही, तर ती त्याच्याशी लग्न करायलाही तयार आहे. अगदी पुढच्याच रविवारी! त्याचं हे बोलणं ऐकताच कॅथेरीनला धक्काच बसतो. ती ताबडतोब म्हणते की खरं तर तिला पुढच्या रविवारी त्याला फासावर लटकवलेलं पहायला जास्त आवडेल. त्यावर पेट्रूशिओ फक्त खांदे उडवतो. तो बाप्तिस्ताला सांगतो की लग्नबिग्न करण्यात रस नसल्याचं ती फक्त दाखवत राहणार आहे. मग तो शहरातल्या बाजारपेठेत जाऊन त्याच्या नववधूसाठी सुंदरसे कपडे खरेदी करणार असल्याचं आणि

लग्नासाठी रविवारी परत येणार असल्याचं सांगतो.

रविवारी लग्नासाठी म्हणून पाहुणेमंडळी दाखल होतात. पण स्वत: पेट्रूशिओचा कुठे पत्ताच नसतो. कॅथेरीनच्या मनात येतं की त्यानं बहुतेक तिला उल्लू

बनवलं असावं. त्यामुळे ती नेहमीप्रमाणेच संतापून थयथयाट करायला लागते. पण थोड्याच वेळात

पेट्रूशिओ तिथे येतो एकदाचा. फक्त त्यानं चमत्कारिक कपडे घातलेले असतात. तेही कसेबसे, मळके आणि विस्कटलेले असतात. कुठलाही एखादा नवरामुलगा असे कपडे निदान स्वतःच्या लग्नाच्या प्रसंगी तरी नक्कीच घालू शकणार नाही, इतके ते भयंकर कपडे असतात. फार काय, त्याच्यासोबत आलेला त्याचा नोकर आणि त्याचा घोडादेखील विचित्र दिसत असतात.

तिथे जमलेले लोक त्याला चांगला पोषाख घालण्याचा आग्रह करतात. पण पेट्रूशिओ कुणाचंही ऐकत नाही. उलट फारच विचित्रपणे वागायला लागतो. फादर त्याला विचारतात की तो कॅथेरीनचा

बायको म्हणून स्वीकार करेल का. त्यावर तो इतक्या जोरात किंचाळून शपथ घ्यायला लागतो की फादरच्या हातून पवित्र पुस्तक गळून खालीच पडतं. फादर आपलं पुस्तक उचलून घेतच असतात. तितक्यात पेट्रूशिओ मुद्दाम त्यांच्या पायात पाय घालतो आणि त्यांना खाली पाडतो. तो इतका माथेफिरूसारखा वागू लागतो की कॅथेरीनसारखी संतापी मुलगीही घाबरून थरथर कापायला लागते.

लग्न झाल्यानंतर पेट्रूशिओ ओरडून वेटरला बोलावतो. तो त्याला वाईन घेऊन यायला सांगतो. वाईन आल्यावर तो एखाद्या माशासारखी ती प्यायला लागतो. अख्ख्या पाडुआ शहरातच काय पण पूर्ण

इटलीतही अशा प्रकारचं विचित्र लग्न यापूर्वी झालेलं नसतं. अर्थात, आपण काय करतो आहोत, ते स्वत: पेट्रूशिओला मात्र चांगलं माहीत असतं. बहुधा आपल्या आगाऊ बायकोला सरळ करण्याचा त्याच्यापुढे हा एकच मार्ग असतो.

आपल्या मुलीच्या लग्नाकरता बाप्तिस्तानं जंगी मेजवानी आयोजित केलेली असते. पण पेट्रूशिओ मात्र आपल्या बायकोला घेऊन लगेचच आपल्या शहराकडे जाण्याचं ठरवतो. बाप्तिस्ता त्याला समजावून सांगायचा प्रयत्न करतो. अगदी कॅथरीनही त्याला विनंती करून पाहते. पण सकाळपासून जे नाटक चालू असतं, त्याप्रमाणेच आताही पेट्रूशिओ कुणाचंही ऐकून घेत नाही. तो म्हणतो की आता तो कॅथरीनचा नवरा आहे. त्याचा तिच्यावर पूर्ण

अधिकार आहे. तो त्याला हवं तसं वागू शकतो. तो इतका लहरी वागत असतो की तिथे असलेल्या कुणाचीही त्याला अडवायची छाती होत नाही.

त्यानं स्वत:सोबत आणखी एक घोडाही आणलेला असतो. याच घोड्यावर तो कॅथेरीनला बसवून नेणार असतो. तो घोडाही दिसायला जरा चमत्कारिकच असतो. तो इतका मरतुकडा असतो की एखाद्या लहान मुलाचं ओझंही त्याला झेपलं नसतं. पण पेट्रूशिओ कॅथेरीनला त्या घोड्यावर बसवतो. साधारण तशाच दिसणाऱ्या घोड्यावर तो स्वत:ही बसतो. ते लगेचच तिथून जायला निघतात.

बराच काळ मजल-दरमजल खडतर प्रवास करत ते जातात. अखेरीस एकदाचे ते पेट्रूशिओच्या

शहरात जाऊन पोचतात. पण तरीही पेट्रूशिओचं विचित्र वागणं काही कमी झालेलं नसतं. तो त्याच्या नोकराला ताबडतोब रात्रीचं जेवण वाढायला सांगतो. पण जेवण आल्यावर तो अचानक सगळं अन्न फेकून द्यायला सुरुवात करतो. तो म्हणतो की टेबलावर जे काही वाढण्यात आलेलं आहे, त्यातलं काहीही त्याच्या सुंदरशा बायकोसाठी योग्य नव्हतं.

आता मात्र कॅथरीन भुकेनं कासावीस झालेली असते. तिच्या पोटात कावळे ओरडत असतात. बिचारी इतकी दमलेली असते की ती सरळ झोपून जायचं ठरवते. पण तिथेही तिचा नवरा छळवादच सुरू करतो. पेट्रूशिओ गाद्या आणि उशा फेकायला लागतो. तो म्हणतो की लाडक्या कॅथरीनला आराम वाटेल असा बिछाना नोकरांनी मुळीच तयार केलेला नाही. गरीब बिचारी कॅथरीन खुर्चीत बसल्या

बसल्याच पेंगायला लागते. पण पेट्रूशिओ रात्रभर इतका आरडाओरडा करत असतो की तिला झोपही लागू शकत नाही.

दुसऱ्या दिवशीही काही फरक पडत नाही. पेट्रूशिओ पुन्हा नाश्ताही फेकायला लागतो. कारण पुन्हा तेच सांगतो. नोकरांनी नाश्ता बेचव केलाय, असं तो सांगतो. हा असला पाणचट नाश्ता तो आपल्या लाडक्या बायकोला कसा बरं खाऊ घालणार होता? पण कॅथेरीन तर आगाऊ आणि गर्विष्ठ असते, ती कधीही कुणाचंही ऐकून घ्यायची नाही, कुणाशी चार गोड शब्द बोलायचीसुद्धा नाही. पण तीच कॅथेरीन आज थोडंतरी खायला द्या, म्हणून नोकरांची मनधरणी करायला लागते. पण नोकरांना तर पेट्रूशिओनं कडक सूचना देऊन ठेवलेल्या

असतात. तिला काहीही खायला द्यायचं नाही, असं सांगितलेलं असतं. त्यांचा अगदीच नाईलाज झालेला असतो. आता मात्र बिचाऱ्या कॅथेरीनला पोट भरण्यासाठी काय करायला हवं तेच समजत नसतं. तिला झोपही हवी असते. ती तरी कशी मिळवायची? तिला काहीच कळेनासं झालेलं असतं. आणि सर्वांत वाईट म्हणजे, तिचा नवरा हे सगळं तिच्यावरच्या प्रेमाखातरच करत असतो, म्हणे!

अखेरीस पेट्रूशिओ थोडसं अन्न घेऊन खोलीत येतो. तो म्हणतो की आपल्या लाडक्या बायकोसाठी त्यानं ते स्वतःच बनवलेलं आहे. तिनं त्याचे आभार मानावेत, इतकंच त्याला त्याबदल्यात हवं असतं. पण साधं आभार मानायचंही कॅथरीनला माहीत नसतं. तिनं आयुष्यात कधीही आभाराचे शब्द उच्चारलेलेच नसतात. थोड्याशा अन्नपदार्थाबाबत ती त्याचे आभार मानू शकत नसल्यामुळे, पेट्रूशिओला वाटतं की तिला ते आवडलं नसावं. तिला ते फेकून द्यायची इच्छा असावी. कॅथेरीन बरीच कारणं सांगून टाळाटाळ करायचा प्रयत्न करते. पण आपलं काहीच चालत नाही, असं पाहून अखेरीस ती, 'आभारी आहे,' असं म्हणते एकदाची!

तिला देण्यात आलेल्या मूठभर अन्नावर कॅथेरीन

अधाशासारखी तुटून पडते. मग पेट्रूशिओ तिला तिच्या बाबांच्या घरी परत जाऊन तिकडच्या समारंभात पुन्हा सहभागी होण्याबद्दल सांगतो. तो नोकराला तिचे कपडेही आणायला सांगतो. हे सगळे कपडे त्यानं खास तिच्यासाठी बनवून घेतलेले असतात. पण त्या ड्रेससोबत असलेली हॅट काही त्याला पसंत पडत नाही. तो म्हणतो की ती फारच छोटुशी आहे. पण कॅथेरीन कसंबसं त्याला सांगते की, 'मी ती घालेन. सगळ्या घरंदाज, सभ्य स्त्रिया अशी हॅट घालत असतात.' पण त्यावर पेट्रूशिओ लगेच ताडकन म्हणतो, 'ठीक आहे तर मग. तू जेव्हा सभ्य बनशील, तेव्हा तुलाही हे घालता येईल.

तोपर्यंत मुळीच नाही.'

दरम्यान, कॅथेरीनकरता देण्यात येणाऱ्या जेवणात थोडीशी सुधारणा झालेली असते. मग ती पुन्हा नखरे करायला लागते. तणतणायला लागते. तिला बोलायची मोकळीक असल्याचं ती त्याच्या लक्षात आणून देते. मग ते त्याला पसंत असो अथवा नसो. कारण सगळेजण तिचं बोलणं ऐकून घेत असतात, त्यामुळे त्यानंही तसं करायला काही हरकत नसते. पण हे पेट्रूशिओच्या बाबतीत थोडंच चालणार होतं?

सर्वात आधी तो हॅटचा विषय बाजूला ठेवतो. मग तो त्या ड्रेसच्या डिझाईनमध्ये दोष काढायला लागतो. पण कॅथरीन म्हणते की तिनं आजवर पाहिलेला तो सर्वात सुंदर ड्रेस आहे. ते ऐकताच

पेट्रूशिओ शिंप्याच्या नावानं खडे फोडायला लागतो. ज्या शिंप्यांनी तो ड्रेस बनवलेला असतो, त्यांच्या अंगावर तो इतक्या जोरात ओरडायला लागतो की ते हॉलमधून पळूनच जातात. मग तो कॅथेरीनला बजावतो की ते दोघे अंगावरच्या कपड्यातच तिच्या बाबांकडे जायला निघतील. आणि संध्याकाळी सात वाजायच्या आत आपल्या घरी परत येतील. पण आता तर दुपारचे दोन वाजून गेलेले असतात. कॅथेरीन त्याला सांगते की इतक्या कमी वेळात रात्रीच्या जेवणापर्यंत ते काही परत येऊ शकणार नाहीत. पण तिचं ऐकून घेईल तो पेट्रूशिओ कसला!

तो संपूर्ण प्रवासात विचित्रपणानंच वागत राहतो. तो म्हणतो की तो प्रत्यक्ष देवपुत्र असून त्याचा शब्द

शेवटचा असतो. ते कॅथेरीनला मुळीच पटत नाही. त्यामुळे ते मागे फिरतात. जोपर्यंत ती समजूतदारपणे वागत नाही, तोपर्यंत तो तिच्या बाबांच्या घरी तिला कधीच जाऊ देणार नसल्याचं ठरवून टाकतो.

काही दिवस असेच जातात. अधून मधून ते पाडुआला तिच्या बाबांकडे जाण्याचा बेत आखतात. पण दरवेळी अर्ध्या वाटेतून परत फिरतात. कारण तो म्हणेल ती पूर्वदिशा, हे कॅथेरीनला मान्य नसतं.

अखेरीस एके दिवशी मात्र हे जोडपं पाडुआच्या अगदी जवळ येऊन पोचतं. कारण पेट्रूशिओ जे काही म्हणेल, त्याच्या प्रत्येक बोलण्याला कॅथेरीन, हो ला हो करायला लागते. त्यानं सूर्याला चंद्र म्हटलं

तर ती डोळ्यांची पापणीही न हलवता ते मान्य करून टाकते. त्या दिवशी वाटेत पेट्रूशिओला एक वयस्कर माणूस भेटतो. लगेच तो आपल्या बायकोची आणखी एक परीक्षा पहायचं ठरवतो. तो त्या वृद्ध माणसाला एक तरुण स्त्री म्हणून हाक मारतो. मग तो आपल्या बायकोला तशीच हाक मारून त्या वृद्ध माणसाला बोलवायची आज्ञा करतो. त्यावर आपली मानही न वळवता कॅथेरीन त्या वृद्ध माणसाला सुंदर तरुण स्त्री म्हणून हाक मारते; त्याला ती अत्यंत सुंदर स्त्री म्हणते! पण पेट्रूशिओ तेवढ्यावर सोडून देत नाही. तो तिची आणखी परीक्षा पाहतो. तो तिला विचारतो की एखाद्या वृद्ध पुरुषाला ती तरुण सुंदर

स्त्री कसं काय म्हणू शकते? कॅथेरीन नव्यानंच आज्ञाधारकपणा शिकलेली असते. ती त्या वृद्ध माणसाशी एक वयोवृद्ध माणूस आहे असं समजूनच बोलायला लागते. आणि म्हणते की सूर्याच्या प्रखर प्रकाशामुळे तिच्या नजरेला भास होत आहेत.

आता मात्र पेट्रूशिओला तिचं वागणं आवडायला लागतं. तो त्या वृद्ध माणसाला विचारतो की तो कोण आहे आणि कुठे चालला आहे. तो म्हातारा प्रवासी त्याला सांगतो की त्याचं नाव व्हिन्सेंटिओ आहे. तो ल्यूसेन्टिओ नावाच्या तरुण सरदाराचा पिता आहे. ल्यूसेन्टिओचं आता बाप्तिस्ताच्या धाकट्या मुलीशी, बियांकाशी त्याच दिवशी पाडुआत लग्न होणार

असतं. ते ऐकताच पेट्रूशिओ त्याला सांगतो की ते दोघेही पाडुआलाच चाललेले असल्यामुळे त्या माणसानं त्यांच्यासोबतच प्रवास करायला हरकत नाही. अखेरीस ते बाप्तिस्ताच्या घरी जाऊन पोचतात. बाप्तिस्ता त्यांचं आनंदानं स्वागत करतो.

त्या दिवशी बायका त्यांच्या खोलीत आराम करत असतात. तिकडे बाप्तिस्ता आणि ल्यूसेन्टिओ पेट्रूशिओची आणि त्याच्या आगाऊ हटवादी बायकोची, म्हणजे कजाग कॅथरीनची टिंगल करायला लागतात. पण पेट्रूशिओ शांत असतो आणि तो त्यांना पैज लावायला सांगतो. तो म्हणतो की बियांकापेक्षा आपली बायको जास्त आज्ञाधारक आहे. फार काय, इतर कुठल्याही बाईपेक्षा कॅथरीन

जास्त विनम्र आहे. मग त्यांच्यात शंभर क्राउनची पैज लागते. ल्यूसेन्टिओ एका नोकराला हाक मारून सांगतो की, 'माझ्या बायकोला म्हणावं की तिला तिच्या नवऱ्यानं इथे येऊन बसायची आज्ञा केली आहे.' थोड्या वेळानं नोकर एकटाच परत येतो आणि म्हणतो की बियांकानं यायला नकार दिला आहे. तिनं असा निरोप पाठवला आहे की त्यापेक्षा ल्यूसेन्टिओनंच पार्लरमध्ये येऊन तिच्यासोबत बसावं. अशाच प्रकारे बाप्तिस्ताची बायकोही यायला नकार देते.

आता बाप्तिस्ता आणि ल्यूसेन्टिओ, दोघांच्याही बायका तिथे न आल्यामुळे त्या दोघांची खात्री असते

की कॅथेरीनही पेट्रूशिओकडे मुळीच येणार नाही. मग पेट्रूशिओ नोकराला सांगतो की, कॅथेरीनला तिच्या नवऱ्यानं तिला इथे येण्याची आज्ञा दिली असल्याचं सांग. आणि तो नोकर निरोप देऊन परत यायच्या आतच कॅथेरीन तिथं येते आणि तिच्या नवऱ्याला विचारते की, 'काय करू? काही हवं आहे का?'

आपल्या मुलीला इतकं आज्ञाधारकपणे वागताना पाहून बाप्तिस्ता थक्कच होतो. ती तिच्या नवऱ्याचा प्रत्येक शब्द नीट ऐकत असते आणि जराही उलट उत्तर न देता ती त्याच्या सांगण्याप्रमाणे वागत असते. ते पाहून तो पेट्रूशिओला सांगतो की तो त्याचा हुंडा वाढवेल. तो त्याला आणखी वीस हजार क्राउन्स देईल. कारण त्याची मुलगी इतकी बदललेली असते की जणू काही ती दुसऱ्याच कुणाची तरी मुलगी असावी की काय, असं वाटायला लागलेलं असतं.

मग त्यानंतर मात्र लवकरच कॅथेरीन पुन्हा एकदा पाडुआमध्ये प्रसिद्ध होते. पण आता तिला लोक, 'कजाग कॅथेरीन' म्हणत नसतात. तिला ते आता, 'केवळ शहरातलीच नव्हे, तर संपूर्ण इटलीतली सर्वात जास्त आज्ञाधारक कॅथेरीन,' म्हणून ओळखायला लागलेले असतात.

◆

हेन्री फाइव्ह

विल्यम शेक्सपिअर

अनुवाद

मंजूषा आमडेकर

मेहता पब्लिशिंग हाऊस

Please contact us at **Mehta Publishing House,** 1941, Madiwale Colony, Sadashiv Peth, Pune 411030.
✆ +91 020-24476924 / 24460313
Email : production@mehtapublishinghouse.com
sales@mehtapublishinghouse.com
Website : www.mehtapublishinghouse.com
** या पुस्तकातील लेखकाची मते, घटना, वर्णने ही त्या लेखकाची असून त्याच्याशी प्रकाशक सहमत असतीलच असे नाही.*

HENRY FIVE by WILLIAM SHAKESPEARE

Translated into Marathi Language by Manjusha Amdekar

हेन्री फाइव्ह / कुमारसाहित्य

अनुवाद : मंजूषा आमडेकर
१९, रेश्मा रेसिडेन्सी, लोकमान्य कॉलनी, पुणे ४११०३८.

मराठी अनुवादाचे व प्रकाशनाचे हक्क मेहता पब्लिशिंग हाऊस, पुणे.

प्रकाशक : सुनील अनिल मेहता, मेहता पब्लिशिंग हाऊस,
१९४१, सदाशिव पेठ, माडीवाले कॉलनी, पुणे – ४११०३०.

मुद्रक : स्पेक्ट्रम ऑफसेट, डी-२/४, सत्यम इस्टेट,
सीडीएसएसच्या मागे, एरंडवणे, पुणे - ४११००४.

मुखपृष्ठ व
आतील चित्रे : देविदास पेशवे

प्रथमावृत्ती : ऑक्टोबर, २०१८

संचाची किंमत : ₹ १५००

P Book ISBN 9789353170950

E Book ISBN 9789353170967

E Books available on : play.google.com/store/books
www.amazon.in/b?node=15513892031

राजा हेन्री पाचवा

एक्झेटरचा ड्यूक
(राजाचा काका)

केंब्रिजचा अर्ल
(राजाचा विश्वासघात करणारा)

मायकेल विलियम्स
(राजाच्या लष्करातला
एक सैनिक)

फ्रान्सचा राजदूत

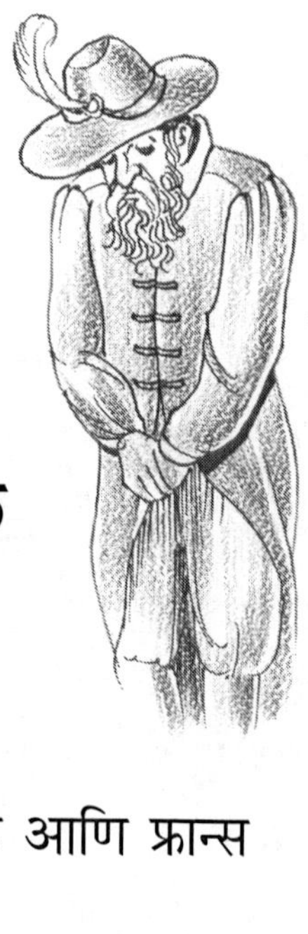

फ्रान्सचा संदेशवाहक

काळ - १५ व्या शतकातलं इंग्लंड आणि फ्रान्स

हेन्री फाइव्ह

नव्या राजाचा उल्लेख करताना लोक त्याला क्वचितच राजा 'हेन्री' असं संबोधायचे. त्याच्याबद्दल बोलताना त्याला 'हाल' (म्हणजे बिघडलेला किंवा वाया गेलेला) किंवा 'हॅरी' तरी म्हणायचे; किंवा मग कुठल्यातरी टोपणनावानं त्याचा उल्लेख करायचे. कुमारवयात तो किती बंडखोर आणि रासवट राजकुमार होता ते सगळ्यांना चांगलंच माहीत होतं.

हॅरी स्वत:च्या राजेशाही वडिलांपेक्षा सर जॉन

फालस्टाफ नावाच्या नीच म्हाताऱ्यासोबत अधिक वेळ असायचा. हॅरीनं आयुष्यातला बराचसा काळ या माणसाबरोबर दारू कशी प्यायची आणि जुगार कसा खेळायचा हे शिकण्यातच वाया घालवला होता. आणि आता हा बेपर्वा हॅरी राजा बनून बसलेला होता. पण तो राजा म्हणून कसा वागेल, याचा कुणालाही अंदाज येत नव्हता. काही जणांना असं वाटत होतं की तो राज्याचा सत्यानाश करून ठेवेल; तर बाकीचे म्हणत होते की येणारा काळच खरं काय ते सिद्ध करून दाखवेल. मात्र नवीन राजा म्हणून या तरूण राजाला फारच खडतर काळ घालवावा लागणार आहे, हे सर्वांनाच माहीत होतं.

गेली पंचवीस वर्षं इंग्लंड आणि फ्रान्समध्ये युद्ध सुरू होतं. तसा या दोन्ही राष्ट्रांमध्ये युद्धबंदी करार

झालेला होता. पण तो करार काही तसा सरळसाधा नव्हता. लोकांचं पाठबळ नसलेला दुबळा इंग्लिश राजा कदाचित फ्रान्सपुढे कमजोर पडू शकला असता. फ्रान्स तर काय, इंग्लंडमध्ये घुसखोरी करायला टपूनच बसलेलं होतं.

००००००

हेन्रीच्या राज्याभिषेकानंतर काही दिवसांनी सगळे सरदार एकत्र आले होते. लंडनमधल्या राजवाड्यातल्या स्वागतकक्षात हे सर्व मान्यवर लोक गोळा झालेले होते. त्यांच्यामध्ये एक्झेटरचा ड्यूक होता. हा राजाचा काका होता. हेन्रीला आता फार मोठी परीक्षा द्यावी लागणार आहे, हे त्याला माहीत होतं. त्याच्या मनात आलं की, 'त्या महान राजसिंहासनावर बसण्याच्या दृष्टीनं तो किती लहान

आणि एकटा पडल्यासारखा वाटतोय!' त्याला वाटत होतं की, 'त्यानं त्याच्या आईचे काळे केस आणि प्रेमळ डोळे घेतले आहेत; पण त्याच्या अंगात त्याच्या वडिलांसारखं साहस आहे की नाही कुणास ठाऊक!'

त्याच्या मनातल्या या प्रश्नाचं उत्तर थोड्याच वेळात त्याला मिळालं. कारण तेवढ्यातच दरबाराचे दरवाजे उघडले गेले. फ्रान्सचा राजकुमार, डाउफिनच्या राजदूतानं तिथे प्रवेश केला. हा राजदूत आत आला आणि संपूर्ण स्वागतकक्षात अत्तराचा घमघमाट पसरला. जणू काही तो अत्तरात न्हाऊनच घरून निघालेला होता. त्याच्या दाढीचे केस कुरळे होते. त्याच्या अंगावरचे कपडे मोरपिसासारखे चमचमते रंगीबेरंगी होते. त्याच्या पाठीमागे दोन

रक्षक होते. त्यांच्या हातात एक लाकडी संदूक होती. ती त्यांनी खाली जमिनीवर ठेवली.

राजदूतानं नाट्यमय रीतीनं वाकून कुर्निसात केला. 'महाराज,' तो अत्यंत मधाळ आवाजात बोलायला लागला. 'माझ्या सरकारांनी, डाउफिनने आपल्याला नमस्कार कळवला आहे.'

त्यावर अत्यंत थंडपणानं हेन्री म्हणाला, 'मला त्या नमस्कारापेक्षाही जास्त काहीतरी हवं आहे.' हेन्री पुढे म्हणाला, 'माझ्या वडिलांनी राजा चार्ल्सकडून जी फ्रान्सची भूमी जिंकलेली होती, ती मला परत हवी आहे. त्यावर त्याचं काय म्हणणं आहे?'

आपल्या दाढीतल्या कुरळ्या केसांमधून हात फिरवत छद्मीपणे हसत राजदूत म्हणाला, 'सध्या महाराज काही महत्वाच्या कामांमध्ये अडकून पडलेले

आहेत.' क्षणभर थांबून तो पुढे म्हणाला, 'त्यामुळे, त्यांनी विचार केला की राजकुमार डाउफिन आपल्याच वयाचे असल्यामुळे ते आपल्या विनंतीचा जास्त योग्य प्रकारे विचार करू शकतील.'

राजदूताचा अपमानकारक सूर ऐकताच हेन्रीच्या तळपायाची आग मस्तकाला गेली. पण तरीही आपला आवाज त्यानं अतिशय शांत ठेवला. तो म्हणाला, 'अच्छा? मग डाउफिनचं काय म्हणणं आहे?'

'राजकुमार डाउफिनना वाटतं की आपण अजून राज्यकारभार चालवण्याच्या दृष्टीनं फारच नवखे आहात.' आणि मग लाकडी संदूकीकडं बोट दाखवत तो पुढे म्हणाला की, 'त्यामुळे त्यांनी एक भेट पाठवली आहे. फ्रान्सच्या राज्याधिकारापेक्षाही ही

भेट आपल्यासाठी जास्त योग्य आहे असं त्यांना वाटतं.'

राजदूतानं बोटांची टिचकी वाजवली. त्याबरोबर रक्षकांनी त्या संदूकीचं झाकण उघडलं. त्यात खचाखच भरलेले टेनिस बॉल्स होते. त्यातला एक बॉल संदूकीतून बाहेर पडला. गडगडत जाऊन सिंहासनावर बसलेल्या हेन्रीच्या पायाशी पडला.

ते पाहून सगळे सरदार हबकलेच. श्वास रोखून एकमेकांकडे पाहू लागले. राजा हेन्रीचा त्याच्या सर्व सरदारांसमोर अपमान करण्यात आला होता. त्याची टिंगल उडवण्यात आलेली होती. आता तो त्यावर काय प्रतिक्रिया देईल?

हेन्रीनं वाकून पायाजवळचा बॉल उचलला. त्यानं त्या बॉलला एक टप्पा दिला. आणि आपल्या उजव्या हातात बॉल पकडत तो म्हणाला, 'जा, तुमच्या राजकुमाराला जाऊन सांगा की, त्यानं माझ्याबरोबर एका खेळाला सुरुवात केली आहे खरी; पण एक दिवस असा येईल की, आपण या खेळाच्या फंदातच पडायला नको होतं, असं त्याला वाटल्यावाचून राहणार नाही.' तो पुढे म्हणाला, 'त्यानं गंमतीनं पाठवलेले टेनिस बॉल बघता बघता तोफेचे गोळे बनून जातील; आणि त्याच्या या गंमतीवर दात काढणारे फ्रान्सचे लोक मी खेळ संपवायच्या आत टाचा घासून कधी रडायला लागतील, ते त्यांचं त्यांनाही कळणार नाही!'

ते ऐकताच राजदूताचा चेहरा पांढराफटक पडला. त्यानं कसाबसा वाकून कुर्निसात केला आणि तो दरबारातून सटकला. तो गेल्यावर दरबाराचे दरवाजे बंद झाले. सगळे सरदार आपापसात बोलायला लागले. त्यातले बहुतेकजण हेन्रीकडे मोठ्या कौतुकानं पहात होते. पण केंब्रिजचा अर्ल मात्र राजावर चांगलाच उखडलेला होता. दरबारात चाललेल्या गोंगाटाच्या वरताण आवाज काढत तो गरजला, 'सरकार, तुम्ही उतावळेपणानं उत्तर दिलंत.

त्यापेक्षा अनुभवी सरदारांशी सल्लामसलत तरी करायला हवी होती. अविचारानं देशाला इतक्या मोठ्या युद्धाच्या संकटात ढकलायला नको होतं.'

'माझा अपमान हा आपल्या देशातल्या लोकांचा अपमानच आहे!' हेन्रीनं त्यावर फाडकन उत्तर दिलं. 'शिवाय, लॉर्ड केंब्रिज, मी विश्वासघातक्यांचे सल्ले ऐकत नसतो!'

कुणीतरी जणू काही आपल्याला अणकुचीदार सुऱ्यानं भोसकलेलं असावं, तसा केंब्रिज जबरदस्त सटपटला. त्याचे डोळे भीतीनं बाहेर पडतायत की काय, असं वाटायला लागलं.

'मी लहान असल्यामुळे मला सहजपणानं टोपी घालता येईल, असं वाटलं असावं बहुधा तुम्हाला,' हेन्री पुढे बोलत राहिला. 'पण मी तुमच्या उचापती

बरोब्बर शोधल्या आहेत. फ्रान्सच्या सोन्यानाण्याच्या बदल्यात तुम्ही आपल्या देशाशी गद्दारी केली आणि राजा चार्ल्ससाठी हेरगिरीही केली. रक्षकांनो, पकडा त्याला आणि न्या बुरुजाकडे!'

केंब्रिजच्या विश्वासघाताबद्दल ऐकून सगळे दरबारी आ वासून पहातच राहिले. राजा हेन्रीचा कठोर बाणा पाहून अक्षरशः अवाक झाले. त्यांच्यापैकी कुणाही पेक्षा तो जास्त हुशार आणि कणखर मनाचा होता हे त्या सर्वांच्या ताबडतोब लक्षात आलं.

देशवासियांनी राजा हेन्रीच्या आवाहनाला प्रतिसाद दिला. ते फ्रान्सविरूद्ध लढायला तयार झाले. मग ते लोहार असोत, शेतकरी असोत, चाकं

बनवणारा गाडीवान, विणकर, कारकून... कुणी का असेनात... सर्वांनी आपापली घरंदारं सोडून दिली आणि ते तडक दक्षिणेकडे जायला निघाले.

नवतरुणांना वाटलं की युद्ध म्हणजे सुट्टी घालवल्यासारखं धमाल काहीतरी असेल; युद्धात सहभागी झाल्यामुळे आपलं नाव होईल; आपल्याला प्रसिद्धी मिळेल. पण ज्यांनी यापूर्वी युद्धात भाग घेतलेला होता, त्यांना खरंखुरं युद्ध चांगलंच माहीत होतं. त्यांचे चेहरे काळजीनं आणि दुःखानं काळवंडले आणि ते अगदी मूग गिळून गप्प होते.

दक्षिणेतील सर्व पुरूषांनी प्रशिक्षण घ्यायला सुरुवात केली. तासन्तास आणि दिवसच्या दिवस ते संचलन करत राहिले. कवायत करत राहिले. जे लोक धनुष्यबाण विभागात होते ते आपला तीर अचूक निशाण्यावर बसेपर्यंत सराव करत राहिले.

हळूहळू सामान्य नागरिकांचं रुपांतर सैनिकांमध्ये झालं. युद्धाची संपूर्ण तयारी झाल्यानंतर इंग्लिश युद्धसेना जहाजात बसून फ्रान्सच्या हफ्ल्यूअर बंदराकडे जायला निघाली.

००००००

खाडी ओलांडायला आणि किनाऱ्यावर जहाजं रिकामी करायला हेन्रीच्या माणसांना संपूर्ण दिवस लागला. सर्वांनी किनाऱ्यावरच रात्र काढली. पहाट होण्यापूर्वीच त्यांना जागं करण्यात आलं. त्यांना आपली हत्यारं पारजून तयार व्हायचं होतं; वेढा देण्यासाठी वापरल्या जाणाऱ्या शिड्या तयार ठेवायच्या होत्या; आणि जहाजांना भोकं पाडून त्यांचा पाडाव करण्यासाठी वापरली जाणारी टोकेरी हत्यारं आणि ती फेकणारी तोफेसारखी यंत्रंही तयार ठेवायची होती. या सगळ्यासाठी त्यांना हा वेळ

लागणारच होता. हफ्ल्यूअरची तटबंदी अशुभाच्या सावटासारखी दिसत होती.

सूर्य उगवताच हेन्री घोड्यावर बसून आपल्या माणसांच्या पुढे उभा राहिला. तो त्याच्या करड्या रंगाचे ठिपके असलेल्या लढाऊ घोड्यावर बसलेला होता. सकाळच्या कोवळ्या उन्हात त्याच्या अंगावरचं चिलखत चमकत होतं. 'इंग्लिश माणसं ही

शांतताप्रिय लोकं आहेत,' तो आपल्या सैन्याला उद्देशून बोलायला लागला, 'पण, युद्धाचा प्रसंग आलाच, तर आपण वाघांसारखे तुटून पडू शकतो! तुमच्या डोळ्यांमध्ये युद्धाची आग भडकू देत. त्या आगीत शत्रूच्या अंगातलं अवसान जळून राख होऊ देत! आता तुमचा एकच नारा असेल : हॅरीचा, इंग्लंडचा आणि सेंट जॉर्जचा विजय असो!'

राक्षसी आरोळ्या ठोकत तोफा गडगडायला लागल्या. आणि समुद्रकिनाऱ्यावरून इंग्लिश सैन्यानं

आक्रमण केलं. रात्र होईपर्यंत हफ्ल्यूअरचा पाडाव झाला होता.

००००००

कॅलेच्या बंदराकडे कूच करायचा हेन्रीचा मनसुबा होता. हे बंदर आधीपासूनच इंग्रजांच्या ताब्यात होतं. दुसऱ्या दिवशी सकाळी राजा चार्ल्सकडून एक माणूस संदेश घेऊन आला.

'राजाची आज्ञा आहे की, तुम्ही ताबडतोब शरणागती पत्करा. अजूनही तुम्हाला संधी दिली आहे तोपर्यंत फ्रान्सची भूमी सोडून निघून जा!' त्या संदेशवाहकानं अत्यंत तिरस्कारानं राजाचा निरोप खडसावून सांगितला. 'राजा ॲगिनकोर्टमध्ये आपल्या सैन्याचा तळ ठोकून बसलेला आहे. या

सैन्यात थोडेथोडके नाहीत, तर तब्बल पन्नास हजार सैनिक आहेत. तुम्ही जर का त्याच्या अटी मान्य केल्या नाहीत, तर तो तुमच्यावर आक्रमण करेल आणि तुम्हाला सर्वांना चिरडून टाकेल.'

'सरकार,' एक्झेटरचा ड्यूक हळू आवाजात पुटपुटला, 'आपल्याकडे फक्त चार हजार माणसं आहेत. जर इथे येऊन फ्रान्सनं आपल्यावर हल्ला चढवलाच, तर आपल्यातल्या सर्वांना ते कंठस्नान घालतील हे नक्की.'

'तसं असेल तर काका, आपल्यालाच त्यांच्याकडे जावं लागेल,' हेन्री शांतपणे म्हणाला. तो त्या संदेशवाहकाकडे वळला आणि म्हणाला, 'जा, राजा चार्ल्सला जाऊन सांग की त्याचं सैन्य माझ्या वाटेत आडवं येतंय. मी ॲगिनकोर्टाकडे यायला निघतो आहे. तो जर बाजूला सरकला नाही, तर ही सगळी जमीन फ्रान्सच्या लोकांच्या रक्तानं न्हाऊन निघेल!'

आणि मग इंग्लिश सैन्य ॲगिनकोर्टाकडे दौडत निघालं. पुढे दोन जंगलांमधल्या सपाट मैदानावर फ्रान्सकडे तोंड करून त्यांनी आपला तळ ठोकला. इंग्लिश सैन्याची संख्या आणि आकारमान पाहून फ्रेंच सैन्यानं शिट्ट्या मारल्या. कुत्सितपणे टिंगल करत आरोळ्या ठोकल्या. आपल्या ढालींवर तलवारी आदळत मोठ्ठा दणदणाट केला.

त्यावर हेन्रीनं फक्त आपले कान बंद करून घेतले. त्यांच्या त्या टोमण्यांकडे साफ दुर्लक्ष करून त्यानं आपल्या सैन्याची रचना करण्याकडे आपलं सगळं लक्ष केंद्रित केलं. मग रात्री उशीरा आपल्या रणनीतीबाबत त्यानं सेनापतींशी चर्चा केली. ते सगळे त्याच्या तंबूतून निघून गेल्यानंतर हेन्रीनं थोडीशी विश्रांती घेण्याचा प्रयत्न केला. पण त्याच्या मनात हलकल्लोळ माजला होता. त्याला काही केल्या झोप लागेना. आपलं मन शांत करावं या हेतूनं त्यानं डोकं झाकून टाकणारा एक झगा अंगावर चढवला. तो आपल्या लष्करी तळामधून चालायला लागला.

त्याची माणसं शेकोट्यांभोवती अंगाची मुटकुळी करून झोपलेली होती. वातावरणात घोरण्याचा आवाज भरून राहिलेला होता. किंवा मग भयंकर

स्वप्नामुळे दचकून जागं होत मारलेल्या किंकाळ्या ऐकू येत होत्या. पलिकडच्या बाजूला फ्रान्सचा लष्करी तळ दिसत होता. शेकोटीच्या उजेडाचे पुंजके चमचमत होते. हिवाळ्याच्या रात्रीत आकाशात दिसणाऱ्या चांदण्याइतकेच ते पुंजके असंख्य होते.

हेन्री विचारांमध्ये बुडून गेला होता. इतका की एका तंबूसमोरच्या शेकोटीजवळ उभ्या रक्षकाकडे त्याचं लक्षही गेलं नाही. आपल्याच नादात चालत तो थेट त्या रक्षकाच्या हातातल्या भाल्याच्या टोकापाशीच जाऊन धडकला.

'कोण आहे ते?' तो रक्षक खेकसला.

'मी एक मित्र आहे,' हेन्रीनं उत्तर दिलं.

'तुझा कमांडर कोण आहे?'

'एक्झेटरचा ड्यूक.'

त्यासरशी रक्षकानं त्याचा भाला खाली केला आणि तोंड वाकडं केलं. 'उत्तम सेनापती!' तो कुरकुरला. 'राजाच्या ऐवजी त्यानं जर सैन्याला मार्गदर्शन केलं असतं, तर आज आपण या संकटात सापडलोच नसतो. मी तुला पैजेवर सांगतो बघ, तो बारक्या हेन्री मनात म्हणत असेल की आपण इथे येण्यापेक्षा तिकडे लंडनमध्येच मस्त दुलईत गुरफटून झोपून राहिलो असतो तर जास्त बरं झालं असतं.'

'राजाची कुठेही असण्याची इच्छा नाही, त्याला इथेच थांबायचं आहे,' हेन्री म्हणाला.

शेकोटीत थुंकण्यासाठी रक्षक वळला. त्याच्या चेहऱ्यावर आगीचा प्रकाश पडला. त्याच्या मोडक्या नाकावर आणि डाव्या गालावरच्या तलवारीच्या मोठ्या वणावर तो प्रकाश थरथरला.

‘काही सांगू नकोस त्या राजांचं!’ तो गुरगुरला. ‘ते नुसते आपापसात भांडत बसतात. आणि तुझ्या-माझ्यासारखे लोक मात्र लढतात, जखमी होतात आणि मरतात!’

‘उद्या राजा पहिल्या फळीत लढेल बघ. आपल्या माणसांच्या खांद्याला खांदा लावून लढेल. तू पाहशील,’ हेन्री म्हणाला.

‘चल रे, मी माझ्या संपूर्ण आठवड्याची कमाई पैजेवर लावतो. तो सर्वांत मागे असेल. आणि त्याच्या त्या वाऱ्यासारख्या वेगवान घोड्यावर बसून पळ काढण्याच्या तयारीत असेल!’ रक्षक कडवटपणे म्हणाला.

‘असं म्हणतोस? ठीक आहे तर मग,’ हेन्री म्हणाला. ‘जर का आपण दोघेही जगलो वाचलो, तर

युद्ध संपल्यावर माझ्याजवळ ये. मग बघू आपण कुणाचं खरं ठरतं ते. तुझं नाव काय?'

'मायकेल विलियम्स,' रक्षक म्हणतो. 'आणि तुझं?'

'हॅरी ली रॉय,' हेन्रीनं किंचित हसून सांगितलं. मग तो तिथून निघून गेला आणि बघता बघता अंधारात दिसेनासा झाला.

००००००

भल्या पहाटे, जवळपास मध्यरात्रीच म्हणा ना, जबरदस्त वादळ सुरू झालं. पाऊस अक्षरशः निर्दयपणे झोडपून काढायला लागला. इंग्लिश

आणि फ्रेंच, दोघांनाही त्यानं ओलंचिंब करून टाकलं. सपाट मैदान तर जणू काही चिखलाचा समुद्रच बनून गेलेलं होतं. पहाट होता होता पाऊस थांबला. पण आकाश अजूनही काळ्याकुट्ट ढगांनी झाकोळून गेलेलं होतं.

फ्रेंच सैन्याची पहिली तुकडी रणांगणावर दाखल झाली. त्यांच्या सैन्याच्या पहिल्या फळीत सरदार आणि घोडेस्वार होते. त्यांच्या शिरस्त्राणावरचे उंचवटे काळोख्या आकाशात फडफडत होते. त्यांची चिलखतं चांदीसारखी चमकत होती. त्यांच्या मागून जाळीदार चिलखतं घालून पायदळ सैन्य पळत येत होतं. त्यांच्या हातात निळ्या ढाली होत्या. त्यावर सोनेरी रंगात फ्ल्यूअर्स-डी-लिस असं चितारलेलं होतं.

हेन्रीनं आपल्या तीरकमठा घेतलेल्या सैनिकांना तयार रहायला सांगितलं. आणि आपल्या खुणेची वाट पहायला सांगितली.

फ्रेंच सरदार घोड्यांवरून दौडत दौडत इंग्रजांवर चालून आले. घोड्यांच्या टापांनी सगळी जमीन हादरली. त्यांच्या खुरांमुळे उडणारा चिखल त्यांच्यावर बसलेल्या स्वारांच्या अंगावर उडला. आपले भाले खाली करून सरदार युद्धाच्या आरोळ्या

ठोकायला लागले. पण इंग्लिश सैन्याकडे दौडत जाताना निम्म्याच अंतरावर फ्रान्सची घोडी दलदलीत रुतली आणि धडपडली. सरदार घिसाडघाईनं त्यांची वेसणं करकचून खेचायला लागले. त्यांना घट्टपणे पाय रोवून दौडायला लावण्याचा प्रयत्न करू लागले. पायदळातले लोकही चिखलात रुतले. मग सगळीकडे एकच सावळा गोंधळ माजला. जिकडे तिकडे घोड्यांच्या खिंकाळण्याचे आवाज आणि माणसांच्या शिव्याशापांचे, किंचाळण्याचे आवाज ऐकायला यायला लागले.

हेन्रीनं आपली तलवार उपसली आणि आपल्या डोक्याच्या वर उंचावून नाचवली. 'आक्रमण!' तो बेंबीच्या देठापासून ओरडला.

त्याची आज्ञा होताच हजारो धनुष्यांमधून हजारो लांब लांब बाण सुसाटत निघाले. जंगलातल्या झाडीमधून वारं घोंघावत जावं तसा आवाज यायला लागला. फ्रेंच सैन्यावर जीवघेणा मारा व्हायला लागला. ते बाण त्यांची चिलखतं, हाडं आणि मांस चिरत जायला लागले. सरदार आपापल्या घोड्याच्या खोगीरावरून खाली कोसळून पडायला लागले. बिथरलेली घोडी उधळली आणि वाटेत येणाऱ्याला लाथाडत, चिरडत सुसाट पळत सुटली.

फ्रेंच सैन्यावर अखंड तीर बरसायला लागले. बाणांचा अक्षरशः भडिमार व्हायला लागला. आता तिथे फक्त सुसाटत रोरावणाऱ्या बाणांचा घोंघावणारा आवाजच तेवढा ऐकायला येत होता. जखमी सैनिक रांगत, सरपटत सुरक्षित ठिकाणी परत जायला लागेपर्यंत बाणांचा हा मारा सतत चालू होता.

थोड्या वेळानं फ्रेंच सैनिकांची दुसरी तुकडी सरसावून आली. पुन्हा एकदा इंग्लिश तीरकमठा सैनिकांनी त्यांना थोपवून परतवलं. फ्रेंच सैन्य माघार घेतच होतं; पण पळता पळता ते त्यांच्याच तिसऱ्या तुकडीच्या अंगावर जाऊन धडकले. ती त्यांच्या

पाठीमागून येतच होती. आता मात्र हेन्रीनं आपल्या नेतृत्वाखाली आपल्या माणसांना मैदानात उतरवलं. आता दोन सैन्यं वादळी गडगडाट होत असावा तशी एकमेकांना भिडली.

आत्ताची धुमश्चक्री दोन तास चालली. फ्रेंच सैनिक वैतागलेले होते आणि गोंधळूनही गेले होते. कारण, त्यांना आपले सेनापती ठार झालेले दिसले. त्यांना आज्ञा करायला आता कुणी नेताच शिल्लक

राहिलेला नव्हता. त्यांनी तरीही शूरपणे तोंड दिलं. पण इंग्लिश सैनिकांच्या भयंकर आक्रमणापुढे त्यांचा टिकाव लागला नाही. अखेरीस फ्रेंच सैनिकांनी पाठीला पाय लावून तिथून अक्षरश: पळ काढला.

ॲगिनकोर्टच्या रणांगणावर सात हजार सैनिकांनी प्राण गमावले. त्यामध्ये मोठमोठाले शूर लढवय्येही होते. सरदार होते. पण इंग्लिश सैनिकांमधली फक्त शंभर माणसं कामी आली.

०००००

सूर्य मावळल्यानंतर त्या रात्री एक फ्रेंच संदेशवाहक हातात पांढरी निशाणी घेऊन तह करण्यासाठी म्हणून इंग्लिश तंबूकडे आला. हफ्ल्यूअरला हाच माणूस संदेश घेऊन आलेला होता. पण या खेपेला तो माजरटासारखा वागत नव्हता. त्याच्या चिलखताला पोचे पडलेले होते. ते चेपलेलं होतं. त्याच्या तोंडाला चिखल लागलेला होता आणि ते रक्तानं माखलेलं होतं.

'राजा चार्ल्सनं शांतीचा संदेश पाठवलेला आहे,' तो विनम्रपणे म्हणाला. 'तुम्हाला हवा तो सर्व प्रदेश ते परत करायला तयार आहेत. इतकंच नाही, तर राजाची तुम्हाला त्याची मुलगी, राजकुमारी कॅथेरिन देण्याची इच्छा आहे. म्हणजे मग तुम्हा दोन्ही

घराण्यांमध्ये कायमची शांती नांदू शकेल.'

'मला हे मान्य असल्याचा निरोप तुझ्या राजाला जाऊन दे,' हेन्री म्हणाला. 'आम्ही भेटू आणि तहाची बोलणी करू.'

त्या रात्री इंग्लिश तळावर जल्लोशाचं वातावरण होतं. मध्यरात्रीच्या सुमारास हेन्री आपल्या कमांडर्सच्या घोळक्यातून हळूच सटकला. तो मायकेल विलियम्सला शोधत होता. तो आधी भेटला होता त्याच जागी पहारा देत असलेला दिसला.

हेन्रीला पाहताक्षणीच विलियम्स एका गुडघ्यावर बसला. 'सरकार,' तो पुटपुटला. 'त्या रात्री मी तुम्हाला ओळखू शकलो नाही. पण आज जेव्हा तुम्ही

सैन्याचं नेतृत्व केलं, तेव्हा मात्र मी तुम्हाला ओळखलं.'

'मग?' हेन्री हसत म्हणाला. 'मी पैज जिंकली की नाही?'

'त्या रात्री मी अगदी मूर्खासारखंच काहीतरी बरळत होतो!' रक्षक क्षमेच्या स्वरात बोलला.

हेन्रीनं आपला हात रक्षकाच्या खांद्यावर ठेवला. मग आपल्या कमरेला लावलेली सोन्याच्या नाण्यांनी भरलेली थैली काढली. त्यानं ती थैली त्या चकित झालेल्या रक्षकाला दिली.

'हे घे,' हेन्री म्हणाला. 'त्या रात्री तू तुला मनापासून जे वाटलं तेच बोललास. तुझ्याइतक्याच मोकळेपणानं माझ्याशी सर्व प्रामाणिक माणसांनी नेहमी बोलावं, इतकीच माझी अपेक्षा आहे.'

००००००

पाचव्या हेन्रीनं असामान्य विजयानं प्रजाजनांना जिंकून घेतलं. सर्वसामान्य माणसाचं आयुष्य त्याला कळायला लागल्यामुळं लोक त्याच्यावर प्रेम करायला लागले. फ्रेंच राजकुमारी कॅथरीनला भेटताक्षणीच ते एकमेकांच्या प्रेमात पडले. तिला इंग्रजीचा गंधही नव्हता; त्याचे अजब फ्रेंच उच्चार ऐकून तिला खळखळून हसू फुटायचं. त्यांच्या लग्नानंतर फ्रान्स-इंग्लंडमधलं जुनं कटु युद्ध संपलं. मेजवान्या आणि मैत्रीनं त्या युद्धाचा शेवट झाला.

◆

पाचव्या हेन्रीची राष्ट्रभक्ती

शेक्सपिअरच्या काळात पेपर, रेडिओ किंवा टीव्ही नव्हता. त्यामुळे आसपासच्या जगात जे काही घडतं आहे त्याबद्दल सर्वसामान्य माणसाला काय वाटत होतं हे जाणून घेणं फारच कठीण होतं. तरीपण नाटककार नेहमीच आपल्या नाटकांमधून सर्वमान्य मतं मांडत असत. याचंच एक उत्तम उदाहरण म्हणजे, हेन्री फाइव्ह.

शेक्सपिअरनं हे नाटक १५९९ मध्ये लिहिलं. याच वर्षी एसेक्सच्या अर्लनं आयर्लंडमधल्या राजाला नमवण्याकरता सैन्य नेलं होतं. बऱ्याच जणांना असं वाटलं की पाचव्या हेन्रीला ॲगिनकोर्टाच्या युद्धात जसा सुप्रसिद्ध प्रचंड विजय मिळाला तसाच अर्ललाही मिळेल.

हे नाटक ऐतिहासिक घटनांवर आधारलेलं आहे. पण शेक्सपिअरनं यात असं दाखवलं आहे की, एका धुरंधर नेत्याच्या नेतृत्वाखाली लढणारं सैन्य आणि एकीनं वागणारं राष्ट्र भित्र्या शत्रूला पळवून लावू शकतं. सैनिकांना हेन्रीनं दिलेलं राष्ट्रवादानं भारलेलं भाषण इंग्लंडमधल्या एलिझाबेथच्या काळातल्या जनमताचा ठाव घेतं.

'हेन्री फाइव्ह' या पुस्तकात, हेन्री चांगला राजा

होऊ शकेल अशी कुणाचीही अपेक्षाच नसते. कारण राजकुमार असताना त्याचं वागणं अगदीच बेताल असतं. पण राजगादीवर राजा म्हणून बसताच तो आपल्या चातुर्याचं आणि साहसाचं प्रदर्शन करतो. आपली योग्यता तो सर्वांना दाखवून देतो.

ॲगिनकोर्टच्या रणांगणावर होणाऱ्या युद्धाच्या आदल्या रात्री हेन्री वेषांतर करून एका सामान्य सैनिकाला भेटतो. त्याच्याशी बोलतो. शेक्सपिअरनं यातून असं दाखवलं आहे की नेता सामान्य लोकांपासून वेगळा नसतो. हा एक असा राजा आहे की ज्याचा सर्वसामान्य माणसाशी सूर जुळतो. त्यांच्यातल्या प्रामाणिकपणाची त्याला किंमत वाटते.

पुढे होणाऱ्या युद्धात, फ्रेंच सैन्यातले अनेक सैनिक मरण पावतात. पण इंग्लिश सैन्यातले फारच थोडे सैनिक प्राणाला मुकतात. नाटक सादर होत असताना शेवटच्या प्रसंगात प्रेक्षक आरडाओरडा करून थिएटर डोक्यावर घेतात. कारण तेही त्यांच्यातला राष्ट्रवादच दाखवून देत असतात. त्यांना त्यांच्या देशाचा आणि त्यांच्या सामर्थ्याचा अभिमान वाटत असतो.

◆

शेक्सपिअर आणि ग्लोब थिएटर

शेक्सपिअरच्या सर्वाधिक प्रसिद्ध नाटकांपैकी काही नाटकांचे पहिले प्रयोग ग्लोब थिएटरमध्ये करण्यात आले होते. हे थिएटर थेम्स नदीच्या दक्षिण किनाऱ्यावर १५९९ साली बांधण्यात आलं होतं.

हल्लीच्या थिएटरच्या मानानं ग्लोबमधला अनुभव अनोखा असायचा. आकारानं ओबडधोबड गोलसर अशी ग्लोबची इमारत होती, तिच्या बाजू मात्र चपट्या होत्या : एखाद्या डोनटला पन्नास पेनीच्या नाण्यानं रेघा मारून चपटं केलं असावं तशाच

काहीश्या. ग्लोब थिएटर हे छप्पर नसलेलं ओपन एअर थिएटर असल्याकारणानं तिथे फक्त उन्हाळ्यात आणि वसंत ऋतूमधील दिवसाच्या वेळीच प्रयोग सादर केले जात असत. मध्यभागी उभं राहून नाटक पाहण्याकरता लोक एक पेनीचं तिकीट काढत असत, आणि हा प्रेक्षकवर्ग 'द ग्राउंडलिंग्ज' या नावानं ओळखला जायचा, कारण ते ग्राउंडवरती उभे रहायचे. जिथे छत शाकारलेलं होतं अशा काही भागात बसण्यासाठी स्तर बनवलेले असायचे आणि तिथून मंचावरील नाटक जास्त नीटही दिसायचं, शिवाय पावसाचा त्रासही व्हायचा नाही; मात्र इथलं तिकीट महागडं असायचं.

एलिझाबेथच्या काळात लोक नियमितपणे अंघोळ वगैरे करत नसत, त्यामुळे ग्लोबमध्ये येणाऱ्या प्रेक्षकवर्गाच्या अंगाला वास येत असे. ग्राउंडलिंग्जमुळे तिथे येणारा घाणेरडा वास मारून टाकण्यासाठी, सर्वात महागड्या सीट्सवर बसणारे चांगले घरंदाज स्त्री-पुरुष मात्र अंगाला अत्तरं चोपडून येत असत किंवा गोड वासाची वनस्पती असलेल्या छोट्या थैल्या सोबत आणत असत.

स्टेजवर स्त्री कलाकार नसायचे; शेक्सपिअरच्या नाटकांमधली सर्व स्त्रीपात्रे ही मुलांनी साकार केलेली

असत, ही मुले विग लावत आणि मेकअप करत. प्रेक्षक काही फारसे सभ्यपणे वागायचे नाहीत. आपले आवडते कलाकार स्टेजवर आले की लोक टाळ्या वाजवून आनंदानं ओरडत; मात्र वाईट कलाकारांची ते टिंगलटवाळी करत आणि काही वेळा तर चक्क हाताला येईल ती वस्तू त्या कलाकारावर फेकून मारत असत.

बहुतेकसे लंडनवासी जगण्यासाठी अपार कष्ट करत. त्यांना जो काही थोडासा मौल्यवान मोकळा वेळ मिळायचा त्या वेळी स्वत:ची करमणूक करून घ्यायला त्यांना फार आवडत असे. त्या काळी शेक्सपिअरनं थिएटरच्या जादूमधली नस अशी काही पकडली होती की आजच्या घडीला, म्हणजे जवळपास त्याच्या मृत्यूला चारशे वर्षं उलटून गेल्यानंतरही त्याची नाटकं जनमानसाला भुरळ घालत असतात आणि हजारो लोक अजूनही ही नाटकं पहायला गर्दी करतात.

◆

ज्यूलियस सीझर

विल्यम शेक्सपिअर

अनुवाद
मंजूषा आमडेकर

मेहता पब्लिशिंग हाऊस

Please contact us at **Mehta Publishing House,** 1941, Madiwale Colony, Sadashiv Peth, Pune 411030.
✆ +91 020-24476924 / 24460313
Email : production@mehtapublishinghouse.com
sales@mehtapublishinghouse.com
Website : www.mehtapublishinghouse.com
** या पुस्तकातील लेखकाची मते, घटना, वर्णने ही त्या लेखकाची असून त्याच्याशी प्रकाशक सहमत असतीलच असे नाही.*

JULIUS CAESAR by WILLIAM SHAKESPEARE
Translated into Marathi Language by Manjusha Amdekar

ज्यूलियस सीझर / कुमारसाहित्य
अनुवाद : मंजूषा आमडेकर
१९, रेश्मा रेसिडेन्सी, लोकमान्य कॉलनी, पुणे ४११०३८.
मराठी अनुवादाचे व प्रकाशनाचे हक्क मेहता पब्लिशिंग हाऊस, पुणे.
प्रकाशक : सुनील अनिल मेहता, मेहता पब्लिशिंग हाऊस,
१९४१, सदाशिव पेठ, माडीवाले कॉलनी, पुणे – ४११०३०.
मुद्रक : स्पेक्ट्रम ऑफसेट, डी-२/४, सत्यम इस्टेट,
सीडीएसएसच्या मागे, एरंडवणे, पुणे - ४११००४.
मुखपृष्ठ व
आतील चित्रे: देविदास पेशवे
प्रथमावृत्ती : ऑक्टोबर, २०१८
संचाची किंमत : ₹ १५००
P Book ISBN 9789353170950
E Book ISBN 9789353170967
E Books available on : play.google.com/store/books
www.amazon.in/b?node=15513892031

ज्यूलियस सीझर

ज्यूलियस सीझर रोमन सिनेटचा सदस्य असतो. एक मोठा विजय प्राप्त करून रोमला परत आलेला असतो. तो तीन वेळा राजमुकुट नाकारतो. पण रोमन सम्राट व्हायची त्याची मनोमन इच्छा असते. नाटकात जरी त्याला अगदी सुरुवातीलाच ठार करण्यात आलेलं असलं, तरी त्याची गोष्ट मात्र तिथेच संपत नाही. बाकीच्या प्रत्येक पात्रावर त्याचा प्रभाव शिल्लक राहिलेला असतो.

ऑक्टेव्हियस सीझर

हा ज्यूलियस सीझरचा पुतण्या असतो. ज्यूलियस सीझरच्या माघारी हा रोमन लोकशाहीचा अंत करून रोमन सम्राट बनतो. हा ही ज्यूलियस सीझरसारखाच अधिकारवाणी असलेला पुरूष असतो. हा मार्क अँटोनीला आपल्याबरोबर सामील करून घेतो आणि ब्रूटस आणि कॅसियस या विश्वासघातक्यांशी लढाई करतो.

मार्क अँटोनी

हा ज्यूलियस सीझरचा घनिष्ठ मित्र असतो. हा अत्यंत उत्साही, हुशार, मनस्वी असतो. चालू क्षणात आनंदानं जगणारा असतो. हा अतिशय युक्तिबाज आणि हिकमती असतो. ब्रूटस आणि कॅसियससाठी कर्दनकाळ ठरतो.

ब्रूटस

हा विश्वासघातकी लोकांच्या गटातला एक असतो. हा फार मोठा सरदार असतो. तो सहजपणानं आहारी जाऊ शकायचा. ज्यूलियस सीझर अतिशय शक्तिशाली बनत चाललेला असतो. त्याच्यामुळे लोकशाहीला धोका निर्माण होईल की काय असं लोकांना वाटायला लागल्यानं ब्रूटस ज्यूलियस सीझरला ठार करण्यासाठी तयार होतो. ब्रूटस आपल्या व्यक्तिगत भावनांपेक्षा रोमला जास्त महत्व देत असतो.

ज्यूलियस सीझर

ज्यूलियस सीझरचं स्वागत करायला रोमवासी रस्त्या-रस्त्यावर गोळा झालेले असतात. सगळे रस्ते माणसांनी फुलून गेलेले असतात. ज्यूलियस सीझर खूप मोठा विजय मिळवून रोमकडे परत आलेला असतो. त्यानं पॉम्पेयीच्या मुलांना हरवलेलं असतं आणि त्यांना ठारही केलेलं असतं. पॉम्पेयी या रोमन सिनेटरला ज्यूलियसनं आधीच ठार केलेलं असतं.

सगळे लोक सीझरच्या भोवती गराडा घालतात. तितक्यात एक ज्योतिषी मोठ्यानं ओरडून सीझरला

सावध करतो, '१५ मार्चचा दिवस काही चांगला नाही तुझ्यासाठी. तो तुझा घातदिन आहे. त्या दिवशी सावध रहा रे बाबा!'

'हा फक्त कल्पनेच्या जगात रमणारा माणूस आहे' असं म्हणून सीझर तिथून निघून जातो.

त्या काळी राजा किंवा कुठलाही हुकूमशहा रोमवर राज्य करत नसतो. तिथे लोकशाही असते. सगळा कारभार सिनेटर्स चालवत असत. ते शक्तिशाली आणि हुशार असायचे. अशा माणसांची जी समिती होती तिला सिनेट असं म्हटलं जायचं. रोमच्या नागरिकांना याचा खूप अभिमान वाटायचा. त्यामुळेच काहीजण काळजीतही पडलेले असायचे. कारण त्यांना वाटत होतं की ज्यूलियस सीझर इतर सर्व सिनेटर्सपेक्षा जास्त शक्तिशाली होत चाललेला

असतो. तो सिनेटरची पद्धत बंद करेल का? स्वतःच राजा किंवा सम्राट बनेल का? रोममधली लोकशाही संपून जाईल का? असे प्रश्न त्या लोकांना सतावत असत.

'सीझर, मी तुला राजमुकुट देऊ करतो,' मार्क अँटोनी सिनेटर ज्यूलियस सीझरला म्हणतो. पण ज्यूलियस सीझर तो मुकुट बाजूला सरकवतो. सीझरला तीन वेळा राजमुकुट देण्यात आलेला असतो. तिन्ही वेळा त्यानं तो नाकारलेला असतो. तिसऱ्या वेळी जेव्हा सीझर बाजारपेठेत जाऊन पोचतो तेव्हा लोक त्याचा प्रचंड जयजयकार करत

असतात. आपण राजमुकुट नाकारला, हे पाहून लोक इतके आनंदित झालेले आहेत हे पाहून त्याला धक्काच बसतो. तो मनोमन दुखावलाही जातो.

सिनेटर कॅसियसच्या हे ताबडतोब लक्षात येतं. त्यामुळे मग सीझरच्या मनातल्या हेतूबाबत त्याला शंका यायला लागलेली असते. सीझर रोममधून फिरत असताना कॅसियस सिनेटर ब्रूटसशी बोलतो. आपल्या मनातली चिंता तो ब्रूटसला बोलून दाखवतो. सीझर आणि ब्रूटस यांच्यात खूप जवळीक असते. पण तरीही ब्रूटसला सीझर किंवा दुसरं कुणीही रोमचा राजा व्हायला नको असतं. रोममधली लोकशाही संपून कुणीही रोमचा सम्राट व्हायला नको असतं. कारण ब्रूटसचा लोकशाहीवर पूर्ण विश्वास असतो. सीझरनं रोमच्या नागरिकांचे लोकशाहीचे हक्क हिरावून घ्यावेत, हे त्याच्या मनाला पटत नसतं. सीझरनं लोकांचं स्वातंत्र्य काढून घ्यावं, त्यांची प्रतिष्ठा संपवावी ही कल्पनाही त्याला सहन होत नसते.

सिनेटर कॅस्का हा तिथूनच चाललेला असतो. तो ही त्यांच्या गप्पांमध्ये सहभागी होतो. 'आपणही सीझरच्या बरोबरीचेच आहोत. सीझर आपला लॉर्ड होऊन आपल्या डोक्यावर बसता कामा नये.'

कॅसियस ब्रूटसला यावर काहीतरी करण्याचा आग्रह करतो. ब्रूटस म्हणतो, 'मी यावर विचार करेन.' त्याच्या स्वरात चिंता डोकावत असते.

ब्रूटस जरी उमद्या मनाचा सरदार असला तरीही तो सहजपणानं प्रभावित होऊन एखाद्याला बळी पडू शकत असतो, असं कॅसियसच्या लक्षात येतं. मग तर सीझरमुळे आणखीनच धोका निर्माण होऊ शकला असता. त्यामुळे मग तो वेगवेगळ्या हस्ताक्षरांमध्ये अनेक पत्रं लिहितो. जणू काही ती निरनिराळ्या माणसांनी लिहिली असावीत असं वाटावं असा त्याचा हेतू असतो. त्यात असं लिहिलेलं असतं की सीझर हा दिवसेंदिवस जास्तच महत्वाकांक्षी होत चाललेला आहे. ब्रूटसनं काहीतरी करावं अशीही त्याची इच्छा असते. ही सगळी पत्रं ब्रूटसच्या खोलीत ठेवण्याचा कॅसियसचा बेत असतो. म्हणजे मग ती त्याच्या हाती लागून त्यानं वाचली असती.

त्या रात्री एक वादळ होतं. त्या भयानक हवामानामुळे कॅस्का दचकून उठून बसतो. त्याला फारच अस्वस्थ वाटायला लागतं. काहीतरी विलक्षण आणि भयंकर घडणार आहे, असं त्याला सारखं वाटायला लागतं. जणू काही स्वर्गातले देव युद्ध

करत असावेत असं वाटतं. मग तो सिसेरो नावाच्या एका वयोवृद्ध सिनेटरला जाऊन भेटतो. तो त्याला सांगतो की त्यानं काही महत्वाच्या रोमन सरदारांची बैठक बोलावली आहे. हे ही लोक सीझरला आपला जुलमी सत्ताधारी होऊ द्यायचं नाही, अशाच मताचे असतात. सिन्ना नावाचा आणखी एक सिनेटर त्यांना सामील होतो. कॅसियसनं लिहिलेली पत्रं ब्रूटसच्या खोलीत नेऊन ठेवण्याची कामगिरी त्याच्यावर सोपवण्यात येते.

त्या रात्री ब्रूटसला झोपच येत नसते. कॅसियस जे म्हणाला त्यावरच तो सतत विचार करत असतो. तो म्हणालेला असतो, 'माझं व्यक्तिशः सीझरशी काहीच वाकडं नाहीये. पण पुढच्या वेळी जर त्याला राजमुकुट देऊ करण्यात आला, तर तो कदाचित

स्वीकारेलही. शक्यता नाकारता येत नाही. आणि मग तो रोमचा राजा होऊन बसेल. आपण हे घडू नये म्हणून काहीतरी केलं पाहिजे. सीझर हा सापाचं अंडं आहे असं समजूनच आपण सावध राहिलं पाहिजे. म्हणूनच अजून अंड्याचं कवच फुटलेलं नाही, तोपर्यंतच आपण त्याला ठार केलं पाहिजे.'

तेवढ्यात ल्यूसियस हा त्याचा नोकर पोऱ्या काही पत्रं घेऊन येतो. ही पत्रं त्याच्या खोलीत ठेवण्यात आलेली असतात. ती पत्रं वाचल्यानंतर ब्रूटस आणखीनच काळजीत पडतो. त्याला आठवतं की

दुसऱ्याच दिवशी १५ मार्च असतो. त्या दिवशी सीझरसाठी काहीतरी अशुभ, भयानक घडेल, असं भाकित केलं गेलेलं असतं.

सीझरच्या विरोधात कॅसियस आणि इतर काही जणांनी एक गट स्थापन केलेला असतो. हे सगळेजण आपापल्या चेहऱ्यांवर मुखवटे चढवून खोलीत येतात. 'सर्वजणांनी आपापले हात माझ्या हातात द्या,' ब्रूटस म्हणतो. हे सगळं कटकारस्थान सीझरला ठार करण्यासाठीच रचण्यात आलेलं असतं. दुसऱ्याच दिवशी हे सगळं घडणार असतं. दुसऱ्या दिवशी सीझर सिनेट हाऊसमध्ये इतर सिनेटर्ससोबत ठरलेल्या बैठकीसाठी येणार असतो. कॅसियस सुचवतो की मार्क अँटोनीलाही ठार मारण्यात यावं. कारण तो सीझरचा अगदी जिवलग मित्र असतो. तो चतुर असतो. पण ब्रूटसला काही ते मान्य होत नाही. पण, ते काही असलं तरी, जर समजा सीझरला ज्योतिष्यानं आधीच सावध केलेलं असलं तर? आणि त्यावर विश्वास ठेवून सीझर सिनेट हाऊसमध्ये आलाच नाही तर? या प्रश्नांवर हे सगळे कारस्थानी लोक विचार करत असतात. मग ते असं ठरवतात की, जर असं घडलंच, तर ते त्याच्या घरी जाऊन त्याला सिनेट हाऊसमध्ये घेऊन येतील.

सगळे कारस्थानी लोक तिथून निघून जाईपर्यंत पहाट व्हायला आलेली असते. ब्रूटसची बायको पोर्शिया मात्र अस्वस्थ झालेली असते. आपले चेहरे झाकून आलेले हे लोक कोण होते? आपल्या नवऱ्याला काळजीत पाडण्यासारखं काय घडत होतं? तिच्या या सगळ्या प्रश्नांची उत्तरं देणं ब्रूटस

केवळ एकाच कारणामुळे टाळू शकला; त्याला भेटायला आणखी एक सिनेटर अगदी नेमका त्याच वेळी तिथं आलेला असतो.

तिकडं सीझरच्या राजवाड्यात त्याची बायको कॅलपूर्निया त्यानं बाहेर जाऊ नये, यासाठी त्याची मनधरणी करत असते. कारण तिला एक भयंकर स्वप्न पडलेलं असतं. त्यात एक सिंहीण

बाजारपेठेतून फिरताना दिसते. रक्ताचा पाऊस पडत असतो. आणि आणखीही चित्रविचित्र घटना घडत असतात. 'अगं, जे भेकड असतात ना, ते त्यांच्या मरणापूर्वीच कितीतरी वेळा मरून जात असतात.' सीझर तिला ठणकावून सांगतो. 'पण जे शूर असतात ते मरणाची चव एकदाच चाखतात.'

कॅलपूर्निया अजिजी करत त्याला सुचवते की सीझरनं मार्क अँटोनीला सिनेट हाऊसमध्ये पाठवून सीझर आजारी पडल्याचं कळवावं.

अखेरीस सीझर ते मान्य करण्याच्या बेताला येतो. पण तितक्यात डिसीयस तिथे येतो. हा कारस्थानी लोकांमधलाच एकजण असतो. पती-पत्नीतलं

संभाषण माहीत झाल्यावर तो सीझरला म्हणतो की त्यानं अशा प्रकारे सिनेट हाऊसमध्ये येण्याचं टाळलं तर सिनेटर्स त्याला भेकड समजतील. केवळ बायकोला पडलेल्या एका भयंकर स्वप्नापायी तो जर तिथे गेला नाही तर सिनेटर्स त्याला मूर्खही समजतील. त्याची टिंगल करतील. मग थोड्याच वेळात तिथे इतर कारस्थानी लोकही येतात. त्यात प्यूब्लियस, ब्रूटस, कॅस्का, लिगारियस, सिन्ना, मेटेलस आणि ट्रिबोनियस हे लोक असतात. त्या सर्वांना पाहून सीझरला काहीसं नवलच वाटतं. हे सगळेजण आपल्याला न्यायला आलेले आहेत हे पाहून त्याला आश्चर्य वाटलेलं असलं तरी आनंदही झालेला असतो. त्यामुळे तो जाण्यासाठी लगेचच तयार होतो. तो म्हणतो, 'सिनेटला माझ्यामुळे वाट पहावी लागावी, असं मला मुळीच वाटत नाही.'

पण एका नागरिकाला मात्र या कट-कारस्थानाचा सुगावा लागलेला असतो. सीझरला ठार मारण्यात येणार असल्याचं त्याला कळालेलं असतं. त्यामुळे तो सीझरला सावध करण्याचा प्रयत्न करतो. सीझर त्याच्या जवळून जात असताना तो त्याला ही माहिती देण्याचा प्रयत्न करतो. पण सीझरचं त्याच्याकडे मुळीच लक्ष नसतं. रस्त्याच्या कडेला त्याचं भविष्य वर्तवणारा ज्योतिषी उभा असतो. त्याला तो हाक मारून सहजपणानं म्हणतो, '१५ मार्च उगवला बरं का!'

'अरे सीझर, पण तो अजून मावळून नाही रे गेलेला,' ज्योतिषी दुःखानं म्हणतो.

तिकडे ब्रूटसच्या घरी पोर्शिया अस्वस्थ झालेली असते. त्यामुळे ती ल्यूसियसला बाजारपेठेत पाठवते. तिकडे काय चाललं आहे ते तिला जाणून

घ्यायचं असतं.

सीझर सिनेट हाऊसच्या पायऱ्या चढायला लागतो. कारस्थानी लोक युक्तीनं मार्क अँटोनीला सीझरपासून दूर नेतात. आणि मग सर्वजण सीझरला घेरतात. सीझरनं एका करारावर सही करावी यासाठी ते त्याला आग्रह करायला लागतात. आणि करारावर सही घेण्याचा बहाणा करत त्याच्या आणखी जवळ यायला लागतात. पण सीझर त्यावर सही करायला नकार देतो. त्याचं सगळं लक्ष त्या करारावरच रहावं याकरता ब्रूटस त्याच्यापुढे झुकतो. आता सगळे कारस्थानी लोक हल्ला करायला तयार झालेले असतात.

सर्वात पहिला वार कॅस्का करतो. तो पाठीमागून सीझरच्या मानेत तलवार खुपसतो. मग बाकीचेही त्याच्यावर तुटून पडतात. सीझर बेसावध असतो.

आपल्यावर होणारे हल्ले हातानेच परतवण्यासाठी तो निकराचा प्रयत्न करतो. पण मग ब्रूटसही त्याच्यावर वार करतो. तेव्हा मात्र तो जोरात ओरडतो, 'ब्रूटस, तू सुद्धा!' आणि मग तो मरून खाली पडतो. तो जिथे पडतो तिथे त्याच्या जुन्या शत्रूचा, पॉम्पेयीचा पुतळा असतो.

तो मरून पडताच सगळे कारस्थानी लोक आनंदानं, 'स्वातंत्र्य! मुक्ती! जुलमाचा अंत!' अशा आरोळ्या ठोकायला लागतात. ते आपले हात सीझरच्या रक्तानं माखून घेतात आणि तलवारी नाचवत विजयाचा आनंद साजरा करतात. या सगळ्या प्रकारानं अँटोनीला धक्काच बसलेला असतो. तो त्याच्या घरी परत जातो. पण लवकरच तो एक निरोप पाठवतो. तो कळवतो की त्याला परत यायचं आहे, पण जर स्वतः ब्रूटसनं त्याच्या सुरक्षिततेची हमी दिली तरच!

ब्रूटस त्याला तसा शब्द देतो. मग अँटोनी सिनेट हाऊसकडे परत जातो. सीझरच्या अंत्ययात्रेच्या वेळी लोकांसमोर भाषण करण्याची आपल्याला परवानगी देण्यात यावी याकरता तो अत्यंत चतुराईनं ब्रूटसचं आणि इतर कारस्थान्यांचं मन वळवतो. सगळ्या कारस्थानाचा सूत्रधार असतो कॅसियस. त्याला काही

ही कल्पना अजिबातच आवडत नाही. पण ब्रूटस त्याला समजावून सांगतो की शाही इतमामात सीझरची अंत्ययात्रा काढावी आणि त्याचं दफन व्हावं, हे योग्यच ठरेल. कारण सीझरची तशी योग्यता नक्कीच होती. अँटोनीनं लोकांची दिशाभूल करू नये म्हणून सर्वप्रथम ब्रूटस बोलायचं ठरवतो. अँटोनी आपल्याच परवानगीनं बोलायला उभा राहिलेला आहे, असं लोकांना स्पष्टपणे सांगायचं ठरवतो.

सीझरच्या मृत्यूच्या बातमीनं रोमचे नागरिक प्रथम बिथरूनच जातात. ते सगळे बाजारपेठेत जमा

होतात. त्यांना स्पष्टीकरण हवं असतं. खुलासा हवा असतो. त्यांच्यापैकी काहीजणांना ब्रूटस विनंती करतो की त्याचं म्हणणं त्यांनी ऐकून घ्यावं. त्याच वेळी दुसऱ्या रस्त्यावर लोकांनी कॅसियसचं म्हणणं ऐकावं.

'ही माझी बाजू आहे,' ब्रूटस म्हणतो. 'मला सीझर अतिशय आवडायचा. पण माझं रोमवर त्याच्याहीपेक्षा जास्त प्रेम होतं. रोमच्या लोकशाहीला सीझरपासून मोठा धोका होता. त्यामुळेच त्याची हत्या करण्यात आली. त्याच्यावरच्या प्रेमामुळे डोळे भरून येतात; त्याचं नशीब आणि वैभव पाहून आनंद होतो; त्याच्या शौर्याबद्दल आदर वाटतो; आणि

त्याच्या महत्वाकांक्षेसाठी मात्र तो मृत्यूस पात्र झाला.'

ब्रूटसच्या तोंडून हा खुलासा ऐकल्यावर लोकांचं बऱ्यापैकी समाधान झालेलं असतं.

मार्क अँटोनी सीझरचा मृतदेह सिनेट हाऊसमधून बाहेर काढून बाजारपेठेत घेऊन येतो. मग ब्रूटस जनतेला आवाहन करतो की त्यांनी मार्क अँटोनीचं बोलणं ऐकून घ्यावं.

'मित्रांनो, रोमवासियांनो, माझं बोलणं नीट कान देऊन ऐका,' अँटोनी असं म्हणून बोलायला सुरुवात करतो. 'मी इथे सीझरला दफन करण्यासाठी आलो आहे. मी काही त्याची स्तुती करायला आलो नाही.' पण असं म्हणूनही, पुढे अत्यंत हुशारीनं अँटोनी

हळूहळू सीझरचं कौतुक करायला लागतो. सीझरनं जे जे काही जिंकून आणलेलं होतं, ते राज्याच्या खजिन्यात जमा झालेलं असल्याची तो लोकांना आठवण करून देतो. त्यानं ते स्वत:करता ठेवून घेतलं नव्हतं, असंही सांगतो. त्याच्याबद्दल आपल्याला हळहळ वाटते आहे असं म्हणतो. मात्र, त्याला तीनदा राजमुकुट देण्यात आलेला असूनही त्यानं तो नाकारलेला असल्यामुळे सीझरला आपण महत्वाकांक्षी म्हणू शकत नसल्याचंही आवर्जून नमूद करतो. तो म्हणतो, 'असं असूनही, तो महत्वाकांक्षी होता, असं ब्रूटस म्हणतो; आणि ब्रूटस हा एक

आदरणीय माणूस आहे, असंच आपण म्हटलं पाहिजे, नाही का?' असं तो कुत्सितपणे म्हणतो.

हे सगळं ऐकल्यावर लोकांना असं वाटायला लागतं की मार्क अँटोनीच्या बोलण्यात जास्त सच्चेपणा आहे. आपलं भाषण करत असताना कितीतरी वेळा अँटोनीला भावना आवरता येत नाहीत. त्याला दुःख अनावर होत असतं. 'क्रूर श्वापदांना न्याय मिळाला आहे आणि माणसं आपला चांगुलपणा गमावून बसलेली आहेत,' असा तो आक्रोश करायला लागतो.

या सगळ्याचा जनतेवर खोल परिणाम होतो. त्याच्या बोलण्यात कसलंही समर्थन नसतं. उलट तो लोकांच्या भावनांनाच हात घालत असतो. त्यामुळे

ब्रूटस, कॅसियस आणि त्यांच्या इतर साथीदारांनी मिळून सीझरवर फार मोठा अन्याय केला आहे, अशीच लोकांची समजूत व्हायला लागते. लोकांना ठामपणे वाटायला लागतं की या सगळ्या काळ्या कारस्थानाबद्दल ब्रूटस आणि त्याच्या इतर साथीदारांना अद्दल घडवलीच पाहिजे. त्यांच्याविरुद्ध लोकांनी उठाव केलाच पाहिजे.

मार्क अँटोनी लोकांना सीझरची अंतिम इच्छा सांगतो. सीझर लोकांसाठी जे काही ठेवून गेलेला असतो ते कळल्यावर लोक संतप्त होतील; कारस्थानी लोकांवर चिडतील; तसं होऊ नये म्हणून आपण त्याचं मृत्यूपत्र वाचणार नाही, असं तो

सांगतो. तो म्हणतो की, असं काही घडण्यापेक्षा ते न वाचलेलंच बरं! त्याच्या या वक्तव्यामुळे लोकांच्या मनातली उत्सुकता ताणली जाते. ते त्याला वाचण्याचा आग्रह करायला लागतात. पण सीझरचं मृत्यूपत्र वाचण्याऐवजी अँटोनी सीझरचं रक्तानं माखलेलं वस्त्र काढून घेतो आणि लोकांच्या पुढे नाचवतो.

'तुमच्या डोळ्यात अश्रू असतीलच, तर ते इथे ढाळण्यासाठी तयार व्हा,' सीझरचा रक्तानं भरलेला झगा लोकांच्या समोर धरून अँटोनी त्यांच्या भावनांना आवाहन करतो.

'अरे बापरे, किती हे रक्तरंजित आहे! सूड घ्या! ठार करा!' लोक आरोळ्या मारायला लागतात. आरडाओरडा करायला लागतात.

'थांबा, थांबा, देशवासियांनो, मी काही तुम्हाला बंड करायला सांगत नाहीये,' असं अँटोनी म्हणतो खरा; पण त्यानं अत्यंत धूर्तपणे बंडाची कल्पना लोकांच्या मनात सोडून दिलेली असते. अगदी नेमक्या त्याच वेळी अँटोनी सीझरचं मृत्यूपत्र वाचायला सुरुवात करतो. त्यात लिहिलेलं असतं की त्यानं त्याची संपत्ती आणि बागा नि मळ्यांचा काही भाग लोकांच्या वापरासाठी ठेवून दिला आहे.

ते ऐकताच लोकांची माथी फिरतात. सर्वजण गर्जना करतात, 'वाह! किती दिलदार होता सीझर! आम्ही त्याच्या मृत्यूचा सूड घेऊ! त्याच्या पाठीत ज्यांनी ज्यांनी खंजीर खुपसला त्यांची घरं आम्ही पेटवून देऊ!'

त्यांना शांत करण्याचा अँटोनी जराही प्रयत्न करत नाही. कारस्थानी लोकांविरुद्ध जनतेच्या मनात सूडाची ठिणगी टाकणे हाच त्याचा हेतू असतो.

ऑक्टेव्हियस सीझर हा ज्यूलियस सीझरचा पुतण्या असतो. तो रोमकडे यायला निघालेलाच असतो. त्याच्यासोबत लॅपिडस नावाचा आणखी एक सरदार असतो. हे दोघेही त्याच क्षणी रोम शहरात प्रवेश करतात. ऑक्टेव्हियस अगदी योग्य वेळी आला आहे, असंच अँटोनीला वाटतं.

संतप्त लोक ब्रूटस आणि कॅसियसचा पाठलाग करायला लागतात. ते पळत पळत शहराच्या तटबंदीपर्यंत जातात. लोक आता संतापानं इतके वेडेपिसे झालेले असतात की ते एका निरपराध माणसाला पकडतात. त्याचे अक्षरशः तुकडे तुकडे करून टाकतात. कारण का, तर त्याचं नाव सिन्ना असतं! (कारस्थानी लोकांमध्येही एक सिन्ना नावाचा माणूस असतो ना!)

सीझरचा अंतिम संस्कार झाल्यानंतर मार्क अँटोनी, ऑक्टेव्हियस सीझर आणि लॅपिडस हे तिघे मिळून एक त्रिसदस्यीय मंडळ स्थापन करतात. 'द ट्रायमव्हरेट' नावानं राज्यकारभार चालवण्याकरता ते तिघांची समिती स्थापन करतात.

तिकडे ब्रूटस आणि कॅसियस आशिया मायनॉरमधल्या सार्डिसला पळून जातात. ते दोघे तिथे वेगवेगळ्या प्रांतात राहतात. नवीन सैन्याची जुळवाजुळव करतात. एके दिवशी संध्याकाळी कॅसियस ब्रूटसच्या छावणीत जाऊन त्याला भेटतो. त्याला तिथे ब्रूटसची बायको वारल्याचं कळतं. ती बातमी समजल्यावर कॅसियसला धक्काच बसतो. कारण पोर्शियानं तिला होत असलेल्या त्रासाला कंटाळून विष घेतलेलं असतं. पण तरीही ब्रूटस मात्र शांतपणे परिस्थितीला तोंड देत असतो. ट्रायमव्हरेटनं दिलेलं आव्हान शूरपणे स्वीकारत

असतो.

ब्रूटस त्याला आक्रमणाची माहिती देतो. अँटोनी आणि ऑक्टेव्हियस अत्यंत शक्तिशाली सैन्याला घेऊन येत असल्याचं सांगतो. हे सैन्य फिलिप्पीच्या पठाराकडे येऊन थडकत असतं. ब्रूटसची अशी इच्छा असते की त्यांनीही आपलं सैन्य घेऊन शत्रूच्या सैन्याला फिलिप्पीच्या पठारावर गाठावं. पण कॅसियसला काही ही कल्पना आवडत नाही. पण ब्रूटस त्याला समजावून सांगतो की आपण ही संधी गमावता कामा नये. कारण आता त्यांनी संपूर्ण ताकद कमावलेली असते. आणि ती ताकद आजमावण्याची वेळही आलेली असते. त्यामुळे संधीचं सोनं करणंच योग्य ठरेल. मग कॅसियस ते मान्य करतो.

कॅसियस निघून गेल्यानंतर ब्रूटस झोपायला जातो. तो त्याच्या ल्यूसियस नावाच्या पोऱ्याला हार्पवरती संगीताची एखादी धून छेडायला सांगतो. तितक्यात अचानक मेणबत्तीचा प्रकाश मंदावतो. आणि त्याच्यासमोर एक भुतासारखी आकृती अवतरते. अर्धवट अंधारात ती आकृती ज्यूलियस सीझरची असल्याचं लक्षात येतं. तिच्याकडे पाहताच ब्रूटसचं रक्त जणू काही गोठून जातं. त्याच्या अंगावर सरसरून काटा येतो.

'तुझी माझी भेट आता फिलिप्पीमध्येच होईल,' सीझरचा आत्मा त्याच्याशी बोलतो. इतकंच बोलून तो आत्मा नाहीसा होतो. ल्यूसियसचं म्हणणं असतं की त्याला तर काहीही दिसलेलं नव्हतं. पण ब्रूटसची खात्री असते की ज्यूलियस सीझरचा आत्मा त्याला भेटायला आलेला होता. त्यामुळे कॅसियसबरोबर बोलून त्यानं जे काही ठरवलं होतं, त्यापेक्षाही लवकरच फिलिप्पीकडे कूच करावं असं त्याला वाटायला लागतं.

मग त्या दोघांच्याही पलटणी फिलिप्पीच्या दिशेनं कूच करायला लागतात. पण ते तिथे जाऊन पोचेपर्यंत अशुभ संकेत देणारे डोमकावळे, कावळे आणि घारी त्या दोघांच्या सैन्यावर घिरट्या घालत असतात. तिथं पोचल्यानंतर ब्रूटस आणि कॅसियस एकमेकांचा निरोप घेतात. लढताना त्या दोघांना मृत्यू

आला तर ही त्यांची अखेरची भेट ठरणार होती.

ब्रूटस वेळेआधीच हल्ला चढवण्याची आज्ञा देतो. त्यामुळे त्याची पलटण अँटोनीच्या सैन्यानं वेढली जाते.

कॅसियसचे डोळे अधू असतात. त्याला त्याचे तंबू पेटलेले दिसतात. त्यामुळे तो टिटिनियसला पहायला पाठवतो की सैनिक आपल्याच मित्रसैन्यातले आहेत की शत्रूचे आहेत. मग तो आपल्या पिंडॅरस नावाच्या नोकराला टेकडीवर चढून टिटिनियसवर लक्ष ठेवायला सांगतो. पिंडॅरसला असं दिसतं की आनंदानं जल्लोष करत असलेल्या सैन्यानं टिटिनियसला घोड्यावरून उतरायला लावलेलं आहे. तो ही बातमी कॅसियसला जाऊन सांगतो. कॅसियसला ही लढाई हरल्याची खूण वाटते. तो पिंडॅरसला आपली तलवार देतो. याच तलवारीनं

त्यानं सीझरला ठार केलेलं असतं. त्याच तलवारीनं आपल्याला ठार मारण्याची पिंडॅरसला आज्ञा देतो.

पिंडॅरसला अतिशय दुःख होतं. पण तरीही तो आपल्या मालकाची आज्ञा पाळतो. 'सीझर, तुझा सूड पूर्ण झालेला आहे,' असं ओरडत तो खाली पडतो.

सूर्य मावळायच्या सुमारास टिटिनियस सुखरूप परत येतो. त्याला ब्रूटसच्या सैनिकांनी घोड्यावरून खाली उतरवलेलं असतं. त्यांनी अँटोनीच्या सैन्याला चक्क हरवलेलं असतं. केवळ गैरसमजुतीमुळे कॅसियस मरण पावला हे कळताच टिटिनियसही स्वतःला संपवून टाकतो.

ब्रूटस तिथं येतो. मावळत्या सूर्याच्या लालसर किरणांच्या प्रकाशात त्याला ही दोन्ही शरीरं पडलेली दिसतात. ती पाहून तो म्हणतो, 'ओह, ज्यूलियस सीझर, तू अजूनही सर्वशक्तिमानच आहेस. अजिंक्य

आहेस. तुझा आत्मा हवेतून संचार करतो आहे आणि आमच्याच तलवारी आमच्या स्वतःच्याच शरीरात घुसवतो आहे.' पण तो तरीही युद्धभूमीवर परत जातो. आपल्या सैनिकांना तो पुन्हा एकदा लढण्याची आज्ञा देतो.

या दुसऱ्या फेरीत मात्र मार्क अँटोनीची सरशी होते. ब्रूटसचे अनेक मित्र आणि सैनिक या युद्धात प्राणाला मुकतात. आता मात्र त्याच्या पायातलं बळच संपतं. तो एका दगडावर मटकन बसतो. त्याच्या डोळ्यातून घळाघळा अश्रू वहात असतात. आपल्या मित्रांना आणि पाठीराख्यांना तो त्याला ठार करायला सांगतो. शत्रूच्या हाती पकडले जाण्यापेक्षा मरून गेलेलं बरं, असं त्याला वाटत असतं. 'सीझरचं भूत माझ्यासमोर आलेलं होतं. माझं मरण माझ्यासमोर

येऊन ठाकलेलं आहे, हे मला माहीत आहे,' असं तो सांगतो.

पण त्याचे मित्र तसं करायला नकार देतात आणि तिथून पळून जातात. कारण अँटोनी आणि ऑक्टेव्हियस क्षणाक्षणानं त्यांच्या जवळ यायला लागलेले असतात. आता तिथे स्ट्रॅटो नावाचा ब्रूटसचा एकमेव पाठीराखा शिल्लक असतो. ब्रूटसच्या विनंतीला मान देऊन तो ब्रूटसची तलवार उपसतो. ब्रूटस तिच्याकडे धावत जात म्हणतो, 'सीझर, आता शांत हो!'

त्यामुळे जेव्हा अँटोनी आणि ऑक्टेव्हियस तिथे पोचतात तेव्हा त्यांना ब्रूटसचा मृतदेह दिसतो. ब्रूटस तिथे अजेयपणे मरून पडलेला असतो. ऑक्टेव्हियस त्याला सन्मानानं दफन करतो. अँटोनी म्हणतो की सगळ्या विश्वासघातक्यांमधला हा सर्वात

शूर मनुष्य होता. त्याचं ज्यूलियस सीझरशी व्यक्तिगत वैर काहीच नव्हतं. पण सीझरची हत्या करणं हे सर्वांच्या भल्याचं आहे, अशी त्याची समजूत होती, म्हणूनच तो सीझरच्या हत्येच्या कटात सामील झाला.

कालांतरानं अंतर्गत दुफळी माजल्यामुळे ट्रायमव्हरेटची फाटाफूट होते. ऑक्टेव्हियस लॅपिडसला हद्दपार करतो. अँटोनीशी तो लढाई करतो आणि त्याला हरवतो. ऑक्टेव्हियस सम्राट बनतो. रोममधून सिनेटचं राज्य संपुष्टात येतं. आता रोममध्ये लोकशाही शिल्लक रहात नाही.

◆

सिंबलिन, किंग ऑफ ब्रिटन

विल्यम शेक्सपिअर

अनुवाद
मंजूषा आमडेकर

मेहता पब्लिशिंग हाऊस

Please contact us at **Mehta Publishing House,** 1941, Madiwale Colony, Sadashiv Peth, Pune 411030.
✆ +91 020-24476924 / 24460313
Email : production@mehtapublishinghouse.com
sales@mehtapublishinghouse.com
Website : www.mehtapublishinghouse.com
** या पुस्तकातील लेखकाची मते, घटना, वर्णने ही त्या लेखकाची असून त्याच्याशी प्रकाशक सहमत असतीलच असे नाही.*

CYMBELINE, KING OF BRITAIN by WILLIAM SHAKESPEARE

Translated into Marathi Language by Manjusha Amdekar

सिंबलिन, किंग ऑफ ब्रिटन / कुमारसाहित्य

अनुवाद : मंजूषा आमडेकर
१९, रेश्मा रेसिडेन्सी, लोकमान्य कॉलनी, पुणे ४११०३८.
मराठी अनुवादाचे व प्रकाशनाचे हक्क मेहता पब्लिशिंग हाऊस, पुणे.
प्रकाशक : सुनील अनिल मेहता, मेहता पब्लिशिंग हाऊस,
१९४१, सदाशिव पेठ, माडीवाले कॉलनी, पुणे – ४११०३०.
मुद्रक : स्पेक्ट्रम ऑफसेट, डी-२/४, सत्यम इस्टेट,
सीडीएसएसच्या मागे, एरंडवणे, पुणे - ४११००४.
मुखपृष्ठ व
आतील चित्रे : देविदास पेशवे
प्रथमावृत्ती : ऑक्टोबर, २०१८
संचाची किंमत : ₹ १५००
P Book ISBN 9789353170950
E Book ISBN 9789353170967
E Books available on : play.google.com/store/books
www.amazon.in/b?node=15513892031

सिंबलिन

हा ब्रिटनचा राजा असतो. इमोजनचा पिताही असतो. हा अतिशय शहाणा आणि दयाळू राजा असतो. पण त्याचं दुसरं लग्न झाल्यानंतर सगळी गडबड होते. त्याची नवी राणी त्याला खोटंनाटं सांगून त्याची दिशाभूल करते. तिच्या दुष्ट कारवायांमुळे तो गोंधळून जातो.

•••

इमोजन

ही सिंबलिन राजाची मुलगी असते. ती अतिशय सुंदर, हुशार आणि चाणाक्ष असते. इमोजन आपल्या वडिलांच्या इच्छेविरुद्ध एका सामान्य कुळातल्या मुलाशी लग्न करते. हा मुलगा त्याच्या पित्याच्या मृत्यूनंतर जन्माला आलेला असतो. इमोजनच्या बाबांची इच्छा असते की तिनं तिच्या सावत्र भावाशी, क्लोटेनशी लग्न करावं.

इचिमो

हा अत्यंत धूर्त, घातकी असा माणूस असतो. तो पोस्थुमसला आपल्याबरोबर एक पैज लावायला भाग पाडतो. इचिमो त्याला सांगतो की त्याच्या बायकोला, म्हणजे इमोजनला तो आपल्या प्रेमाच्या जाळ्यात ओढून दाखवेल. पैज जिंकण्यासाठी तो लबाडीही करतो.

•••

पोस्थुमस

तो अनाथ म्हणूनच जन्माला आलेला असतो. त्यामुळे त्याला सिंबलिन राजानंच लहानाचं मोठं केलेलं असतं. तो इमोजनच्या प्रेमात पडतो. ही राजाची मुलगी असते. हे दोघे चोरून लग्न करतात. त्यामुळे राजा त्याला हद्दपार करतो. इचिमो त्याला खोटं सांगतो की त्याची बायको, इमोजन त्याला फसवते आहे. पोस्थुमस त्यावर विश्वास ठेवतो.

सिंबलिन, किंग ऑफ ब्रिटन

ज्या काळात ऑगस्टस सीझर रोमन साम्राज्यावर राज्य करत होता, त्याच काळात इंग्लंडमध्ये सिंबलिन नावाचा राजा राज्य करत होता.

सिंबलिनची पहिली बायको मरण पावलेली असते. त्या वेळी त्याची तीन मुलं फारच लहान असतात. त्याला दोन मुलगे आणि एक मुलगी असते. त्यामुळे सिंबलिनच्या आयुष्यात अंधार झालेला असतो. त्या तीन मुलांपैकी इमोजन ही त्याची सर्वात मोठी मुलगी राजवाड्यातच लहानाची मोठी झालेली असते. मात्र त्याचे दोन्ही मुलगे नर्सरीत वाढलेले असतात. पण दुर्दैवानं ते लहान असतानाच

त्यांना कुणीतरी पळवून नेतं. त्यातला मोठा मुलगा तीन वर्षांचा असतो आणि धाकटा तर अगदी लहानगं बाळच असतो. नंतर या दोन मुलांचं काय झालं, त्याचा कुणालाही, कधीही शोध लागलेला नसतो.

सिंबलिन पुन्हा एकदा लग्न करतो. त्याची दुसरी बायको ही कारस्थानी चेटकीणच असते. ती इमोजनला अतिशय दुष्टपणे वागवत असते. आता खरं तर ती सतत इमोजनचा तिरस्कार करत असते. पण तरीही तिची इच्छा असते की तिच्या आधीच्या लग्नातला मुलगा, क्लोटेनशी इमोजनचं लग्न व्हावं. तिचा बेत अगदी सरळ साधा असतो. सिंबलिनचा मृत्यू झाल्यानंतर तिच्या मुलाला इंग्लंडचा राजा म्हणून घोषित करण्यात यावं.

पण तिचा हा सगळा दुष्ट डाव इमोजनच्या लक्षात येतो. त्यामुळे आपल्या वडिलांची किंवा सावत्र

आईची परवानगी न घेताच ती चुपचाप लग्न करून मोकळी होते. इमोजनचा नवरा पोस्थुमस हा अतिशय विद्वान असतो. त्या काळातला तो अत्यंत यशस्वी माणूस असतो. पण त्याची कहाणी फारच दुःखद असते. त्याच्या जन्माच्याही आधी त्याचे वडील जग सोडून गेलेले असतात. सिंबलिनसाठी लढत असताना एका युद्धात त्यांना वीरमरण आलेलं असतं. पोस्थुमसचा जन्म झाल्यानंतर काही काळानं लगेचच त्याची आईही देवाघरी गेलेली असते. कारण ती तिच्या नवऱ्याच्या मृत्यूचा धक्का सहनच करू शकत नाही.

महान राजा मग पोस्थुमसला आपल्या ताब्यात घेतो. त्याच्या पालनपोषणाची सगळी जबाबदारी राजा आपल्या खांद्यावर घेतो. त्याचं बारसं करण्यापूर्वीच त्याचे आई-वडील या जगातून निघून गेलेले असल्यामुळे राजा त्याचं नावच पोस्थुमस, म्हणजे, पोरका किंवा वडिलांच्या मृत्यूनंतर जन्माला आलेला असं ठेवतो.

इमोजन आणि पोस्थुमसला एकाच शिक्षकांनी शिक्षण दिलेलं असतं. अगदी लहानपणापासून ते दोघं एकत्रच वाढलेले असतात. त्यामुळे त्या दोघांना एकमेकांबद्दल जिव्हाळा असतोच. पण काळ

जसजसा पुढे सरकत जातो, तसतसं त्या दोघांमध्ये प्रेमही निर्माण होतं. अखेरीस ते दोघं लग्न करायचं ठरवतात.

ही बातमी राणीच्या कानापर्यंत जाऊन पोचते. कारण तिनं आपल्या सावत्र मुलीवर लक्ष ठेवण्यासाठी कितीतरी गुप्तहेर नेमलेले असतात. त्यामुळे हे लग्न झालं तर सिंबलिनचं सिंहासन बळकावण्यासाठी तिनं केलेले सगळे बेत धुळीला मिळणार आहेत असं तिच्या लक्षात येतं. मग मात्र ती अतिशय खवळते. ती ताबडतोब राजाकडे जाते. त्याची मुलगी लग्न करत असल्याची बातमी ती राजाच्या कानावर घालते. ती ऐकताच राजा प्रचंड संतापतो. त्याला असं वाटतं की त्याची मुलगी आपल्या घराण्याच्या प्रतिष्ठेला काळीमा फासते आहे. त्याच्या दरबारातल्या एका सामान्य माणसाशी लग्न करून ती घराण्याचं नाव धुळीला मिळवते आहे. त्यामुळे तो ताबडतोब पोस्थुमसला आपल्या राज्यातून हाकलून देतो. बिचाऱ्या त्या विद्वान माणसाला आपलं जन्मगाव कायमचं सोडून द्यावं लागतं.

राणी आता दुसरा बेत आखायला लागते. काहीही करून तिला तिची राजसिंहासन बळकावण्याची

इच्छा पूर्ण करायची असते. त्यामुळे ती इमोजनशी मैत्रीचं नाटक करत मदत करत असल्याचं भासवते. तिला तिच्या नवऱ्यापासून दूर व्हावं लागलं याबद्दल सहानुभूती दाखवते. पोस्थुमस रोमला जाण्यापूर्वी ती इमोजन आणि पोस्थुमसची एक गुप्त भेटही करवून देते. तिचा बेत असा असतो की एकदा का पोस्थुमस रोमला निघून गेला की मग ती इमोजनला आपल्या मुलाशी, क्लोटेनशी लग्न करायला सांगेल. कारण आता इमोजेनचं लग्न बेकायदेशीर ठरलेलं असतं.

ते दु:खी जोडपं एकमेकांचा निरोप घेतं. इमोजन तिच्या नवऱ्याला एक हिऱ्याची अंगठी देते. ती तिच्या आईची असते. आपली आठवण म्हणून इमोजन ती अंगठी त्याला देते. तो ही तिच्या हातात एक ब्रेसलेट घालतो. ते आपण हातातून कधीही काढणार नाही, असं ती त्याला वचन देते.

पोस्थुमस रोममध्ये आल्यानंतर त्याला तरूण

लोकांचा एक गट भेटतो. हे सगळे तरूण जगभरातल्या वेगवेगळ्या भागांमधून आलेले असतात. ते आपापल्या प्रेमिकेबद्दल सांगत असतात. आपल्या देशातल्या बायका कशा जगातल्या सर्वात उत्तम स्त्रिया आहेत, याचं ते वर्णन करत असतात. पोस्थुमसलाही आपल्या सुंदर बायकोची आठवण येते. तो सर्वांना सांगतो की इमोजनसारखी स्त्री आख्ख्या जगात शोधूनसुद्धा सापडणं शक्य नाही.

तिथे जमलेल्या तरूण लोकांमध्ये एक इचिमो नावाचा माणूस असतो. त्याला काही पोस्थुमसचं इमोजनबद्दलचं हे मत आवडत नाही. कारण त्याच्या मते रोममधल्या बायका ब्रिटनमधल्या बायकांपेक्षा जास्त सरस असतात. रोम ही इचिमोची मातृभूमी असते. काही वेळानं पोस्थुमस त्याच्याशी पैज लावतो. त्या दोघांची अशी पैज लागते की इचिमोनं

ब्रिटनला जाऊन इमोजनला पटवून दाखवायचं. पोस्थुमसनं तिला दिलेलं ब्रेसलेट इचिमोनं तिच्या हातातून काढून घेऊन यायचं. त्यानं तसं करून दाखवलं तर इमोजननं ब्रिटन सोडताना पोस्थुमसला आपली जी हिऱ्याची अंगठी दिलेली असते, ती तो इचिमोला देऊन टाकेल. पण जर का इचिमोला यश आलं नाही, तर तो पोस्थुमसला खूप मोठी रक्कम देईल.

इचिमो ब्रिटनला गेल्यावर इमोजनला भेटतो. तिच्या नवऱ्याचा मित्र, अशी तो स्वत:ची ओळख करून देतो. ते ऐकल्यावर ती त्याचं आनंदानं स्वागत करते. पण तो जेव्हा तिच्यावर आपलं प्रेम जडलंय असं सांगतो तेव्हा मात्र ती त्याला झटकून टाकते.

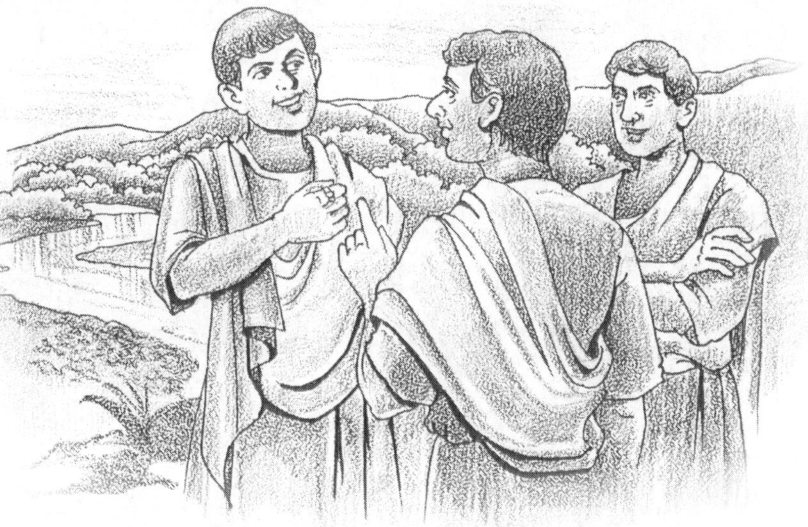

त्यामुळे इमोजन आपल्याला हातातलं ब्रेसलेट प्रेमाची भेट म्हणून देणार नाही हे त्याला कळून चुकतं. तिला पटवणं अगदीच अशक्य काम असतं. आपण जर हात हलवत रोमला परत गेलो तर आपल्याला फार मोठी रक्कम गमवावी लागेल, हे ही त्याच्या लक्षात येतं. त्यामुळे तो इमोजनच्या नोकरांना लाच देतो. त्यांना आपल्या काळ्या कारस्थानात सामील करून घेतो. नोकरांच्या मदतीनं तो इमोजनच्या खोलीतल्या एका ट्रंकेत लपून बसतो.

त्या रात्री इमोजनला गाढ झोप लागते. मग इचिमो आपल्या लपलेल्या जागेतून हळूच बाहेर पडतो. मग तो खोलीचं बारकाईनं निरीक्षण करायला लागतो. आसपास नीट पाहून घेतो. इमोजनच्या मानेवर एक छोटासा तीळ आहे, हे ही तो पाहून घेतो. मग तो अगदी अलगद तिच्या हातातून ब्रेसलेट काढून घेतो.

आणि तिथून सटकतो.

तिथून तो थेट रोमलाच जायला निघतो. तो रोमला पोचल्यावर एक गाणं रचतो आणि नाच बसवतो. त्यात त्याच्यावर इमोजन कशी खुश झाली, मग रात्री सगळीकडे सामसूम झाल्यावर तो कसा तिच्या खोलीत जाऊन तिला चोरून भेटला, याचं वर्णन केलेलं असतं. तिच्या खोलीचंही तो अगदी बारीक वर्णन करतो. आणि ते सगळं खरं असल्याचं पोस्थुमसच्या लक्षात येतं.

अखेरीस मग इचिमो त्याला ते ब्रेसलेट दाखवतो. त्यांच्यामधल्या पैजेचा तो मुख्य पुरावा असतो. ते पोस्थुमसला दाखवताना तो इमोजनच्या मानेवर तीळ आहे हे ही सांगतो. ते ऐकून पोस्थुमस अक्षरशः खचून जातो. आणि मग अतिशय जड हृदयानं तो आपल्या बोटातली हिऱ्याची अंगठी काढून इचिमोला देतो. इमोजनचा निरोप घेऊन रोमला यायला

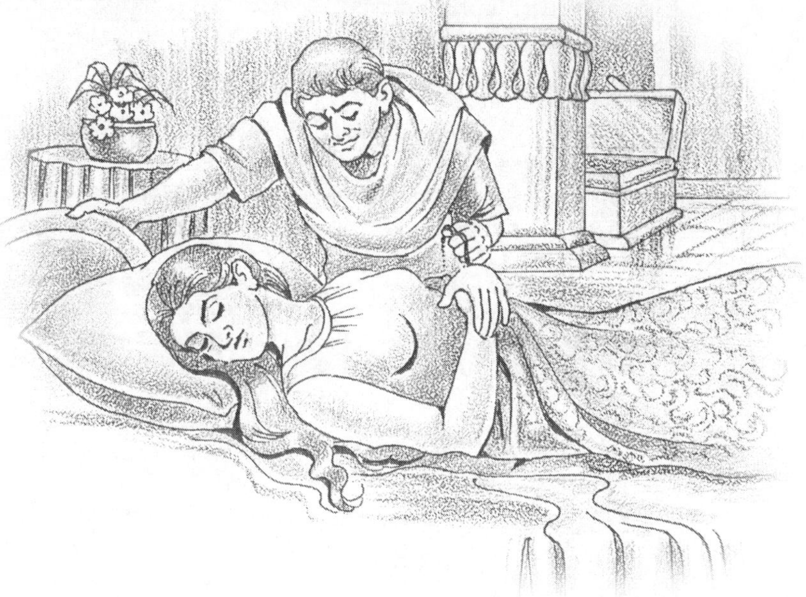

निघताना तिनं ती प्रेमाची भेट म्हणून त्याला दिलेली असते. अशा प्रकारे इमोजनचं पोस्थुमसवरचं प्रेम फसवं असल्याचं इचिमो सिद्ध करून दाखवतो. इचिमोचा दुष्ट बेत यशस्वी होतो.

पोस्थुमसला इमोजनचा अतिशय संताप आलेला असतो. त्याला तिच्याबद्दल जळफळाटही वाटत असतो. त्यामुळे तो स्वतःच्या रागावर ताबा ठेवू शकत नाही. मग तो आपल्या ब्रिटनमधल्या पिसॅनिओ नावाच्या मित्राला एक पत्र लिहितो. तो त्यांचा जुना मित्र असतो. इमोजननं त्याला कसं फसवलं याची हकीकत तो पत्रात लिहितो. त्यानं तिला मिलफोर्ड-हेवन नावाच्या वॅलेसमधल्या सागरी बंदरावर घेऊन यावं आणि तिथे तिला ठार मारावं, अशीही विनंती करतो. तो इमोजनलाही एक पत्र

लिहितो. त्यात तो आपलं तिच्यावर किती घट्ट प्रेम आहे ते रंगवून लिहितो. त्यामुळे आपण मिलफोर्ड-हेवनला तिला भेटायला येत आहोत, तिच्या वडिलांची आज्ञा मोडून आपण केवळ तिच्या प्रेमाखातर हे धाडस करत असल्याचंही तो लिहितो. इमोजन हे पत्र वाचते तेव्हा तिला जराही संशय येत नाही. ती ताबडतोब पिसॅनिओसोबत मिलफोर्ड-हेवन या बंदराकडे जायला निघते.

पिसॅनिओ हा पोस्थुमसचा जिगरी दोस्त असतो. तरीपण हे काळं कृत्य करायचं त्याचं साहस होत नाही. त्यामुळे तो इमोजनला तिच्या नवऱ्यानं त्याच्यावर सोपवलेल्या कामगिरीबाबत सांगून टाकतो. ते ऐकताच इमोजन अक्षरशः कोसळतेच. पिसॅनिओ तिला धीर देतो. मग तो तिला आपला बेत

सांगतो. तो तिला पोस्थुमसला धडा शिकवायला सांगतो. तो तिला पुरुषाचा वेष घालायला सुचवतो. मग रोमला जाऊन आपल्या नवऱ्यासमोर उभं रहायला सांगतो. स्वत: पिसॅनिओला दरबारात न चुकता हजर रहायचं असतं. त्यामुळे तो तिचा निरोप घेऊन जायला लागतो. पण जाण्यापूर्वी तो इमोजनला एक पातळ पदार्थ असलेली कुपी देतो. ती त्याला राणीनं दिलेली असते. पण राणीनं त्याला विष दिलेलं असतं याची त्याला मुळीच कल्पना नसते. कारण तो इमोजन आणि पोस्थुमसचा अगदी खास मित्र असतो, हे तिला अजिबात आवडत नसतं. राणीनं ते विष त्याला ते कुठल्याही प्रकारचा त्रास बरा करण्याचं औषध आहे, असं सांगून दिलेलं असतं.

पण गंमत म्हणजे ज्या डॉक्टरकडून राणीनं ते मिळवलेलं असतं, त्याला राणीच्या दुष्ट स्वभावाची

चांगलीच कल्पना असते. त्यामुळे त्यानं त्यात गुपचूप बदल केलेले असतात. त्यामुळे आता बाटलीत जे काही असतं, ते विष नसून केवळ काही वेळ गुंगी आणणारं औषध असतं. ते औषध घेतल्यावर माणसाला अशी काही गाढ झोप लागत असते की पाहणाऱ्याला तो माणूस मरून गेलाय की काय असं वाटावं! त्या औषधाचा परिणाम संपून गेल्यानंतरच त्या माणसाला गाढ झोपेतून जाग येऊ शकणार असते.

इमोजन लगेचच रोमला जायला निघते. तिच्याकडे आता हे खास औषध असतं. पण नियतीच्या मनात दुसरंच काहीतरी असतं. ती वाट चुकते आणि एका गुहेत पोचते. योगायोगानं तिचे लहानपणी पळवून नेण्यात आलेले भाऊ तिथे रहात

असतात.

बेलॅरियस नावाच्या एका माणसानं त्यांना पळवून नेलेलं असतं. हा सिंबलिनच्याच दरबारातला एक लॉर्ड असतो. त्याच्यावर राजद्रोहाचा खोटा आरोप ठेवण्यात आलेला असतो. त्यामुळे राजावर सूड उगवण्याकरता त्यानं त्याच्या दोन्ही लहानग्या मुलांना पळवून नेलेलं असतं. पण त्या दोघांसोबत गुहेत लपून छपून रहात असताना त्याला त्यांचा लळा लागतो. त्यामुळे तो त्यांना स्वतःच्या मुलांसारखंच लहानाचं मोठं करतो. आता ती मुलं लष्करात दाखल होणार असतात.

इमोजन जंगलात वाट चुकते. भुकेनं व्याकूळ होऊन आणि थंडीनं गारठून ती नेमकी त्यांच्या गुहेत येऊन धडकते. आता पुढे एक पाऊलही टाकणं

तिला शक्य नसतं. त्यामुळे ती तिथे थोडा आराम करण्यासाठी थांबते. बेलॅरियस आणि तिचे दोन भाऊ तिला पाहतात आणि गुहेच्या आत आणतात. ते तिला खायला-प्यायला देतात. मग ती त्यांना त्याबद्दल पैसे द्यायला लागते. पण ते पैसे घ्यायला तयार होत नाहीत. ते तिची विचारपूस करतात. ती कुठे चालली आहे हे विचारतात. तिचं नावही विचारून घेतात. अर्थात, ते तिला त्या वेळी एक पुरुषच समजत असतात! कारण तिनं पुरुषाचा वेष

घातलेला असतो.

इमोजन स्वतःचं नाव फिडल असल्याचं सांगते. ती इटलीला जायला निघालेली असते, पण वाईट हवामानामुळे रस्ता चुकून ती तिथं आल्याचं सांगते. बेलॅरियस ताबडतोब तिला आत बोलावतो. शिकार करून त्या तिघांनी जे काही आणलेलं असतं ते तो तिलाही देऊ करतो. थोड्याच वेळात फिडलला उत्तम स्वैपाक करता येतो असं त्यांच्या लक्षात येतं. त्यामुळे त्या तिन्ही पुरुषांना फिडल लवकरच

आपलंसं करून टाकतो.

काही वेळानंतर फिडलचं रूप धारण केलेल्या इमोजनला गुहेत राहणारे दोन तरूण मुलगे अगदी आपल्या भावांप्रमाणे वाटायला लागतात. पण आपली खरी ओळख त्या तिघांना लागू न देता ती त्यांना सांगते की आता पुरेसा आराम करून झालेला आहे. त्यामुळे तिला मिलफोर्ड-हेवनपासून इटलीपर्यंतच्या प्रवासाला निघायला हवं. खरं तर तिला त्यांच्यासोबत रहायला आवडलं असतं; पण तिला अजून पोस्थुमसला त्याच्या दुष्ट कारस्थाना-बद्दल जाब विचारायचा होता.

पण तितक्यात तिला बरं वाटेनासं होतं. त्यामुळे मुलं तिला सांगतात की ते जंगलात जाऊन आणखी खायला घेऊन येतील. तोपर्यंत तिनं गुहेतच आणखी थोडी विश्रांती घ्यावी. मग बेलॅरियस आणि ते दोघे तरूण तिथून निघून जातात. इमोजन लगेचच बाटलीतल्या पातळ पदार्थाचा एक घोट औषध समजून पिऊन टाकते. तिला ते औषध पिसॅनिओनं दिलेलं असतं. ते प्यायल्यानंतर काही वेळातच तिला अगदी मेल्यासारखी गाढ झोप लागते.

थोड्या वेळानंतर तिघे पुरूष परत येतात. इमोजनचा पॉलिडोर नावाचा भाऊ गुहेत प्रथम पाऊल

टाकतो. त्याला फिडल मरून पडलेला दिसतो. त्याला खूपच वाईट वाटतं. जणू काही आपला फार जुना मित्र गेल्यासारखं त्याला दुःख होतं. बेलॅरियसलाही तो तरूण मुलगा फारच आवडलेला असतो. त्यामुळे तो आपल्या या पाहुण्याला जंगलात नेऊन तिथेच दफन करून टाकायचं ठरवतो.

त्यानंतर तिघे पुरूष इमोजनला जंगलात सोडून गुहेत परत येतात. तोपर्यंत औषधाचा परिणाम संपून जातो. त्यामुळे इमोजन जागी होते. आपण जंगलात कसे येऊन पोचलो आणि आपल्या अंगावर इतकी फुलं कुणी ठेवली, तेच तिला कळत नाही. त्यामुळे तिला असं वाटायला लागतं की बहुधा आपण स्वप्न पाहिलं असावं. सगळ्या घटना स्वप्नातच घडल्या असाव्यात. त्यामुळे ती लगेचच मिलफोर्ड-हेवनकडे जायला निघते. नवऱ्याचा नोकर म्हणून त्याचं मन

जिंकून घ्यायचं आणि मग त्याच्याकडून खरं काय ते काढून घ्यायचं, असं ती ठरवते.

पण इमोजन बराच वेळ राजवाड्यापासून दूर राहिलेली असते. त्या काळात तिकडे काही नवीनच घटना घडलेल्या असतात. तिला बिचारीला त्याची काहीच कल्पना नसते. रोमचा सम्राट, ऑगस्टस सीझरनं ब्रिटनच्या राजाशी, सिंबलिनशी युद्ध घोषित केलेलं असतं. त्यामुळे प्रचंड मोठं रोमन सैन्य ब्रिटनमध्ये येऊन थडकलेलं असतं. त्या सैन्यातच पोस्थुमससुद्धा असतो.

पण आता पोस्थुमस बदलून गेलेला असतो. बायकोला ठार कर, असा आदेश देणारा पोस्थुमस आता खूपच बदललेला असतो. तो रोमन सैन्यासोबत आलेला असतो खरा. पण त्यांच्या खांद्याला खांदा लावून लढण्यासाठी नाही. उलट तो त्यांच्याशी लढण्यासाठी आलेला असतो. त्याला

अजूनही त्याच्या बायकोनं त्याच्यावर अन्याय केला असंच वाटत असतं. पिसॅनिओनं त्याला ती मेल्याची बातमी पत्रातून कळवलेली असते. ती कळल्यावर मात्र त्याला फार वाईट वाटतं. त्यामुळे त्यानं युद्ध करायचं ठरवलेलं असतं. एकतर युद्धात मरण तरी यावं, नाहीतर देशात प्रवेश करायची बंदी असतानाही ब्रिटनमध्ये पाऊल टाकल्याबद्दल सिंबलिनकडून फासावर चढावं, असा त्याचा निश्चय असतो.

इमोजन बंदरावर पोचायच्या आधीच तिला रोमन सैन्य पकडतं. मग तिची ल्यूसियसची नोकर म्हणून नेमणूक केली जाते. ल्यूसियस हा रोमचा शूर जनरल असतो. पण तिला हे माहीत नसतं की पॉलिडोर आणि कॅडवॉल या तिच्या दोन्ही भावांनी ब्रिटिश सैन्यात प्रवेश केलेला असतो. त्यांच्यासोबत त्यांचे वडील, बेलॅरियसही असतात. त्याला आता आपण

सिंबलिनचे मुलगे पळवून आणले, याचा पश्चात्ताप होत असतो.

अखेरीस दोन्ही सैन्यांमध्ये घनघोर युद्ध होतं. जर पोस्थुमस, बेलॅरियस आणि सिंबलिनचे दोन मुलगे यांनी शौर्य गाजवलं नसतं तर ब्रिटनच्या सैन्याचा सहज पराभव होऊ शकला असता. हे दोन भाऊ राजाचा प्राण तर वाचवतातच, शिवाय ब्रिटनला विजयही मिळवून देतात. पण पोस्थुमस काही लढताना मरण पावत नाही. मग तो सिंबलिनच्या एका अधिकाऱ्यापुढे जाऊन शरणागती पत्करतो. राजाची आज्ञा मोडल्याबद्दल मृत्यूदंडाची शिक्षा भोगायची तयारी दाखवतो. कारण तो त्याच्या इच्छेविरुद्ध ब्रिटनला परत आलेला असतो.

इमोजन आणि त्याचा जनरल, दोघांनाही पकडून

सिंबलिनसमोर हजर करण्यात येतं. तसंच इचिमोलाही पकडण्यात आलेलं असतं. कारण हा खलनायक आता रोमन सैन्यात कमांडर म्हणून नोकरी करत असतो. पोस्थुमसलाही दरबारात हजर करण्यात आलेलं असतं. कारण तो बेकायदेशीरपणे ब्रिटनमध्ये परत आलेला असतो. तिथेच बेलॅरियस आणि त्याचे दोन मुलगेही हजर असतात. कारण त्यांना त्यांच्या शौर्याबद्दल बक्षीस मिळणार असतं.

सर्वात प्रथम रोमचा जनरल ल्यूसियस बोलायला लागतो. तो म्हणतो की शत्रूच्या हातून मरण आलं तर त्याला आनंदच वाटेल. पण तो विनंती करतो की फिडल म्हणजेच इमोजनला मात्र सोडून देण्यात यावं. कारण शेवटी तो एक ब्रिटिश नागरिक असतो. आणि चांगला नोकरही असतो. सिंबलिननं कुणालाही माफ केलं नाही तरी चालेल. पण या

मुलाला माफ करावं, अशी तो कळवळून प्रार्थना करतो.

सिंबलिन स्वत:च्या मुलीला ओळखू शकत नाही. कारण तिनं मुलाचे कपडे घातलेले असतात. पण तरीही या मुलात आणि आपल्यात काहीतरी धागा आहे असं त्याला उगीचच वाटत राहतं. त्यामुळे तो इमोजनला माफ करतो आणि त्याला जे काही हवं असेल ते मागून घ्यायला सांगतो. आता हा नोकर काय मागतो, हे जाणून घ्यायला सर्वजण त्याच्याकडे पहायला लागतात. पण इमोजन फक्त इतकंच म्हणते की इचिमोनं त्याच्या बोटात घातलेली अंगठी त्याला कशी मिळाली, हे तिला जाणून घ्यायचं आहे. कारण ती अंगठी हुबेहूब तिनं पोस्थुमसला दिलेल्या अंगठीसारखीच असते.

तिची इच्छा पूर्ण करायला सिंबलिन आनंदानं तयार होतो. मग तो इचिमोला धमकावतो की त्यानं चुपचाप खरं काय ते सांगावं. राजाच्या समोर आल्याबरोबरच इचिमोला कापरं भरलेलं असतं. त्यामुळे तो मुकाट्यानं सगळी खरी हकीकत सांगतो. पोस्थुमसशी पैज लावल्यापासून ते इमोजनची आणि पोस्थुमसची फसवणूक करेपर्यंत तो सर्व काही सांगतो. पण ही कहाणी ऐकल्यानंतर पोस्थुमस हादरूनच जातो. तो ताबडतोब आपला गुन्हा राजासमोर कबूल करतो आणि ढसाढसा रडायला लागतो.

आता कुठे इमोजनला आपल्या नवऱ्यानं आपली हत्या करायची आज्ञा का केली ते कळतं. मग ती त्याला माफ करून टाकते. त्याचीही फसवणूकच झाली होती हे तिला समजतं. मग ती ताबडतोब सर्वांना आपली खरी ओळख करून देते. तिच्या शेजारीच राजा सिंबलिन उभा असतो. त्याला खूप खूप आनंद होतो. अखेरीस त्याची मुलगी त्याला सापडलेली असते. तो इतका खुश झालेला असतो की तो पोस्थुमसला तर माफ करतोच. पण तो त्यांच्या लग्नालाही मान्यता देतो. त्याचा जावई म्हणून स्वीकार करतो.

या आनंदाच्या क्षणी बेलॅरियसही आपल्या गुन्ह्याची कबुली देतो. राजाला तो त्याचे दोन्ही मुलगे परत देतो. अनेक वर्षांपासून हरवलेले आपले दोन्ही मुलगे पाहून राजाचा आनंद गगनात मावेनासा होतो. मात्र राजा बेलॅरियसला शिक्षा करत नाही. कारण त्यानं त्याला आनंदाचा ठेवाच परत मिळवून दिलेला असतो. आता सगळं काही चांगलं व्हायला लागलेलं असतं. त्यामुळे इमोजन आपल्या बाबांना विनंती करते की त्यांनी रोमन जनरल, ल्यूसियसला सोडून द्यावं. आणि त्याच्या मदतीनं रोम आणि ब्रिटननं तह करून टाकावा. शत्रूत्व सोडून मैत्री करावी. शांती निर्माण करावी.

जे काही घडतं त्यामुळे सगळेजण आनंदी होतात.

पण दुष्ट राणी मात्र निराश होऊन मरून जाते. कारण तिचा एकही बेत तडीला जात नाही.